फिल्मी दुनिया

सदानंद गोखले

दिलीपराज प्रकाशन प्रा.लि.TM
२५१ क, शनिवार पेठ, पुणे - ४११०३०.
दिलीपराज प्रकाशनाची सर्व पुस्तके आता आपण **Online** खरेदी करू शकता.
आमच्या **Website** ला कृपया एकदा अवश्य भेट द्या. अथवा **Email** करा.
Email - diliprajprakashan@yahoo.in
www.diliprajprakashan.in

फिल्मी दुनिया

सदानंद गोखले

दिलीपराज प्रकाशन प्रा.लि.™

२५१ क, शनिवार पेठ, पुणे - ४११०३०.

फिल्मी दुनिया (Filmy Duniya)

ISBN : 978 - 93 - 82988 - 71 - 7

प्रकाशक । राजीव दत्तात्रय बर्वे । मॅनेजिंग डायरेक्टर ।
दिलीपराज प्रकाशन प्रा. लि.। २५१ क, शनिवार पेठ, पुणे ४११०३०.
दूरध्वनी क्रमांक (फॅक्ससहित)
२४४७१७२३ । २४४८३९९५ । २४४९५३१४

© प्रकाशकाधीन

लेखकांचे नाव व पत्ता
सदानंद गोखले
जयश्री सोसायटी, सावित्रीनगर, फ्लॅट क्र. १३,
हिंगणे खुर्द, पुणे - ४११ ०५१

प्रथमावृत्ती । १५ एप्रिल २०१४

प्रकाशन क्रमांक । २०९६

अक्षरजुळणी । सौ. मधुमिता राजीव बर्वे ।
पितृछाया मुद्रणालय । ९०९, रविवार पेठ । पुणे ४११००२ ।

मुद्रितशोधन । मिलिंद बोरकर, पुणे.

मुखपृष्ठ । सुहास चांडक

कल्पना । पृथ्वीराज चांडक

सचिन

आपली फिल्म इंडस्ट्री
शंभर वर्षांची झाली..
त्यातलं तुझं कर्तृत्व
पन्नास वर्षांचं...
आम्ही प्रेक्षक तुला बघताना
हरखून गेलो आहोत
तुला आम्ही काय देणार?
तुझ्या अफाट कर्तृत्वाला सलाम!

मनोगत

चित्रपट हा भारतीय नागरिकांच्या जीवनाचा नाजूक भावबंध. रुपेरी पडद्यावरचे कलावंत, त्यांच्या लकबी, त्यांची वेशभूषा, फॅशन्स या सगळ्याचा प्रत्येकाच्या आयुष्यावर प्रभाव पडतो. चित्रपटसंगीत तर प्रत्येकाच्या ओठी रुणझुणतं.

हिंदी चित्रपट बघत आमची पिढी लहानाची मोठी झाली. पौगंडावस्थेतून बाहेर पडताना शम्मी कपूरच्या बंडखोरीने आम्ही पागल झालो. धर्मेंद्रची सच्चाई, राजेंद्रकुमारचा धीरोदात्त नायक, जितेंद्रचा जंपिंग जॅक आम्हाला प्रिय होता.

आधीच्या पिढीतले अशोककुमार, दिलीपकुमार, राज कपूर, देव आनंद यांच्याबद्दल सतत काही कानी पडे. १९६० चं ते दशक तसं रूढिप्रिय. महाविद्यालयात मुली येत, त्या दोन्ही खांद्यांवर घट्ट पदर लपेटून, खाली मान घालून चालत. फारच क्वचित शब्दांची देवाण-घेवाण चाले. त्या मानाने रुपेरी पडद्यावरच्या नायिका धीट अन् नखरेल. मुमताज, शर्मिला टागोर, साधना आणि आशा पारेख यांचा तो जमाना. शम्मी कपूर, जितेंद्रची नक्कल करण्यात धन्यता वाटायची. शम्मीची याहूऽऽ इमेज पुरुषार्थाची चौकट वाटत राही. स्वप्नात मात्र कॉलेजमधल्या ब्युटी क्वीन नव्हेत, तर रुपेरी पडद्यावरच्या नायिका येत.

मीनाकुमारी, नूतन यांचा अभिनय, वैजयंतीमाला आणि पद्मिनीची नृत्ये प्रभावित करत; पण साधना, शर्मिला जास्त आवडायच्या.

पुण्यात १९५८ ते १९७२ या काळात वर्षाला शंभर या वेगाने चित्रपट पाहिले. मॅटिनीला म्हणजे सकाळच्या अकराच्या खेळाला जुने आणि तीन, सहा, नवाच्या खेळाला नवे चित्रपट पाहून झाले. त्यातही हिंदी, मराठी, इंग्रजी हे त्रिभाषा सूत्र महाराष्ट्र राज्य सरकारने जाहीर केलं; ते आम्ही चित्रपटांच्या बाबतीत मनापासून स्वीकारलं.

माझ्यातला कथालेखक १९६९ मध्ये प्रकटला. 'सकाळ' दैनिकाच्या रविवार आवृत्तीत 'तगाईबंदी' ही पहिली कथा छापून आली. चित्रपट बघणं कमी होत गेलं. पण तो हिंदी चित्रपटसृष्टीचा सुवर्णकाळ होता. राजेश खन्ना, अमिताभ बच्चन हे सुपर स्टार्स

आमच्या डोळ्यांदेखत मोठे झाले.

मराठी चित्रपटसृष्टीत राजा परांजपे दिग्दर्शित 'जगाच्या पाठीवर', 'पाठलाग', 'सुवासिनी' पुन: पुन्हा पाहिले. अनंत माने हे तमाशापटांचे सम्राट; पण त्यांच्या 'सांगत्ये ऐका', 'रंगपंचमी', 'सवाल माझा ऐका', 'केला इशारा जाता जाता' या चित्रपटांबरोबरच 'अवघाची संसार', 'मानिनी' हे आवडले.

उषाकिरण, सुलोचना, सीमा या सोज्वळ नायिका. जयश्री गडकर, उषा चव्हाण, लीला गांधी या नृत्यांगना. हे सारं अंत:करणात ठसलं.

राजा गोसावी, शरद तळवलकर हे विनोदमूर्ती. सूर्यकांत-चंद्रकांत हे ग्रामीण चित्रांचे नायक. विवेक, रमेश देव यांची चलती होती.

प्रत्येक चित्रपट पाहून आल्यावर डायरीत त्याची नोंद होई. कलाकार, संगीतकार, गीतकार, दिग्दर्शक यांची जंत्री तपशीलवार नोंदली जाई. या डायऱ्या म्हणजे आज रेफरन्स बुक झाल्या आहेत, माझ्या दृष्टीने!

सन १९९८ मध्ये एक नवल घडलं. नेहमी माझ्याकडून कथा मागणाऱ्या संपादकांनी चित्रपटविषयक लेखन करायला लावलं. मग 'केसरी' आणि 'लोकमत' या दैनिकांमधून जुन्या चित्रपटांमधले नायक-नायिका, गाणी, किस्से या सगळ्या स्मरणरंजनात मी नियमितपणे रमलो.

'यादें रसभरी', 'हमसफर', 'अभिनेत्री', 'मूव्ही मेकर्स', 'शमा-परवाना' आणि 'अभिनेता' ही पुस्तके दिलीपराज प्रकाशनातर्फे प्रकाशित झाली. 'विपुलश्री' आणि 'मेनका' या मासिकांमधून सदरलेखन करू लागलो. एकीकडे कथा लिहीतच होतो.

'बॉलिवुड' हा मुंबईच्या चित्रपटसृष्टीला उद्देशून वापरला जाणारा शब्दप्रयोग. या बॉलिवुडचे अनेक किस्से एका न्यूज एजन्सीसाठी दर आठवड्याला गेली काही वर्षे लिहिले. जोडीला संगीतकार, पार्श्वगायक, नायक, दिग्दर्शक यांची छोटी चरित्रे त्यांच्या वाढदिवसाच्या निमित्ताने हातावेगळी केली.

दर आठवड्याला तीन लेख लिहिताना हर्षवर्धन, जी. एस. मुकुंद ही टोपणनावे घेऊन लेखन केले. हे छोटेखानी लेख बृहन्महाराष्ट्रातल्या अनेक लहान-मोठ्या गावांतल्या स्थानिक वृत्तपत्रांतून छापले गेले.

'बॉलिवुड'बद्दलचे हे रंगतदार किस्से, अनेक हिंदी-मराठी चित्रपटांतल्या कलाकारांच्या आठवणी यातून 'फिल्मी दुनिया' साकारली.

हा बॉलिवुडचा इतिहास आहे. मराठी चित्रपट कलावंताचे स्मरण आहे. वाचकांना हे स्मरणरंजन आवडेल, असा विश्वास वाटतो.

– सदानंद गोखले

नम्र निवेदन

'फिल्मी दुनिया'मधलं लेखन दर आठवड्याला झपाटल्यासारखं होत गेलं. एखादा नामवंत कलावंत, एखादा जानदार किस्सा आणि चित्रपटसंगीत, सुरेल वातावरणात घेऊन जाणारे गायक-संगीतकार आणि गाणी असा हा तिहेरी लेखन-प्रवास घडला.

आधी 'बॉलिवुड'बद्दल खूप काही लिहायचं, असा विचार मनात होता. पण बॉलिवुड या शब्दाला एक मर्यादा येते. फक्त मुंबईची चित्रपटसृष्टी एवढाच संकुचित परीघ त्यात व्यक्त होतो.

म्हणून पुस्तकासाठी 'फिल्मी दुनिया' हे शीर्षक ठरवलं. विषयव्याप्तीमुळे तीन विभागांत हे सर्व लेख वर्गीकृत केले.

१) खासियत

२) किस्सा-ए-बॉलिवुड

३) गा ऽऽ मेरे मन गा ऽ

'खासियत'मधून अभिनेते, अभिनेत्री, विनोदवीर, चरित्र अभिनेते आणि सव्यसाची दिग्दर्शक यांची अद्भुत वाटचाल अनुभवता येईल.

'किस्सा-ए-बॉलिवुड'द्वारे अनेक सरस किस्से, ट्रेंड्स यांचा पुन:परिचय होईल.

'गाऽ मेरे मन गाऽऽ'मध्ये बदलते ऋतू आणि त्या संदर्भातली चित्रपटांतली गीते यांचे स्मरणरंजन आहे. त्याचबरोबर काही सुरेल पार्श्वगायक आणि गुणी संगीतकार यांचा आटोपशीर परामर्श आहे.

हे लेखन चोखंदळ वाचक, जिज्ञासू तरुण पिढी यांना आवडेल, अशी आशा आहे.

अनुक्रम

खासियत

किस्सा - ए - बॉलिवुड

गा ऽऽ मेरे मन गा ऽऽ

फिल्मी दुनिया

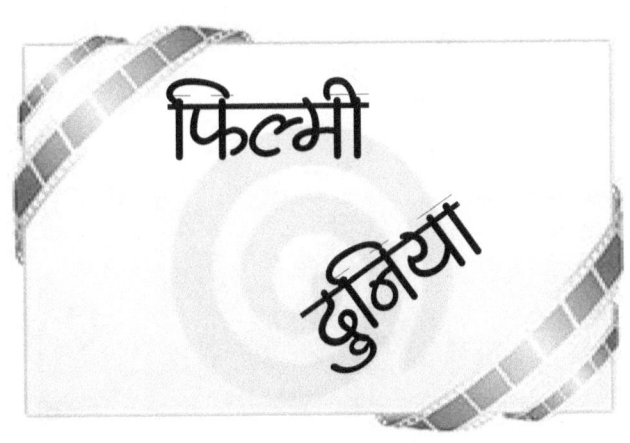

अशोककुमार - मास्टर ऑफ एव्हरीथिंग

(जन्म : १३.१०.१९११ मृत्यू : १०.१२.२००१)

दादामुनी ऊर्फ अशोककुमार यांना आपण सारे दमदार अभिनेता म्हणून ओळखतो. त्यांचा अभिनय दर्जेदार. त्यांनी पडद्यावर उभ्या केलेल्या भूमिका वैविध्यपूर्ण आणि 'लार्जर दॅन लाइफ' अशा होत्या.

'अछूत कन्या'मधला लाजराबुजरा नायक ते एन्ट्रीलाच टाळ्या घेणारा 'किस्मत'चा निगेटिव्ह व्यक्तिरेखा साकारणारा अँटी-हीरो हा त्याचा प्रवास रसिकांनी डोळे भरून पाहिला. 'शेरू'मधला आधुनिक रॉबिनहूड ते 'मेरी सूरत तेरी आँखे-' मधला कुरूप, आंधळा गायक ही त्याच्या अभिनयाची अफाट

रेंज. 'आरती'मधला खलनायक आणि 'ज्युवेल थीफ'चा हीरोलाच मात देणारा खलपुरुष तुम्ही-आम्ही पसंत केला.

'अफसाना'मधला डबलरोल, 'मिस्टर एक्स'मधला अदृश्य होऊ शकणारा शास्त्रज्ञ, 'चित्रलेखा'मधला लपंट राजगुरू, 'कानून'मधला न्यायाधीश ही त्याची पडद्यावरची विविध रूपे. व्हिक्टोरिया नं. २०३, राजा और राणामधला हास्य अभिनेता ही त्याची आणखी एक कामगिरी.

पण फक्त अभिनेता ही त्याची ओळख अपुरी आणि त्याच्या बहुश्रुत अशा संपन्न व्यक्तिमत्त्वावर निश्चितच अन्याय करणारी. हात लावेल त्याचं सोनं करणारा हा किमयागार होता, हेच खरं!

मुंबईत अशोककुमारचं म्युझिकल इन्स्ट्रुमेन्ट्स विक्रीचं मोठं शॉप होतं, हे अनेकांना माहीत नसणार!

इफ्तिकार हा त्याचा जुना दोस्त. दोघे फावल्या वेळेत बुद्धिबळ खेळायचे. इफ्तिकार त्याच्यावर नेहमी मात करत असे. ही गोष्ट अशोककुमारला डाचत असे. त्यातूनच त्याने बुद्धिबळविषयक पुस्तके वाचून काढली. अनेक मूव्हज् समजून घेतल्या आणि इफ्तिकारला आव्हान दिले. लागोपाठ तीन वेळा मात देत अशोककुमारने त्याला चकित केले.

रेसकोर्सवर धावणाऱ्या घोड्यांचा अचूक अंदाज वर्तवण्यात तो माहीर होता. न्यूमरॉलॉजी म्हणजे अंकशास्त्राचा त्याचा भरपूर अभ्यास त्याला या क्षेत्रात मदत करी. हा सगळा आकड्यांचा खेळ आहे, असे मत त्याने नोंदवले आहे. दुर्दैवाने अशोककुमारची पत्नी शोभा हिलाच पुढे रेसचा नाद लागला!

अशोककुमार जाणकार ज्योतिषी होता. ज्योतिष आणि हस्तसामुद्रिक अशा दोन्ही शाखांवर त्याचं प्रभुत्व होतं. याचा अनुभव सआदत हसन मन्टोसारख्या लेखकाला आलेला आहे.

चित्रकला हा त्याच्या आवडीचा विषय. इफ्तिकारच्या सूचनेवरून कंटाळा आला की ब्रश हाती घेण्याचा क्रम त्याने सुरू केला.

'अछूत कन्या'पासून पडद्यावर त्याने स्वत:ची गाणी गायली आहेत. 'धीरे धीरे आ रे बादल धीरे', 'मेरा बुलबुल सो रहा है शोरगुल न मचा'पासून 'किस्मत' ते थेट 'आशीर्वाद'मधल्या 'रेलगाडी, पीछवाले स्टेशन बोले रुक रुक'पर्यंत त्याची अनेक गाणी अनेकांच्या स्मरणात ताजी आहेत.

ज्योतिषशास्त्राचा अभ्यास करण्यासाठी अशोककुमार संस्कृत शिकला. 'बॉम्बे टॉकिज' या संस्थेत काम करताना जर्मन तंत्रज्ञांशी संपर्कात आल्यामुळे त्याने जर्मन

भाषा आत्मसात केली. हिंदी चित्रपटात काम करताना उर्दू आणि पर्शियन भाषा तो तज्ज्ञांकडून शिकत गेला. बंगाली ही तर त्याची मातृभाषा आणि इंग्रजी तो शाळा-कॉलेजात शिकला. फ्रेंच तो हौस म्हणून बोले.

होमिओपॅथी हा त्याचा अभ्यासाचा विषय होता. जुन्या मोटारगाड्यांचा शौक त्याने जोपासला. एवढा सर्वगुणसंपन्न नट अन्य कुणी असूच शकत नाही!

◆ ◆ ◆

जातिवंत नाट्यकर्मी - पृथ्वीराज कपूर

पापाजी म्हणजे पृथ्वीराज कपूर यांना आमची पिढी ओळखते ती राज-शम्मी-शशी कपूर यांचे पिताजी म्हणून.

पण पृथ्वीराज कपूर यांना १९४० च्या दशकात तारुण्यात असलेली पिढी ओळखते ती 'सिकंदर' या नावाने!

दणकट शरीर, भरपूर उंची, उर्दू-पर्शियन भाषेचा लहेजा सूक्ष्मपणे थेट आतपर्यंत पोहोचवण्याची कुवत, डोळ्यांनी बोलणारी अदा, ओठांवर मंद स्मित हे त्यांचं सारं वैभव रुपेरी पडद्यावर बघताना प्रेक्षक मंत्रमुग्ध होऊन जातं. हॉलिवुडच्या कलाकारांच्या तोडीस तोड अभिनय आणि देखणं व्यक्तिमत्त्व या गुणांनी

मंडित असा हा कलाकार.

पण पृथ्वीराज कपूर यांनी आयुष्यभर ध्यास घेतला होता तो फक्त रंगभूमीचा; फक्त नाटकांचा. त्यासाठी वाटेल तेवढे काम करायची नि हवा तेवढा पैसा उभा करून खर्चायची त्यांची तयारी असे.

'पृथ्वी थिएटर्स' ही आपली नाट्यसंस्था नावारूपाला आणणं आणि अनेक नाटकं रंगभूमीवर आणत नवनवे कलाकार, संगीतकार नि तंत्रज्ञांना पुढे आणणं, हेच त्यांनी आपलं जीवितध्येय मानलं होतं. त्यासाठी मोठमोठ्या शहरांतूनच नव्हे, तर छोट्या गावी जाऊन तंबू उभारून त्यांनी नाटकांचे खेळ भारतभर दाखविले.

'पैसा', 'किसान', 'पठाण', 'दीवार', 'आहुती' ह्या त्यांच्या पृथ्वी थिएटर्सच्या नाटकांमधून सामाजिक समस्यांवर जसा त्यांनी प्रकाशझोत टाकला; त्याचप्रमाणे इतिहास आणि संस्कृती यांचे भान राखत जनसामान्यांचा आत्मविश्वासही जागवला.

''मी हिंदी चित्रपटांमध्ये काम करतो ते पैसे मिळवण्यासाठी. पण हे पैसे मला स्वतःसाठी नकोत. पदरमोड करून मी जी नाट्यसंस्था चालवतो, त्या 'पृथ्वी थिएटर्स' या संस्थेसाठी मला पैसा हवा'' असं पृथ्वीराज कपूर अभिमानाने सांगत नि त्याप्रमाणे वागत.

साहजिकच राज, शम्मी, आणि शशी ही त्यांची मुलेसुद्धा 'पृथ्वी थिएटर्स'च्या रंगमंचावर अभिनयाचे पहिले धडे गिरवतच पुढे आली आणि नंतर रुपेरी पडद्यावर स्थिरावली.

आधी १९२९ ते १९३१ या काळात पृथ्वीराजनी नऊ मूकपटांत काम केले. 'आलमआरा' या भारताच्या पहिल्या बोलपटात ते दिसले. नंतर 'न्यू थिएटर्स'च्या राजरानी मीरा, इन्किलाब, मंझिल, सपना अशा बोलपटांत त्यांनी कलकत्ता गाजवले. राणा कुंभ, राम, सिकंदर या त्यांच्या भूमिका गाजल्या.

दि. ३ नोव्हेंबर १९०६ रोजी समुंद्री या छोट्या गावी जन्मलेला हा पंजाब-दा-पुत्तर नंतर कॉलेजजीवनात एकपात्री प्रयोगात रमला. नंतर शेक्सपिअरच्या इंग्रजी नाटकात अभिनयाचे कर्तृत्व गाजवू लागला. मग १९४१ ते १९६० या काळात 'पृथ्वी थिएटर्स' या संस्थेच्या नाटकांबरोबरच चित्रपटातही काम करू लागला. पटकथा-लेखक रामानंद सागर, संगीतकार शंकर-जयकिशन, प्रेमनाथ, राज कपूर हे अभिनेते आधी 'पृथ्वी थिएटर्स'च्या तालमीत तयार झाले.

चित्रपती व्ही. शांताराम यांनी आपल्या 'दहेज' चित्रपटासाठी पृथ्वीराज कपूरना फक्त दहा हजार रुपये देऊ केले. त्या वेळी पृथ्वीराज यांची 'मार्केट प्राइस' पंचाहत्तर हजार रुपये होती. पण व्ही. शांतारामसारख्या सिद्धहस्त दिग्दर्शकाच्या चित्रपटात

काम करायला मिळतंय, म्हणून त्यांनी तडजोड केली.

''मी पदरमोड करून पृथ्वी थिएटर्स ही नाटक कंपनी चालवतो. 'दहेज' यशस्वी ठरला, तर आपण आणखी दहा हजार रुपये मला द्यावेत,'' अशी मागणी पृथ्वीराजनी केली.

सुदैवाने 'दहेज' दणकून चालला. शांतारामबापूंनी ठरल्याप्रमाणे आणखी दहा हजार रुपये पृथ्वीराज कपूरना ताबडतोब देऊन टाकले.

नाटकांबद्दल एवढा मनस्वी ध्यास घेणारा हा कलाकार २७ मे १९७२ रोजी हे जग सोडून गेला. नंतर शशी कपूर आणि त्याची कन्या संजाना यांनी 'पृथ्वी थिएटर्स'ची जबाबदारी घेतली.

◆◆◆

राज कपूर - जिगरबाज निर्माता

(जन्म : १३.१०.१९११ मृत्यू : १०.१२.२००१)

राज कपूरचं नाव घेतलं की, चार्ली चॅप्लिन आठवतो. नर्गिसचं स्मरण होतं. आर. के. बॅनरचे अनेक यशस्वी चित्रपट डोळ्यांसमोर येतात. 'आग' ते 'हीना' ही चाळीस वर्षांची त्याची यशस्वी कारकीर्द लक्षात राहण्याजोगी. नट, दिग्दर्शक, निर्माता, संकलक अशा अनेक भूमिका हिमतीने वठवत राज कपूर चित्रपटसृष्टीत एक 'आयडॉल' बनून गेला.

पण या सगळ्यापेक्षा त्याच्यामधला जिद्दी, जिगरबाज माणूस मला भावतो.

राज कपूरचं ड्रीम प्रॉजेक्ट 'मेरा नाम जोकर' रुपेरी पडद्यावर १९७१ मध्ये झळकलं अन् बघता-बघता साफ कोसळलं. हा धक्का पचवणं राजला फार अवघड गेलं. एक तर हे त्याचं आत्मचरित्रच त्याने पडद्यावर मनापासून पेश केलं होतं. त्यासाठी मनोजकुमार, राजेंद्रकुमार, धर्मेंद्र, पद्मिनी, सिमी असे 'टॉप स्टार्स' घेतले. पाण्यासारखा पैसा ओतला. दोन मध्यंतरे असलेला हा चोवीस रिळांचा भव्य चित्रपट 'आर. के.'च्या कारकिर्दीमधला सगळ्यात मोठा फ्लॉप शो ठरला.

त्यातली गाणी तर दणकून गाजत होती, समीक्षकांनी पण कौतुक केलं; पण 'बॉक्स ऑफिस'वर सगळा खडखडाट होता. थिएटर्स ओस पडली.

जयसिंह डिस्ट्रिब्युटर्स या आर. के. चे चित्रपट वितरीत करणाऱ्या संस्थेला हा मोठाच धक्का होता. देणेकरी रोज दाराशी येऊन बसू लागले. मित्र म्हणवणाऱ्यांनी तोंड फिरवले. या कठीण काळात राज कपूर काही काळ मद्याच्या आहारी गेला. यातून आर. के. बॅनर अन् राज कपूर कसे सावरणार, ही त्यांच्या चाहत्यांची चिंता होती. शत्रू कोण आणि मित्र कोण याची खरी ओळख राज कपूरला या आपत्तीच्या काळातच पटली. या काळात के. ए. अब्बास आणि वसंत साठे हे मित्र राज कपूरच्या मदतीला धावले. दोघांनी मिळून आर. के. बॅनरसाठी नवी पटकथा लिहून काढली.

लव्ह स्टोरी हा तेव्हाचा चालू ट्रेंड लक्षात घेऊन 'बॉबी'ची कथा तयार झाली. नवा हीरो- नवी हिरोइन घेऊन बॉबीचे चित्रीकरण सुरू झाले.

ऋषी कपूरसाठी शैलेन्द्रसिंग हा नवा पार्श्वगायक आला. लोकप्रिय अन् ताज्या दमाचे तरुण संगीतकार लक्ष्मीकांत-प्यारेलाल यांच्याकडे संगीताची जबाबदारी देण्यात आली. प्राण, प्रेमनाथ आणि दुर्गा खोटे हे गुणी, बुजुर्ग कलाकार चरित्र व्यक्तिरेखांसाठी 'बुक' झाले.

नर्गिसशी साम्य असलेली डिंपल कपाडिया ही नवतारका ऋषी कपूरची नायिका बनली. 'मेरा नाम जोकर' मध्ये लतादीदींना एकही गाणे नव्हते, म्हणून मेरा नाम जोकर पडला, अशी राज कपूरची भावना होती. ती चूक 'बॉबी'मध्ये दुरुस्त झाली.

शूटिंग झपाट्याने पार पडलं. 'बॉबी' हा आर.के.चा नवा चित्रपट दोन वर्षांत तयार होऊन पडद्यावर आला अन् थिएटरवरून 'हाऊसफुल्ल'चा बोर्ड हटेना.

बघता-बघता साठ लाखाचं कर्ज फिटून आर. के. बॅनर पुनश्च ताठ मानेनं उभं राहिलं. फिनिक्स पक्ष्यासारखा राज कपूर अक्षरश: राखेतून पुन्हा ठामपणे उभा राहिला."अच्छा हुआ... नहीं तो लोग मेरे बच्चोंको बोलते, बाप मर गया; कर्जा छोड गया" हे राज कपूरचे त्या वेळचे धीरोदात्त शब्द आजही आठवतात.

◆◆◆

दिलीपकुमार - एक नचैया

अभिनयसम्राट दिलीपकुमारला त्याचे लाखो-करोडो चाहते 'ट्रॅजेडी किंग' म्हणून ओळखतात. पण त्याहीपलीकडे दिलीपकुमारची आणखीपण काही पहचान आहे.

म्हणजे बघा—उर्दू भाषेवर त्याची जबरदस्त कमांड आहे. कुठल्याही समारंभात पाहुणा म्हणून गेला की तो फर्ड्या उर्दूत अस्खलित उच्चारात अशी भाषणबाजी करतो की, ऐकणारे थक्क होतात. आता ज्यांना उर्दू कळत नाही, ते बोअर होत असणार; पण त्यांची दिलीपसाबना फिकीर नसते.

गेली काही वर्षे हे चित्र थोडे बदलले आहे. 'अब ज्यादा बाते नहीं करूँगा. बिबीने मना किया है.' असं सांगून आटोपतं घेण्याकडे त्याचा कल असतो.

पण मला दिलीपकुमारमधला 'नचैया' जास्त भावतो.

अगदी सुरुवातीला या प्रकारात त्याला रुची नसावी.

'अंदाज' मध्ये कक्कू आणि नर्गिसबरोबर क्लबमधल्या बॉल डान्सच्या स्टेप्स, तो किती अवघडून गेलाय ते नेमकं स्पष्ट करणाऱ्या.

'कोहिनूर' चित्रपटात 'जरा मनकी किवडियाँ खोल सैंया तोरे द्वारे खडे' या गाण्यात जरा कंबर हलवताना तो दिसलाय; पण ती संपूर्ण कॉमिक सिच्युएशन होती. त्यात कुठलंच गांभीर्य नव्हतं!

दिलीपकुमारचा दिमाख प्रथम दिसला तो 'लीडर' या १९६३-६४ मधे आलेल्या चित्रपटात.

मुझे दुनियावालो,
शराबी न समझो,
मै पीता नहीं हूँ,
पिलायी गयी है!

या गाण्यात शराबच्या धुंदीत असल्याचं नाटक करताना वैजयंतीमालासह नाचताना दिलीपकुमारच्या नृत्यामधली नजाकत दिसली.

मग १९६७ मध्ये 'राम और श्याम'मध्ये बेबी फरिदासह बालगोपालांच्या सान्निध्यात, बहारदार ऑर्केस्ट्राच्या साथीत दिलीपकुमार मस्त थिरकलाय.

'आयी है बहारे मिटे जुल्म सितम प्यार का जमाना आया दूर हुए गम' या शीर्षक गीतामध्ये दिलीपकुमारने जान भरली.

'बैराग'मधल्या 'साला मै तो साहब बन गया'मध्ये बूट-सूट घालून देसी साहेबांची त्याने उत्तम फिरकी घेतली.

'नया दौर' आणि 'इन्सानियत'मधल्या नृत्यात त्याच्या रांगड्या व्यक्तिमत्त्वाला साजेल असं तो नाचलाय. विशेषत: 'ये देस है वीर जवानों का' या भांगड्यात दिलीप अन् अजित छान नाचले.

पण १९६१ मध्ये आलेल्या 'गंगा-जमना'मध्ये दिलीपकुमारने खरोखरच कमाल अन् धमाल उडवून दिली.

नैन लड गई है रे, मनवामा कसक होईबे करी' या उत्तरेकडच्या भोजपुरी लोकसंगीताच्या साथीत दिलीप जे रंगून नाचलाय, ते माइंड ब्लोइंग ठरलं. इथे त्याची पावलेच थिरकली नाहीत, तर चेहऱ्यांची रेषान्‌रेषा अन् अख्खी देहबोलीच या

गाण्यात रंगलेली तुम्ही-आम्ही पाहिली.

'संघर्ष'मधलं 'मेरे पैरो में घुंघरू बंधा दे तो फिर मेरी चाल देख ले' ही जलद लयीतली अदा अशीच मनलुभावनी. हा नचैया कमी नाचला, पण नाचला तेव्हा टाळ्या-शिट्ट्यांची दाद घेऊन गेला.

◆◆◆

चित्रपती व्ही. शांताराम - टास्क मास्टर

भारतीय चित्रपटसृष्टीतलं व्ही. शांताराम यांचं स्थान केवढं उत्तुंग नि कर्तृत्व किती महान, ते सांगायची गरजच नाही. मराठी आणि हिंदी चित्रपटांसाठी त्यांनी दिलेलं योगदान थक्क करणारंच आहे! आधी 'प्रभात' आणि नंतर स्वतःच्या 'राजकमल कलामंदिर' या संस्थांमार्फत 'माणूस', 'शेजारी', 'माया मच्छिंद्र', 'कुंकू' आणि 'झनक झनक पायल बाजे', 'तुफान और दिया', 'दो आँखे बारह हाथ', 'नवरंग', 'स्त्री', 'सेहरा', 'गीत गाया पत्थरोंने', 'पिंजरा' हे त्यांनी निर्मिलेले

चित्रपट याची साक्ष देतील. विषयाचं नावीन्य, कल्पनेची भरारी आणि हवं ते साध्य करण्याची जिद्द यातून त्यांचे कर्तृत्व फुलले.

पण ते कठोर टास्क मास्टर होते, म्हणूनच त्यांना एवढं यश लाभलं!

'माणूस'मधल्या हवालदार नायकाच्या भूमिकेसाठी आधी वसंत देसाई यांचे नाव चर्चेत होते. वसंतराव अंगापिंडाने मजबूत, हे त्याचं एकमेव कारण! पण शांतारामबापूंनी शाहू मोडक यांची निवड करून सगळ्यांना धक्काच दिला. हा किरकोळ अंगलटीचा माणूस काय कामाचा, अशी सगळ्यांची प्रतिक्रिया. पण व्ही. शांताराम यांनी दुसऱ्या दिवसापासून भरपूर व्यायाम आणि कवायत करायला लावून शाहू मोडकांची इमेज बदलून टाकली. मग 'माणूस'मधला हवालदार यथायोग्य मुद्राभिनयातून हवा तसा साकार झाला. मुख्य म्हणजे, कवायतींचे ट्रेनिंग देण्यासाठी एक सेवानिवृत्त सेनाधिकारी त्यांनी जाणीवपूर्वक निवडला होता.

'शेजारी' चित्रपटामधल्या 'लखलख चंदेरी तेजाची न्यारी दुनिया' या समूहनृत्यात भाग घेणाऱ्या कलावंतांसाठी व्ही. शांतारामनी खास बंगाली नृत्य-दिग्दर्शक आणला होता. सकाळ-संध्याकाळ कसून तालीम चाले. आजही हे गीत पडद्यावर बघताना नृत्याची लय आणि मशालींची तेजस्वी प्रभा यांचा प्रभाव पडतो.

'झनक झनक पायल बाजे'ची कथा नृत्याला प्राधान्य देणारी, तर नायिकेच्या भूमिकेसाठी वैजयंतीमाला किंवा पद्मिनी अशी नृत्यांगना घ्या, असा त्यांना आग्रह झाला. पण शांतारामबापूंनी नवोदित 'संध्या'ची निवड केली. गोपिकृष्णांबरोबर तिच्याकडून अथक रियाझ करवून घेत त्यांनी हवं ते साध्य करून घेतलं. मग संध्याने वेळप्रसंगी पाठदुखीच्या यातना झेलून आपला नृत्याविष्कार उंचावला.

नवी प्रतिभा, नवे कलावंत ते शोधून काढत. त्यांच्याकडून भरपूर मेहनत करून घेत. वसंत देसाई हे संगीतकार आणि चित्रकार पु. श्री. काळे ही दोनच नावे उदाहरण म्हणून देता येतील. 'राजकमल' साठी पडदे रंगवताना श्री. पु. श्री. काळे किती राबले, त्याबद्दल 'सांगे वडिलांची कीर्ती' या पुस्तकात श्री. व. पु. काळे यांनी खूप कडवटपणे लिहिलंय!

'झनक झनक पायल बाजे' अन् 'तुफान और दिया'चं वसंत देसाई यांचं संगीत अफाट लोकप्रिय झालं. पण 'मौसी'नंतर यशाचा आलेख घसरताच त्यांना दूर करून 'नवरंग', 'स्त्री' साठी सी. रामचंद्र, तर 'सेहरा'साठी रामलाल यांची निवड झाली.

'पिंजरा'साठी जगदीश खेबुडकरांकडून लावणी हवी होती. त्या वेळी मी किमान पन्नास गीते लिहिली अन् पन्नासावे गाणे शांतारामबापूंनी पसंत केले, असे

आज खेबूडकर सांगतात. ते गाणं होतं—'तुम्हावरी केली मी मर्जी बहाल!'

'तुफान और दिया'चं चित्रीकरण लांबल्यामुळे नंदाला परीक्षा डावलून वेळ द्यावा लागला. चित्रपट पूर्ण झाल्यावर थिएटर मिळायला विलंब नको म्हणून शांतारामबापूंनी 'प्लाझा' हे स्वतःचे थिएटर बांधले कारण, त्या काळात वितरक थिएटर्स बुक करून इतरांची अडवणूक करीत. मग शांतारामबापू स्वतःच वितरक बनले. 'प्लाझा' हे स्वतःचे थिएटर त्यांनी उभे केले. असे होते शांतारामबापू !!

◆◆◆

सत्यजित रे - मास्टर ऑफ एव्हरीथिंग

एखाद्या माणसाच्या व्यक्तिमत्त्वामध्ये किती पैलू असावेत, याचे देदीप्यमान उदाहरण म्हणून ज्येष्ठ बंगाली दिग्दर्शक सत्यजित रे यांचे नाव आदराने घ्यावे लागेल.

एका जाहिरात संस्थेत काम करताना सत्यजित चित्रपटाकडे आकृष्ट झाले. एका आर्ट एजन्सीत १९५० मधे काम करताना त्यांना युरोप प्रवासाची संधी मिळाली.

'साडेचार महिन्यांत मी नव्याण्णव चित्रपट बघून घेतले या प्रवासात'— असं त्यांनीच नमूद करून ठेवलंय.

दि. २ मे १९२१ हा त्यांचा जन्मदिन. ते दोन वर्षांचे असताना त्यांचे वडील वारले. कलकत्याच्या प्रेसिडेन्सी कॉलेजमधून ते अर्थशास्त्राचे पदवीधर झाले. नंतरची दोन वर्षे रवीन्द्रनाथ टागोर यांच्या शांतिनिकेतनमध्ये ललित कलांचे अध्ययन नि अध्यापन त्यांनी केले.

बिमल रॉय यांच्या दिग्दर्शनकौशल्याची त्यांना अपूर्वाई वाटे. पण १९५५ मध्ये 'पथेर पांचाली' या बंगाली चित्रपटाचे दिग्दर्शन करत त्यांची कारकीर्द सुरू झाली. बंगाल सरकारचं आर्थिक पाठबळ लाभलेल्या 'पथेर पांचाली'ने राष्ट्रपती सुवर्णपदक मिळवले.

तत्पूर्वी, १९४८ मध्ये 'कलकत्ता फिल्म सोसायटी' या संस्थेच्या उभारणीत त्यांचा मोठा वाटा होता.

'पथेर पांचाली'ने डझनभर आंतरराष्ट्रीय पारितोषिके खेचली, तेव्हा सत्यजित फक्त चौतीस वर्षांचे होते.

सन १९५५ ते १९९२ या काळात त्यांनी जवळजवळ वर्षाला एक चित्रपट निर्माण केला. निसर्गदृश्ये आणि मानवी भावनांचा कल्लोळ हे त्यांच्या चित्रपटांचे वेगळे वैशिष्ट्य ठरले.

कांचनगंगा (१९६२), नायक (१९६६), चिडियाखाना (१९६७), जय बाबा फेलुनाथ (१९७९) या चित्रपटांच्या कथा सत्यजित रे यांनी लिहिल्या.

'संदेश' हे मासिक त्यांनी केवळ लहान मुलांसाठी अनेक वर्षे चालवले. त्यातल्या अठरा कथा नंतर इंग्रजीत अनुवादित झाल्या.

स्वत:च्या चित्रपटांचे सेट्स ते स्वत: डिझाइन करत. चित्रकला हा त्यांचा आवडीचा प्रांत. त्यातूनच अनेक पुस्तकांची कव्हर्स—मुखपृष्ठे त्यांनी केली. आपल्या चित्रपटांचे कला-दिग्दर्शन ते स्वत:च करत असत.

'सतत कार्यमग्न राहणे हा त्यांचा स्वभाव. म्हणूनच सेट डिझाइनिंगपासून नायिकेच्या ब्लाऊजच्या शिलाईपर्यंत प्रत्येक गोष्ट त्यांना करता येत असे.' हे त्यांच्या पत्नीने नोंदवून ठेवलंय!

'चारुलता' या चित्रपटापासून त्यांनी पटकथा-संवाद-दिग्दर्शनाबरोबरच संगीत दिग्दर्शनाची जबाबदारी व्यवस्थित पेलली.

'चारुलता'चं संगीत मला फार आवडलं, ही पं. रविशंकर या जागतिक कीर्तीच्या सतारवादकाची दाद खूप काही सांगून जाते.

'शतरंज के खिलाडी' (१९७८) आणि 'सद्‌गती' (१९८१) या हिंदी चित्रपटांची निर्मिती करत ते भारतीय चित्रपटांच्या मुख्य प्रवाहात आले.

लहान मुलांसाठी 'गोपी गाये बाघा बाये' आणि 'हिरक राजार देशे' हे चित्रपट त्यांनी केले.

पाश्चात्त्य चित्रपट ते खूप बघत. त्यातूनच 'अवर फिल्म्स देअर-फिलम्स्' या पुस्तकाचे लेखन त्यांनी केले.

'गणशत्रु' (१९८९) हा चित्रपट त्यांनी फक्त अठ्ठावीस दिवसांत तयार केला. मनस्वी नि स्वतःच्या विचारांशी ठाम अशा नायिका त्यांच्या 'अपुर संसार' 'महानगर' या चित्रपटांत दिसल्या.

फाळके पुरस्कार (१९८२) आणि व्हेनिस, बर्लिन, फ्रान्स, मॉस्को येथील फिल्म फेस्टिव्हलमधून अनेक पुरस्कार त्यांना लाभले.

सन १९९१ मध्ये 'लाइफ टाइम अचिव्हमेंट' हा ऑस्कर पुरस्कार हॉलिवुडतर्फे त्यांना देण्यात आला.

हृदयविकार अन् कॅन्सरशी सामना देत सत्यजित रे दि. २३ एप्रिल १९९२ रोजी मृत्यूला सामोरे गेले. 'भारतरत्न' हा अत्युच्च पुरस्कारही त्यांना मिळाला. भारतीय चित्रपटांच्या इतिहासात त्यांना मानाचे स्थान लाभले आहे.

◆◆◆

प्रेमनाथ - दमनूर आदमी

(जन्म : २८.११.१९२६ मृत्यू : ३.११.१९९२)

एखादा कलाकार आयुष्यभर जे काही प्रताप गाजवतो, ते सगळेच सर्वसामान्य चित्रपटवेड्यांपर्यंत पोहोचतातच, असे नाही. त्याच्या व्यक्तिमत्त्वामधले प्रत्यक्ष दिसणारे रंग वेगळे अन् अंतरंगात दडलेले रंग निराळे.

प्रेमनाथ हा असा बहुरंगी नि बहुढंगी कलावंत. पडद्यावर तो 'टफ गाय' म्हणजे रांगडा अन् रासवट वाटत असे. 'हॅपी गो लकी' अशी त्याची प्रतिमाच तयार झालेली.

पण प्रत्यक्षात हा अगदी सीधा आदमी, प्रेमळ पती, आदर्श भाऊ, कर्तव्यदक्ष बाप माणूस.

राज कपूरचा प्रेमनाथ हा साला! म्हणजे कृष्णा कपूरचा सख्खा भाऊ. साहजिकच पृथ्वीराज कपूर हे त्याच्या दृष्टीने आदर्श व्यक्तिमत्त्व.

'बरसात'पासून प्रेमनाथची पडद्यावरची स्वैराचारी प्रेमिक 'प्ले बॉय' ही प्रतिमा तयार झाली. 'आन'मधल्या उर्मट, उद्धट, क्रूर सरंजामदाराच्या भूमिकेमुळे या प्रतिमेला आणखी खतपाणी मिळाले.

'अनारकली' चित्रपटाने प्रकाशझोतात आलेल्या बीना रॉय या अभिनेत्रीसमवेत 'बादल' या चित्रपटात काम करताना दोघांत काही गुफ्तगू सुरू झाले. दोघे लवकरच विवाहबद्ध झाले.

प्रेमनाथला मग चित्रनिर्मितीचे डोहाळे लागले. 'गोवलकुंडा का कैदी' चित्रपट त्याने निर्मिला. पण निर्माता म्हणून तो दुर्दैवी ठरला. कर्जात बुडाला.

या काळात ग्रहांचा फेरा प्रेमनाथला पार उद्ध्वस्त करून गेला. त्यातच बीना रॉय मनोरुग्ण बनल्याने प्रेमनाथच्या अडचणीत भर पडली.

प्रेमनाथला या सगळ्याचा प्रचंड उबग आला. त्याने थेट हिमालयाकडे मोर्चा वळवला. संन्यस्त वृत्तीने साधू-संन्याशांच्या सहवासात तो काही काळ रमला.

नैराश्य, अपयश, कर्जबाजारी आयुष्य या साऱ्या आघातांमुळे प्रेमनाथ खचून गेला. काही काळ व्यसनांत बुडाला. या काळात पृथ्वीराज कपूर यांनी त्याला त्यापासून परावृत्त केले.

''तू कलाकार आहेस. कलेच्या सहवासात स्वत:ला झोकून दे; नशेमध्ये नाही,'' हे त्यांचे बोल ऐकून प्रेमनाथ सावरला.

भगवी वस्त्रे, रुद्राक्षांच्या माळा हे त्याचं नवं रूप या काळात जगाने पाहिलं. आयुर्वेद आणि होमिओपॅथी या वैद्यकशास्त्रात त्याने काही नवे प्रयोग केले. गायत्री मंत्राचे पठण सुरू केले.

विजय आनंद १९६५ मध्ये प्रेमनाथसाठी 'तिसरी मंजिल' या चित्रपटाची ऑफर अचानक घेऊन आला. त्यातली कुँवरसाब ही खलनायकाची व्यक्तिरेखा प्रेमनाथने अफलातून वठवली. पण अजूनही शनीची महादशा छळतच होती त्याला.

स्वत:च संगीतकार बनून त्याने आपल्या व्यक्तिमत्त्वामधला आणखी एक पैलू जगाला दाखवला. पण अपयशामुळे तो 'सिनिक' बनला. शिवराळ भाषा, विक्षिप्त वर्तन ही त्याची छबी बनली.

न आवडणाऱ्या व्यक्तीला तो 'म्युनिसिपालटी' किंवा 'बास्टर्ड' या शब्दात खच्ची करून मोकळा होई. हस्तसामुद्रिक अन् ज्योतिषविद्याही त्याला अवगत होती.

सोळा वर्षांची शनीची महादशा संपल्यावर 'जॉनी मेरा नाम'च्या लंपट,

खुनशी व्यक्तिरेखेमुळे प्रेमनाथ पुन्हा प्रकाशझोतांमध्ये आला. 'तिसरी मंझिल'साठी त्याचे मानधन पस्तीस हजार रुपये होते. आता निर्माते रांगा लावून त्याच्या पुढ्यात उभे राहू लागले. त्याची 'प्राइस' अठरा लाखांपर्यंत गेली. राजेश खन्नापेक्षा त्याच्या डेट्स मिळवणे अवघड झाले.

पण आप्त-परिचितांसाठी मात्र प्रेमनाथ विचारी, प्रेमळ अन् कर्तव्यदक्षच राहिला. पृथ्वीराज कपूर यांच्या शेवटच्या आजारपणात त्यांच्या पायाशी बसून प्रेमनाथ गायत्री मंत्र म्हणत असे.

'भूतनाथऽऽ अब मेरे जानेका वक्त आ गया. अब मत रोक मुझे. ये पुरश्चरण बंद करो,' असं पृथ्वीराजजींनी सांगितले. मगच त्याचा मंत्रोच्चार थांबला.

रांगडा नायक, इरसाल खलनायक ही त्याची पडद्यावरची रूपं. प्रत्यक्षात तो होता भूतनाथ!! अर्थात पापा पृथ्वीराज कपूरच त्याला या नावाने पुकारत.

◆◆◆

मोतीलाल - अव्वल नंबरचा जुगारी

चित्रपटसृष्टीतले कलाकार सदैव तणावाखाली वावरत असतात. आधी यशस्वी होण्यासाठी ते खूप धडपड करतात, मेहनत घेतात; मग कमावलेलं स्थान टिकवण्यासाठी झुंज द्यावी लागते त्यांना!

हा ताण असह्य झाला की, काही तरी उतारा शोधावा लागतो. कुणी दारूचा प्याला ओठाला लावतात, कुणी घोड्यांच्या शर्यतीमधून रेसकोर्सवर नशीब अजमावतात.

पण मद्य दिवसा पिता येत नाही आणि घोड्यांच्या शर्यती फक्त सीझनमध्ये आणि त्यासुद्धा फक्त शनिवार-रविवारीच

चालतात.

पत्त्यांच्या जुगाराला तशी वेळ-काळाची बंधने नाहीत. रात्रंदिवस, चोवीस तास पत्त्यांचे अड्डे खुले असतात.

अभिनेता म्हणून मोतीलाल किती मोठा, ते आमच्या पिढीने बुजुर्गांकडून खूप ऐकलं. 'देवदास'मधली मोतीलालची चुनिलाल ही व्यक्तिरेखा, त्याचं झुलत-डुलत चालणं लक्षात राहून गेलं. 'जिंदगी ख्वाब है' हे 'जागते रहो' मध्ये मुकेशने गायलेलं गीत गात मोतीलाल एक नशेबाज व्यक्तिरेखा रंगवून गेलाय.

'पैगाम'मधला मिलमालक, 'अनाडी'मधला औषध कंपनीचा चालक या त्याच्या सॉफिस्टिकेटेड भूमिका साकारतानाचा सहज-नैसर्गिक अभिनय त्याची गुणवत्ता सिद्ध करून जाई.

भूमिका छोटी असो की मोठी; मोतीलाल इतक्या सहजतेने वावरायचा पडद्यावर, की तो अभिनय करतोय, असे वाटतच नसे. म्हणूनच 'वक्त'मधला सरकारी वकील असो की 'लीडर' चित्रपटामधला गांधीवादी आचार्य, मोतीलालची तगडी अदाकारी सामान्य प्रेक्षकांचं अंत:करण जिंकून जाई आणि समीक्षकही भरभरून त्याच्याबद्दल लिहून पसंतीची पावती दिलखुलासपणे देत!

मोतीलालचा 'मिस्टर संपत' हा चित्रपट १९५० च्या दशकात गाजला. एस. एस. वासन हे मद्रासी निर्माते तर त्याच्या अभिनयाने प्रचंड प्रभावित झाले.

त्या काळात दिलीपकुमारचा सर्वदूर अति बोलबाला होता. मोतीलाल मात्र आत्मविश्वासाने बोलायचा. 'आखिर तुम्हारे दिलीपकुमारमें मुझसे क्या खास बात है? 'हां... उसके सरपे मुझसे थोडे ज्यादा बाल है, ये सच है' असं म्हणून तो ठहाका मारून हसायचा.

पण ह्या प्रतिभावान कलाकाराचा एक फार मोठा 'ड्रॉ बॅक' होता. पत्त्यांचा जुगार खेळण्यात मोतीलाल तहानभूक विसरून जायचा. कधी तरी शूटिंगसुद्धा बुडवायचा. 'फ्लश' म्हणजे तीन पत्त्यांचा हा जुगार, 'बाजी' (१९५०)पासून 'श्री ४२०' (१९५४) पर्यंत आणि नंतरही 'गॅम्बलर' (१९७१) या चित्रपटात आपण अनेक वेळा पडद्यावर पाहिलेला आहे. पण मोतीलाल वास्तव जीवनात या 'तीन पानी' वेडाने पछाडलेला होता. एक वेगळा नशाच तो, पण व्यसनामध्ये परिवर्तित झालेला.

या व्यसनाची पुढची पायरी म्हणजे आधी कर्जबाजारी होणं आणि मग आयुष्यातून उठणं... पण त्याआधी बरंच काही घडून जातं.

एकदा असाच मोतीलाल खेळात दंग. हरणं-जिंकणं फजूल. खेळाचा नशा

आनंद द्यायचा त्याला. पण ही हरलेली रक्कम पंचाहत्तर हजारांपलीकडे झेपावली आणि मोतीलाल भानावर आला. एक निर्माता नेमका त्याच वेळी भेटायला आलेला. त्याला काही करून मोतीलाल आपल्या चित्रपटासाठी हवाच होता.

'पचहत्तर हजार अदा करो-- हम तुम्हारी अगली फिल्ममे काम करेंगे...' पाईप शिलगावत मोतीलाल बोलू लागला.

'मिस्टर संपत'साठी निर्मात्याने तेवढी रक्कम मोजून मोतीलालला बुक् केलं आणि तो निघून गेला. पुढच्या क्षणी मोतीलाल नव्या डावात गुरफटला...

'छोटी छोटी बाते' हा मोतीलालने स्वत: निर्मिलेला चित्रपट कोसळला. त्याच्या अंत्ययात्रेला फारच थोडी माणसं हजर होती.

◆◆◆

देव आनंद - अ मॅन ऑफ प्रिन्सिपल

(जन्म : २६.९.१९२३ मृत्यू : ४.१२.२०११)

देवला आपण त्याचे चाहते ओळखतो ते त्याच्या रोमँटिक अंदाजामुळे. 'चिक् चॉकलेट', 'रोडसाइड रोमिओ' अशीपण त्यांची ओळख होती. आठवा... त्याची ती त्यालाच शोभणारी चाल.

'ले के पहला पहला प्यार' या गाण्यात मरिन ड्राइव्हच्या पार्श्वभूमीवर नायिका शकिलाचा पाठलाग करताना सीआयडी चित्रपटात देव आनंद काय रुबाब गाजवतो!

पण हा अभिनेता चक्क पंजाब विद्यापीठाचा बी. ए. आहे. साहजिकच त्या काळातल्या सुशिक्षित माणसाप्रमाणे देव

आनंद पण उसूल का पक्का! एखादी गोष्ट एकदा ठरवली की ठरवली; त्यात बदल नाहीत.

'नवकेतन' ही संस्था तोट्यात जायला लागली अन् देवने निर्धार केला— 'डायरेक्शन सिर्फ हम करेंगे-'

खरोखरच 'प्रेमपुजारी'पासून नवकेतनचा प्रत्येक सिनेमा दस्तुरखुद्द देव आनंदने दिग्दर्शित केलाय— भले त्याचे चित्रपट चालोत अथवा ना चालोत! एकदा ठरलं की त्यात बदल नाही.

देव हा माणूस अगदी आरंभापासून असाच! तो पाठीला पोक काढून चालतो हे खरं. पण आदमी ताठ कण्याचा आहे.

देव आनंद-सुरैया या जोडीचं प्रेमप्रकरण १९५० च्या दशकामध्ये रंगात आलेलं. अफसर, विद्या, जीत, सनम दो सितारे, नीली, शायर अशा अनेक चित्रपटांत दोघे एकत्र आले. साहजिकच सततच्या सहवासाने फुललेलं हे प्रेम शादीमध्ये तबदिल होणार, असं अनेकांना वाटलं. या काळात दुर्गा खोटे, कामिनी कौशल या दोघींनी या प्रेमिकांचे संदेश पोहोचवण्याचं काम करत देव-सुरैयाला साथ दिली.

'जीत'च्या सेटवर फिल्मी लग्नाचे चित्रण करताना खराखुरा भटजी आणून लगेच दोघांना हनिमूनला पाठवायचा घाट निर्मात्याने घातला. तो अयशस्वी झाला.

पण याच सुमारास देव आनंदने एका मुलाखतीत 'मेरी बिबी शादी के बाद फिल्मोंमे काम नहीं करेगी।' असे जाहीर केले.

सुरैया मुस्लिम, त्यामुळे तिच्या घरातून या प्रेमप्रकरणाला प्रचंड विरोध होता. एकदा देव-सुरैयाचे बिंग फुटताच या विरोधाने उग्र रूप धारण केले. सुरैया त्या काळची सर्वाधिक मोबदला घेणारी नायिका. 'लग्न केलंस तर तुझं करिअर संपुष्टात येईल', अशी तिला दमदाटी झाली. घरच्यांचा विरोध डावलून जायची सुरैयाची तयारी नव्हती. त्यामुळे ही प्रेमकहाणी अपयशी ठरली. देव अन् सुरैया यांचे समांतर आयुष्य पुढे चालू राहिले.

सुरैया अखेरपर्यंत अविवाहित राहिली. देव आनंद-कल्पना कार्तिक ही नवी प्रेमकहाणी सुरू झाली.

पण लग्नानंतर कल्पना कार्तिकने चित्रपटसंन्यास घेतला. 'नवकेतन'च्या 'नौ दो ग्यारह'सारख्या एखाद्या चित्रपटात ती दिसली. पण नंतर देव आनंदच्या तत्त्वांशी ती एकनिष्ठ राहिली.

देव आनंदने सुरुवातीपासूनच आपली पत्नी लग्नानंतर चित्रपटात काम

करणार नाही, असे तत्त्व ठरवून ठेवले होते आणि ते त्याने अमलात आणले. सहाय्यक निर्माती म्हणून नवकेतनच्या प्रत्येक चित्रपटाच्या श्रेयनामावलीत कल्पना कार्तिकचे नाव ठळकपणे दिसते.

म्हणून म्हणतो, देव आनंदला तुम्ही 'सदाबहार नायक' म्हणा, की 'रोड-साईड रोमियो;' ही इज अ मॅन ऑफ प्रिन्सिपल!!

◆◆◆

नूतन – नायिका आणि गायिका

(जन्म : ४.८.१९३८   मृत्यू : २१.२.१९९१)

शोभना समर्थ या आपल्या आईकडून नूतनला अभिनयाचा वारसा लाभलेला. त्यामुळे ती कुशल अभिनेत्री बनून हिंदी चित्रपटांच्या मायावी दुनियेत जवळजवळ पंचवीस वर्षे राज्य करत राहिली याचे नवल वाटत नाही.

ग्लॅमरस नायिका (पेईंग गेस्ट, अनाडी, दिल्ली का ठग), पतिनिधनामुळे मानसिक संतुलन गमावलेली माता (कर्मा), आदर्श भारतीय नारी आणि पतिव्रता (सरस्वती चंद्र), आपल्या जमिनीचा कब्जा घेऊ पाहणाऱ्या उत्पल दत्तशी एकाकी झुंजणारी विधवा ('मुजरीम हाजिर हो' ही दूरदर्शन मालिका), चोरीचा

आरोप खोडून काढण्यासाठी बंडखोरी करणारी युवती (सीमा) अशा विविध भूमिकांमधून नूतनने आपल्या बहुआयामी अभिनय-प्रतिभेचा उत्तुंग आविष्कार रुपेरी पडद्यावर दाखवला.

देव आनंद (पेइंग गेस्ट, बारिश, तेरे घरके सामने, मंझिल), राज कपूर (अनाडी, कन्हैया, छलिया, दिल ही तो है), दिलीपकुमार (कर्मा) अशा दिग्गज अभिनेत्यांशी तिने सामना केलाय.

तलत मेहमूद (सोनेकी चिडियाँ) आणि किशोरकुमार (चंदन, दिल्ली का ठग) अशा पार्श्वगायकांचीही नूतन नायिका बनली.

पण तिची प्रतिभा, तिचं कर्तृत्व फक्त अभिनयापुरतं मर्यादित कधीच नव्हतं!

नूतनने १९५० मध्ये एका सौंदर्य स्पर्धेत अव्वल क्रमांक मिळवत सर्वांना आश्चर्याचा धक्का दिला होता. या स्पर्धेत ट्रॅजेडी क्वीन मीनाकुमारी तिसऱ्या क्रमांकावर होती, तर सौंदर्यसम्राज्ञी म्हणून जिचा उदो-उदो केला जातो ती मधुबाला चक्क आठव्या नंबरावर होती.

सन १९६० मध्ये आलेल्या 'दिल्ली का ठग' या रोमँटिक म्युझिकल चित्रपटात नूतनने स्वीमिंग ड्रेस परिधान करत रसिक प्रेक्षकांना झुलवत ठेवलं.

नृत्य हा काही नूतनचा खास प्रांत नाही. पण 'सरस्वती चंद्र' चित्रपटामध्ये 'मै तो भूल चली बाबुलका देस, पिया का घर प्यारा लगे' या गरबा नृत्यात ती अशी मनापासून रमली की, गुजराती भाषक तिच्या या अदाकारीवर फिदा झाले.

बलराज सहानी हा कलाकार १९५० च्या दशकामध्ये गंभीर आदर्शवादी व्यक्तिरेखा रंगवण्यात बुलंदी गाठून गेला. पण 'सीमा' या चित्रपटात तुलनेने नवीन असलेल्या नूतनने बलराज सहानीशी जबरदस्त सामना केलाय.

नूतनच्या व्यक्तिमत्त्वामधे आणखी एक खासियत आहे, हे पुष्कळांना ठाऊक नाही. ती हौशी गायिका होती. तिच्या या गुणाचा पहिला प्रत्यय कल्याणजी- आनंदजी संगीतकार जोडीमधल्या कल्याणजीभाईंना आला.

'छलिया' चित्रपटासाठी 'तेरी राहो में खडे है दिल थाम के हाये हम भी दीवाने है तेरे नामके' हे गीत ध्वनिमुद्रित करताना नूतन स्वत: गाऊ शकते, हे कल्याणजीभाईंना समजले. थोडा आग्रह करताच नूतन गायला तयार झाली. गाण्याचे रेकॉर्डिंगही पार पडले. पण ध्वनिमुद्रित गाणे ऐकल्यावर आपल्यापेक्षा लता मंगेशकरच्या आवाजातच हे गाणे जास्त खुलेल, ही जाणीव होताच नूतनने माघार घेतली. मग हे गाणे लतादीदींच्या स्वरात रेकॉर्ड झाले.

१९६० मध्ये 'छबिली' या शोभना समर्थ निर्मित चित्रपटात मात्र नूतनने स्वत:च आपली गाणी गायली. संगीतकार होते स्नेहल भाटकर.

ऐ मेरे हमसफर
ले रोक अपनी नजर
ना देख इस कदर
ये दिल है बडा बेसबर

हे नितांतसुंदर गीत नूतनने चिरंजीव केलंय. आजही हे गीत ऐकणं, हा एक आनंददायक अनुभव ठरतो. एखादा जिनिअस कुठल्याही क्षेत्रात तेवढ्याच कर्तृत्वाने तळपतो, हे नूतनने सिद्ध केलंय!

◆◆◆

के. असिफ - स्वप्ने प्रत्यक्षात उतरवणारा दिग्दर्शक

स्वप्नं पाहण्यात काही चूक नाही; पण ती प्रत्यक्षात आणण्यासाठी जिवापाड मेहनत घेणारा के. असिफसारखा दिग्दर्शक अन्य कुणी असेल, असे नाही वाटत.

'हलचल' या चित्रपटासाठी १९५१ मध्ये के. असिफला बलराज साहनी हा नट हवा होता. कम्युनिस्ट चळवळीत भाग घेतल्यामुळे बलराज साहनी त्या वेळी तुरुंगात होता. के. असिफ पोलीस व्हॅनमधून रोज शूटिंगसाठी बलराज साहनीला स्टुडिओत घेऊन येत असे. के. असिफ स्वत: 'हलचल'चे निर्माते होते. कुणी तरी चित्रपटाच्या दिग्दर्शकाला (एस. के. ओझा) विचारले,

‘एवढा आटापिटा करण्याची काय गरज आहे? अन्य कुणा नटाला घेऊन चित्रपट पुरा करता येणार नाही का?’

एस. के. ओझा एक तुच्छ कटाक्ष टाकत म्हणाला, ‘तसं असेल तर तुम्ही के. असिफना ओळखलेलं दिसत नाही. कारण एकदा एखाद्या नटाला एखाद्या भूमिकेत घ्यायचे त्यांनी ठरवले की, ते आकाश-पाताळ एक करतील. अगदी स्वर्गाच्या पायऱ्या उतरायला लावून त्या नटाला ते पडद्यावर आणतील.’

हीच जिगर आणि तळमळ ‘मुगल-ए-आझम’सारखा क्लासिक चित्रपट बनवताना के. असिफनी बाळगली, म्हणूनच एवढा सर्वांगसुंदर चित्रपट तुम्हा-आम्हाला बघता आला.

‘फूल’ (१९४४- पृथ्वीराज कपूर, मझहर खान आणि सितारादेवी) या एकमेवचित्रपटाचे दिग्दर्शन त्या वेळी के.असिफच्या नावावर जमा होते. पण ‘मुगल-ए-आझम’ने त्यांना यश, पैसा, कीर्ती सारे काही दिले.

‘He did everything with style’ या शब्दांत त्यांच्या या असामान्य कामगिरीचे कौतुक केले गेले.

त्यांनी १९४४ मध्ये ‘मुगल-ए-आझम’ची पटकथा लिहिताना सप्रू, चंद्रमोहन आणि नर्गिस ही नावे डोळ्यांपुढे ठेवली होती. पण १९४६ मध्ये चंद्रमोहनचे निधन झाले आणि फायनान्सर शिराझ अली हकीम पाकिस्तानात निघून गेले. मग अकबराच्या भूमिकेत पृथ्वीराज कपूर आले. दिलीपकुमार ‘मी सलीमसारखा दिसणे शक्य नाही’ म्हणत नकार देण्याच्या तयारीत होता. पण के. असिफनी त्याचे मतपरिर्वतन केले. पन्नास दिवसांचे शूटिंग पार पडले, तरी के. असिफना ‘अनारकली’ सापडलेली नव्हती. अखेर मधुबालाची निवड झाली. पण पाच दिवस ती सेटवर आली, तरी के. असिफनी तिचे एकही दृश्य चित्रित केले नाही. मेकअप, कॉस्च्युम हे सारं मनासारखं झालं, तेव्हाच त्यांनी तिचा पहिला शॉट घेतला.

‘He was the Boss’, हेच खरं. म्हणून तर तानसेनसाठी प्लेबॅक द्यायला के. असिफनी बडे गुलाम अली खाँ यांना ते मागतील त्याहून जास्त बिदागी देऊन ‘प्रेमजोगन बन के’ हे सुरेल गीत त्यांच्याकडून गाऊन घेतले.

आरसे महालाचा सेट तयार झाल्यावर ‘रिफ्लेक्शन’मुळे चित्रीकरण अवघड बनले तरी विचलित न होता तीन-तीन कॅमेरे वापरून के. असिफनी मनासारखे चित्रण पार पाडले. कमाल अमरोही, वजाहत मिर्झा, एहसान रिझवी आणि अमान हे चार संवाद-लेखक अस्खलित उर्दू बाज आणण्यासाठी कामाला लावले.

फायनान्सर शापूरजी पालनजी यांच्या सदैव खनपटीला बसून आपल्या सर्व

मागण्या के. असिफनी मंजूर करवून घेतल्या.

मग ज्या काळात प्रत्येक विभागासाठी जेमतेम चार लाख रुपये वितरकांकडून मिळत; त्याच काळात मुगल-ए-आझमसाठी के. असिफनी सतरा लाख रुपये प्रत्येक विभागासाठी मिळवले. हत्तीवरून 'मुगल-ए-आझम' ची प्रिंट मराठा मंदिर थिएटरवर आणण्याची योजकता दाखवली. चित्रपट तिथे एक वर्षभर दणकून चालला. जेमतेम साडेतीन चित्रपट निर्माण करणारे के. असिफ हे हिंदी चित्रपट-सृष्टीला पडलेले सुंदर स्वप्न म्हणायला हवे.

◆◆◆

विजय आनंद – नियतीचा लाडका माणूस

या जगात प्रत्येकाला यश, कीर्ती, पैसा हे सगळं हवं असतं; पण ते मिळतंच असं नाही. मात्र आशा, इच्छा सुटत नाहीत. पण काही भाग्यवंत असे असतात, ज्यांना उशिरा का होईना, समाधान लाभतं. विजय आनंद हा असा नियतीचा लाडला—लाडका—आवडता!

चेतन आनंद, देव आनंद यांचा हा धाकटा भाऊ. थोरला भाऊ दिग्दर्शक म्हणून कर्तृत्व गाजवत असताना आणि देव आनंद चॉकलेट हीरो बनून चमकत असताना विजय आनंदच्या मनात महत्त्वाकांक्षा रुजणं स्वाभाविक.

विजय आनंद / ४७

'टॅक्सी डायव्हर' या नवकेतनच्या चित्रपटाचं शूटिंग सुरू असताना विजय आनंद सहायक म्हणून चेतन आनंदच्या हाताखाली राबत होता. संवादलेखनातल्या चुका दुरुस्त करत त्याने चेतन आनंदला चकित केले.

'नवकेतन'च्या पुढच्या चित्रपटाची बागडोर आपल्या हाती येईल, अशी सुप्त इच्छा विजय आनंदच्या मनात उसळ्या मारू लागली. 'नौ दो ग्यारह'ची जुळवाजुळव सुरू झाली. चेतन आनंदला अन्यत्र दिग्दर्शन करायची संधी मिळाली आणि विजय आनंदच्या आशा पल्लवित झाल्या. 'तू अजून लहान आहेस. कॉलेज शिक्षण पूर्ण कर. मग बघू' असं सांगून चेतन आणि देवने नवा चित्रपट राज खोसलाकडे सोपवला. बिचारा विजय आनंद प्रचंड निराश झाला.

गंमत म्हणजे, राज खोसला यांनीसुद्धा व्यग्र असल्याचे कारण सांगत 'नौ दो ग्यारह' नाकारला. शेवटी आनंदबंधूंनी ही जबाबदारी नाइलाजाने विजय आनंदच्या कोवळ्या खांद्यावर सोपवली. याला नियतीचा करिष्मा नाही तर काय म्हणायचं?

'नौ दो ग्यारह'मधला सस्पेन्स, रोमान्स आणि गाण्यांचे चित्रीकरण हे सगळं प्रेक्षकांनी डोक्यावर घेतलं. वयाच्या अवघ्या चोविसाव्या वर्षी विजय आनंद यशस्वी दिग्दर्शक म्हणून नावारूपाला आला. 'काला बाजार', 'तेरे घरके सामने', 'हम दोनो', 'गाईड' अन् 'ज्युवेल थीफ' असं नंतरचं त्याचं देदीप्यमान कर्तृत्व.

याच काळात नात्यातल्याच सुषमा या मुलीवर त्याचा जीव जडला. पण हा संबंध आनंद कुटुंबीयांनी नाकारला.

नंतर लव्हलीन या अभिनेत्रीबरोबर त्याने मांडलेला संसार मोडला. विरक्ती आलेल्या विजय आनंदने आचार्य रजनीश यांचे शिष्यत्व पत्करले. दरम्यान, नासिर हुसेन निर्मित 'तिसरी मंझिल'चा दिग्दर्शक म्हणून विजय आनंदला आणखी यश मिळालं.

पण त्यानंतर 'नवकेतन'चे सर्व चित्रपट देव आनंदने स्वतःच दिग्दर्शित केले. याच वेळी 'कोरा कागज', 'डबल क्रॉस', 'मैं तुलसी तेरे आंगन की' अशा काही चित्रपटांत जया भादुरी, रेखा आणि नूतन अशा नामवंत नायिकांबरोबर विजय आनंदला अभिनेता म्हणून वेगळी खेळी खेळायला मिळाली. नट, नायक, चरित्र अभिनेता बनण्याची त्याची मनोकामना पूर्ण झाली.

आता नियती पुन्हा एकदा त्याच्यावर प्रसन्न झाली. आनंद कुटुंबीयांनी विरोध मागे घेऊन विजय आनंद-सुषमा यांचा विवाह लावून दिला.

आयुष्याच्या अंतिम टप्प्यावर विजय आनंद भारतीय सेन्सॉर बोर्डाचा अध्यक्ष म्हणून नियुक्त झाला. दि. २३ फेब्रुवारी २००४ रोजी विजय आनंद हे जग सोडून गेला. पण नियती त्याच्यावर प्रसन्न होती, एवढं नक्की!

◆◆◆

नादिरा - अव्वल नंबरची खलनायिका

नादिरा ही अभिनेत्री तिच्या आयुष्याच्या उत्तरार्धात ज्युली (१९७०), सागर (१९८०) या चित्रपटातल्या दुय्यम चरित्र व्यक्तिरेखांमुळे लक्षात राहून गेली, हे खरं. पण ती हिंदी चित्रपटसृष्टीत मुळात आली होती नायिका बनण्यासाठी! तिला प्रसिद्धी मिळाली खलनायिका म्हणून.

ज्येष्ठ निर्माते-दिग्दर्शक मेहबूब खान यांनी 'आन' चित्रपटासाठी हिरोइन म्हणून तिची निवड केली, ती १९५३ मध्ये! पण तिची तेज तर्रार नजर, धारदार नाक, भरपूर उंची आणि मॉडर्न लूक हे सारं बघून राज कपूरने मेहबूब खान यांना

खास विनंती करून 'श्री ४२०' मधल्या 'व्हॅम्पिश रोल'साठी नादिराला 'बुक' केले.

'मुड मुड के ना देख' या गाण्यात फिल्टर्ड सिगारेट ओढताना नादिराने अक्षरश: कयामत आणली. उन्मादक पेहराव, ओठांची धनुकली आणि आँखोमें जलवा घेऊन आलेली ही क्लब डान्सर प्रेक्षकांना खल्लास करून गेली! बेफिकीर देहबोलीतून नादिराने नृत्यगीताचा नशीला माहोल अशा चटपटीतपणे उभा केला की, ती व्हॅम्प म्हणजे खलनायिका आहे, हेच विसरायला झालं!

मग १९५४ मध्ये 'आन'ची राजकुमारी म्हणून नादिरा शोभून दिसली, तरी निर्माते मात्र तिच्या दाराशी येऊ लागले ते फक्त 'व्हॅम्पिश गर्ल' या व्यक्तिरेखेसाठी!

राज कपूरने तिला घडवलं, हे ती मान्य करते; पण तिचं करिअर मात्र बिघडवलं, हेच खरं! कारण ती चित्रपटात आली ती फक्त नायिका बनण्यासाठी; पण आता बेडर, झुंजार, निगेटिव्ह भूमिकाच तिच्या वाट्याला येऊ लागल्या.

'सिपाह सालार', 'पॉकेटमार', 'सिंदबादकी बेटी' अशा देमार नाही तर गुन्हेगारी वळणाच्या चित्रपटांत ती दिसू लागली.

याच काळात नशीबही तिच्याविरुद्ध गेलं. कवी नक्शबबरोबर केलेली शादी कामयाब झाली नाही. सेटवर तिला बुरखा घालून जाणे नवऱ्याने भाग पाडले. 'मैं कहूँगा उसी फिल्म में तुम काम करोगी' हा त्याचा फतवा नादिराने ऐकला. ती जणू पैसे कमावण्याचे मशीन बनली त्याच्यासाठी.

'माँ बनना तुम्हारे करियर के लिये हानी पहुँचायेगा...' हा जाच मात्र तिला असह्य झाला. मग तिने शादीचे बंधन झुगारून दिले.

नंतर एका अरब धनिकासमवेत नादिराने पुन्हा विवाहाचे स्वप्न पाहिले. पण इथेही तिच्या वाट्याला दु:खच आले.

'दिल अपना, प्रीत पराई' मधली तिची 'कुसुम' सुरेख वठली. नवऱ्याबद्दलच्या संशयाने पिसाळलेली, नर्स करुणाच्या जिवावर उठलेली ही आक्रस्ताळी स्त्री, नादिराच्या अभिनयगुणांचा परिचय देते.

फरहात इझिकेल हे तिचे मूळ नाव. नादिरा हे 'स्क्रीन नेम' तिला मेहबूब खान यांनी दिले. ज्यू कुटुंबात तिचा जन्म झाला.

मोतीलाल, ओमप्रकाश हे तिचे उत्तरायुष्यातले मित्र. मोतीलालचा 'छोटी छोटी बाते' प्रदर्शित होण्यासाठी तिने योगदान दिले; तर 'ज्युली' मधली ओमप्रकाश-समवेत साकारलेली 'मार्गरिट' नादिराला फिल्मफेअर पुरस्कार देऊन गेली.

'मी चांगली पत्नी होते. चांगली मातासुद्धा बनू शकले असते. पण खुदा आणि माझ्या आयुष्यात आलेले पुरुष यांनी मला तशी संधीच दिली नाही,' असे

नादिरा म्हणायची.

'पाकिजा'मधली वीणाने केलेली भूमिका आधी नादिरा करणार होती. पण हितशत्रूंनी कमाल अमरोहींचे कान फुकल्यामुळे तिथे एक नगण्य भूमिका तिच्या वाट्याला आली.

वक्र भुवया, कठोर भाषण, तंग तुमान आणि हंटर शूज या साऱ्यातून 'आन' चित्रपटामधली उर्मट राजकन्या तिने सुरेख साकारली. पण 'श्री ४२०' चित्रपटाने मोठे आर्थिक यश मिळवले. त्यामुळे नादिरा खलनायिका म्हणूनच आजही ओळखली जाते.

♦♦♦

रांगडा, मस्तवाल नायक - सूर्यकांत

मराठी चित्रपटसृष्टीत एके काळी दोन सख्खे भाऊ नायकाच्या भूमिकेत दिसायचे. 'थोरली पाती' म्हणजे चंद्रकांत मांडरे आणि 'धाकटी पाती' म्हणजे सूर्यकांत.

सन १९३८ मध्ये 'ध्रुव' या चित्रपटात श्री विष्णूची भूमिका करत सूर्यकांतने आपल्या प्रदीर्घ अशा कारकिर्दीचा श्री गणेशा केला! मूळ नाव वामन मांडरे.

चित्रमहर्षी भालजी पेंढारकर यांच्या कडक शिस्तीत 'बहिर्जी नाईक' या ऐतिहासिक चित्रपटामधल्या बालशिवाजीच्या भूमिकेपासून

सूर्यकांतची वाटचाल सुरू झाली. मग अनेक ऐतिहासिक, सामाजिक अन् तमाशापटांतून त्याने विविध व्यक्तिरेखा रंगवल्या.

महाराणी येसूबाई, जय भवानी, पावनखिंड या चित्रपटांतला त्याचा राजा शिवाजी अस्सल वाटला. चंद्रकांतनंतर एवढ्या समरसतेने ही भूमिका पेश करणारा फक्त सूर्यकांत हा एकमेव नट!

मीठ-भाकर (पोलीस-इन्स्पेक्टर), माझी जमीन (खलनायक), अशा विविध भूमिका करत दत्ता धर्माधिकारी यांच्या 'स्त्रीजन्मा ही तुझी कहाणी' आणि 'बाळा जो जो रे' या चित्रपटातून सूर्यकांत सामाजिक चित्रपटांचा नायक बनला.

आपल्या यशस्वी कारकिर्दीचे सर्व श्रेय सूर्यकांत फक्त भालजी पेंढारकरांनाच देत असे. कोल्हापूरच्या तालमीत भरपूर व्यायाम आणि कुस्तीचे डावपेच शिकण्याबरोबरच घोड्यावर बसणे, दांडपट्टा चालवणे, तलवारबाजी या अनेक गोष्टी भालजींच्या मार्गदर्शनाखाली आपण शिकल्याचे तो अभिमानाने सांगतो.

मग ग्रामीण ढंगाच्या चित्रपटांत रंगेल, रांगडा नायक म्हणून सूर्यकांतच्या वाट्याला प्रचंड लोकप्रियता आली. 'धाकटी पाती' हे त्याचे आत्मचरित्र बक्षिसपात्र ठरले! आधी 'शिकलेली बायको', 'बाळा जो जो रे' आणि 'कन्यादान' या चित्रपटांत त्याची उषाकिरणबरोबर छान जोडी जमली. दोघांनी बारा चित्रपटांत एकत्र भूमिका केल्या.

'शिकलेली बायको' या नाथमाधव यांच्या 'डॉ. कांदबरी' वर आधारित चित्रपटातला रांगडा शेतकरी सूर्यकांतने मोठ्या मस्तीत साकारला.

सन १९६० मधील घटना. सूर्यकांत या मराठीतल्या सर्वांत यशस्वी नायकाच्या 'कलंकशोभा' आणि 'वैजयंता' या दोन चित्रपटांचे शूटिंग मुंबईच्या एका स्टुडिओमध्ये सुरू होते.

सेटवर मास्टर भगवान आणि ज्येष्ठ खलनायक प्राण उपस्थित होते. 'हा उमदा, देखणा नायक कोण?' याचे प्राणला कुतूहल.

'प्राणसाबऽऽ ये सूर्यकांत है, मराठी फिल्मोंका दिलीपकुमार!' भगवानदादांनी ओळख करून दिली.

सूर्यकांत या अभिनेत्याचा यापेक्षा मोठा गौरव कुणी केलेला नसणार!!

'भाऊबीज' हा कौटुंबिक तर 'पुनवेची रात' हा रहस्यमय चित्रपट करतानाच सूर्यकांत ग्रामीण चित्रपटात रगेल-रंगेल नायक म्हणून चमकला, तो १९६० च्या दशकात. 'सांगत्ये ऐका', 'रंगपंचमी', 'वैजयंता' या चित्रपटांत डोईवर फेटा, कुडता-सुरवार अशा वेषात तो असा देखणा दिसे, की तमाम महाराष्ट्र त्याच्या

व्यक्तिमत्त्वावर फिदा झाला.

'भाव तेथे देव'मधला त्याचा खलनायक बघून, बंधू चंद्रकांत यांनी त्याची पाठ थोपटली. 'कलंकशोभा' या सामाजिक चित्रपटात तो कॉलेजकुमार म्हणून शोभला.

सूर्यकांत आणि जयश्री गडकर ही जोडी ग्रामीण चित्रपटांच्या हुकमी यशाचा पत्ता बनून गेली. सूर्यकांतने अनेक चित्रपटांत डमी न वापरता धाडसी दृश्ये दिली. पूर आलेल्या नदीला पोहून पार करत 'पुनवेची रात'मध्ये त्यांनी वाहवा मिळवली.

आज चांदणे उन्हात हसले तुझ्यामुळे (कलंकशोभा), बघत राहू दे तुझ्याकडे (सुभद्राहरण) या रोमँटिक युगुलगीतांमध्ये सूर्यकांत कमी पडला नाही. 'पवनाकाठचा धोंडी', 'साधी माणसं', 'थोरातांची कमळा', 'नेताजी पालकर' हे त्याचे आणखी काही गाजलेले चित्रपट.

'झुंजारराव', 'आग्र्याहून सुटका', 'बेबंदशाही' ही नाटके आणि 'निळावंती' 'सोळावं वरीस धोक्याचं' ही वगनाट्ये त्याच्या अभिनयामुळे गाजली. दि. २२ ऑगस्ट १९९९ रोजी हृदयविकाराने त्याचे अचानक झालेले निधन चुटपुट लावून गेले.

◆◆◆

प्रेमस्वरूप आई - सुलोचना

गेल्या काही वर्षांत सुलोचनाबाईंना अनेकानेक पुरस्कार आणि पारितोषिकं देऊन गौरवण्यात आले आहे. त्यांचं कर्तृत्वच एवढं मोठं आहे की, या पुरस्कारांचं बिलकुल आश्चर्य वाटत नाही!

सन १९४३ पासून सुरू झालेली त्यांची चित्रपटकारकीर्द थेट १९९० च्या दशकापर्यंत सुरू होती. मा. विनायक यांच्या 'चिमुकला संसार'पासून त्यांचा चित्रसंसार रंगत गेला. पण लक्षणीय भूमिकांसाठी त्यांना अनेक वर्षे वाट बघावी लागली.

काही वेळा कलाकाराच्या हातून संधी निसटते. तशी

'प्रभात'च्या 'रामजोशी'साठी त्यांची झालेली निवड केवळ कोल्हापूर सोडायचे नाही, या हट्टापोटी त्यांनी नाकारली. 'रामजोशी' चे दिग्दर्शक व्ही. शांताराम होते. त्यानंतर सुलोचनाबाईंना पुन्हा कधीच शांतारामबापूंच्या चित्रपटात काम करण्याचे भाग्य लाभले नाही, ही चुटपुट त्यांना आजही छळत असते.

आमच्या पिढीने मात्र त्यांच्या एकाहून एक सरस भूमिका आधी मराठी आणि नंतर हिंदी चित्रपटांमधून पाहिल्या. आधी सुलोचनादीदी वहिनीच्या भूमिकेत रमल्या, त्या मराठी चित्रपटातून! मग हिंदीत त्या प्रेमस्वरूप आई बनून अनेक हृदयस्पर्शी प्रसंग रंगवत प्रेक्षकांच्या डोळ्यांच्या कडा भिजवून गेल्या.

गंमत म्हणजे याच सुलोचनाबाई, भालजी पेंढारकरांच्या 'सासुरवास' चित्रपटात खलनायिका बनल्या होत्या.

मा. विठ्ठल यांच्या सांगण्यावरून सुलोचनाबाई पुण्यात आल्या आणि त्यांच्या अभिनयाचा बाजच बदलून गेला. खडकलाट या छोट्या गावातली ही कन्या मराठी चित्रपटांची नायिका बनून गेली.

सीता स्वयंवर, जिवाचा सखा, मानाचं पान, देव पावला, बाळा जो जो रे या एकामागून एक आलेल्या चित्रपटांतून सुलोचनाची अभिनयप्रतिभा बहरली. शुभ्र दंतपक्ती, निर्मळ हास्य, प्रसन्न चेहरा, लवचिक देहबोली आणि प्रसंगाला अनुरूप अभिनय यातून तिची प्रतिमा रसिकांच्या अंत:करणात रुजत गेली.

स्त्री जन्मा ही तुझी कहाणी, वादळ, ओवाळणी या चित्रपटांतल्या त्यांच्या भूमिका गाजल्या. त्या काळात प्रत्येक मराठी माणसाला आपली आई, बहीण, पत्नी सुलोचनादीदींसारखी असावी, असं वाटत असे. प्रेमळ, सात्त्विक, सोज्वळ आणि सोशिक घरंदाज स्त्रीची प्रतिमा रुपेरी पडद्यावर सातत्याने पेश करणं कठीण असत; पण वाचन, संस्कृत श्लोकांचे पठण यातून सुलोचनाबाई सुसंस्कृत बनून गेल्या.

भाऊबीज, वहिनींच्या बांगड्या आणि दूधभात या चित्रपटांनी त्यांच्या चाहत्यांची संख्या वाढत गेली. अशी वहिनी अन्य कुणी उभी करू शकेल, असं वाटत नाही. 'वहिनीच्या बांगड्या' या य. गो. जोशींच्या कथेवर आधारित चित्रपटात छोट्या माधव वझे यांच्याबरोबरचे त्यांचे प्रसंग आजही विस्मरणात गेलेले नाहीत.

नाकात नथ, कानात कुड्या, नऊवार साडीचा दिमाख, पायांतली जोडवी, कपाळीचं ठसठशीत कुंकू आणि तोंडभर प्रसन्न हास्य घेऊन सुलोचना पडद्यावर अवतरली की तमाम प्रेक्षक भान हरपून तिचं रूप आणि भावपूर्ण डोळे यात बुडून जात.

ललिता पवार या ज्येष्ठ अभिनेत्रीचा सल्ला ऐकून सुलोचनाबाई हिंदीत

आईच्या भूमिकेत शिरल्या. 'सुजाता'पासून ही नवी भूमिका त्यांना कायमची चिकटली. 'दिल देके देखो' (शम्मीकपूर), आये दिन बहार के (धर्मेन्द्र), जब प्यार किसीसे होता है (देव आनंद) या चित्रपटातली त्यांची आई विसरणं अशक्य! स्वाभिमानी स्त्री, पापभीरू माता, सोशिक त्यागमूर्ती म्हणून त्यांची कारकीर्द फुलत गेली.

खुलविते मेंदी माझा रंग गोरापान, अत्तराचा फाया तुम्ही मला आणा राया ही 'भाऊबीज' चित्रपटातली नृत्यगीते त्यांच्यातला वेगळा पैलू दाखवतात.

प्रपंच आणि गोरा कुंभार या चित्रपटांसाठी त्यांना महाराष्ट्र सरकारचा 'सर्वोत्कृष्ट अभिनेत्री' पुरस्कार लाभला, तर भारत सरकारने त्यांना 'पद्मश्री' देऊन गौरविले. भालजी पेंढारकर यांना त्या गुरू मानतात. 'मीठ-भाकर'मधली पारू आणि 'ओवाळणी'-मधली छाया या भूमिका त्यांनी मोठ्या तन्मयतेने रंगवल्या.

मा. दीनानाथ, ग. दि. माडगूळकर आणि व्ही. शांताराम यांच्या नावे ठेवलेले पुरस्कार सुलोचनाबाईंना कधीच मिळालेत.

लखलखीत, बावनकशी सोन्यासारखा डोळे दिपवणारा अभिनय आणि केवळ कलेलाच वाहिलेलं आयुष्य यामुळे त्यांनी भारतीय चित्रपटसृष्टीवर आपला कायमचा ठसा उमटवला आहे.

'मोलकरीण' आणि 'एकटी' या चित्रपटांमधली त्यांची आई केवळ अविस्मरणीय. 'एकटी'मधली मधूची आई त्यांनी ज्या कुशलतेने रंगवली, त्याला तोडच नाही. प्रेमळ वात्सल्य आणि पराकोटीचा स्वाभिमान या भावनांचा अपूर्व संगम इथे प्रेक्षकांनी अनुभवला.

इथून दृष्ट काढते,
निमिष एक थांब तू-

या गाण्यातल्या त्यांच्या भावपूर्ण मुद्रा आणि हृदयस्पर्शी अभिनय आजही स्मरणात ताजा आहे.

उभ्या महाराष्ट्राला आज दोनच दीदी लाभलेल्या आहेत. एक लतादीदी आणि दुसऱ्या सुलोचनादीदी!

पण चित्रपटवेड्या प्रेक्षकांनामात्र 'प्रेमस्वरूप आई' म्हणूनच त्या कायमच्या लक्षात राहणार यात तिळमात्र शंका नाही.

राहून-राहून एकच खंत वाटत राहते. ती म्हणजे, त्यांना 'श्यामची आई' साकारायला मिळायला हवी होती!

◆◆◆

राजकुमार - परफेक्ट टायमिंग

(जन्म : ८.१०.१९२६ मृत्यू : ३.७.१९९६)

रुपेरी पडद्यावरचे नायक आपले संवाद बोलताना जे अचूक टायमिंग साधतात, त्यातून नेमकी वातावरणनिर्मिती होते. हे संवाद कधी जिवाच्या आकांताने, कधी धीरोदात्त खर्ज स्वरात, कधी काव्यात्म, कधी रोमँटिक अशा विविध भावभावनांच्या कल्लोळातून असरदार ठरतात.

अभिनेता राजकुमारने आपल्या स्टायलिश डायलॉग बोलीतून अभिनयाचा एक नवा उत्तुंग आदर्शच घालून दिलाय.

१९६० च्या दशकात सर्वप्रथम 'वक्त' या बी. आर. चोप्रा यांच्या चित्रपटात राजकुमारच्या परफेक्ट टायमिंग साधून आलेल्या

संवादांनी भुरळ घातली, जनमानसावर जादू केली.

'जिनके अपने घर शीशेके होते है, वो दुसरोंके घरपे पत्थर नहीं फेका करते' हे वाक्य ज्या वजनाने येतं, तो अंदाज अनोखा. 'राजाको किराये पर रोनेवालोंकी कभी जरूरत नहीं पडी चिनॉयसेठ'मधला उपहास तीखा तेजदार!

इथे नायक सुनील दत्त; पण राजकुमार प्रभाव पाडतो तो आपल्या मुक्त छंदात्मक लयबद्ध डायलॉग डिलिव्हरीतून. त्याच्याशी बोलताना सुनील दत्तला शब्दोच्चार करताना अतोनात धडपड करावी लागली, हे स्पष्ट जाणवतं.

राम माहेश्वरी यांच्या 'काजल' चित्रपटामध्ये धर्मेंद्रची अशीच धांदल उडालेली आमच्या पिढीने पाहिली. मग दिग्दर्शकाच्या सौजन्याने राजकुमारच्या लंब्याचौड्या डायलॉगबाजीनंतर धर्मेंद्रच्या तोंडी 'मोती' हा एका शब्दाचा संवाद दोघांमधले अंतर स्पष्ट करतो.

'उसने तुम्हारा घर उजाडा है, तो तुम भी उसका सब कुछ लूट सकती हो. धन, दौलत, रुपिया, पैसा' हा राजकुमारने मीनाकुमारीला दिलेला उपदेश ऐकताना आपण तो इथे निगेटिव्ह भूमिकेत आहे, हेच विसरून जातो. हाच तर त्याचा करिष्मा.

'हीर रांझा' तर संपूर्ण काव्यात्म संवादातून, शेक्सपिरियन स्टाइलने पुढे सरकणारी शोकात्म प्रेमकथा. इथे तर राजकुमारच्या भावस्पर्शी, आर्त-तरल संवादाची नशाच अनुभवता आली.

'हमराज'मध्ये नायिकेचा खून झाल्यानंतर अस्वस्थ नायक सुनील दत्त म्हणतो, 'चलो हम दोनों मिलके खूनीका पता ढूंढेंगे-'

'वो तो मैं कबका लगा चुका हूँ' या राजकुमारच्या अचूक टायमिंगनंतर जी उत्स्फूर्त दाद मिळायची, ती अजून स्मरणात ताजी आहे.

पण नंतर या स्टाइलचा अतिरेक होत गेला. विशेषत: 'नीलकमल' चित्रपटात राजकुमारच्या एकसुरी संवादात त्या कलाकृतीची लयच हरवून गेली. मग त्याच्याबरोबर काम करायला कुणी तयार होईना. गंमत म्हणजे, खासगी आयुष्यातही मग राजकुमार समोर येणाऱ्या प्रत्येकाची खिल्ली उडवत हीच स्टाइल मारू लागला.

'हम सिनिअर है तो तुम्हे ज्युनिअर ही बोलेंगे ना जानी-' हे अमरीश पुरीला ऐकवल्यावर अमरीश चिडणारच! 'आखिर फिल्म चली है तो सिर्फ हमारी वजहसे' असे 'उंचे लोग'च्या यशानंतर फिरोज खानला बजावताना घमेंड व्यक्त झाली. 'तुम किसके बारेमे बात कर रहे हो? जिसकी टांगे गर्दनसे शुरू होती है वो?' असे अमिताभ बच्चनच्या संदर्भात बोलणारा हा अभिनेता! पण त्यालाच राजकुमार म्हणतात ना?

◆◆◆

मस्तराम जॉनी वॉकर

(जन्म : १९.११.१९२६   मृत्यू : २९.७.२००३)

प्रेक्षकांना हसवणं हे महाकठीण काम असतं. तुलनेत रडवणं सोपं! पण आमच्या जॉनी भाईला ही दोन्ही कामं सहजसाध्य झाली होती. किंचित वर उचललेल्या भुवया, तलवारकट मिशी, सडपातळ लवचिक शरीर, हनुवटीवर छोटा खळगा आणि उंच स्वरात बोलणं—हे जॉनी वॉकरचं पडद्यावरचं रूप फारसं आकर्षक नव्हतं. पण एकदा का हा बाबा बोलू लागला की, प्रेक्षकांना नकळत हसू फुटायचं. याचं टायमिंग इतकं अचूक असे की, सगळ्या पब्लिकला खदखदून हसण्याशिवाय पर्यायच उरत नसे.

१९५० च्या दशकात 'हलचल' या चित्रपटाच्या सेटवर एक दारुडा दाखल झाला. गुरूदत्तने त्याला स्टुडिओबाहेर हाकलले, पण ज्येष्ठ नट बलराज साहनीने तो नकलाकार बद्रुद्दीन आहे, असे सांगून त्याची ओळख करून दिली. त्या काळात हा बद्रुद्दीन मुंबईत बस कंडक्टर म्हणून पोटासाठी राबत होता. गुरूदत्तने त्याला जवळ केलं. त्याचं जॉनी वॉकर हे स्क्रीन नेम ठेवलं. मग गुरूदत्तच्या प्रत्येक चित्रपटात तो दिसू लागला.

'सीआयडी'मधला त्याचा भुरटा खिसेकापू लक्ष वेधून गेला. खून झालेल्या ठिकाणी अचानक त्याची धरपकड होते. तो जी जबानी देतो, ती धमाल उडवते. 'कैची चलाता हूँ, वो भी पेटके वास्ते. छुरी को छूता तक नहीं.' हे बोलणारा प्रामाणिक पॉकेटमार आज शोधून तरी सापडेल का?

'ए दिल-है मुश्किल-जीना यहाँ, जरा हटके-जरा बचके-ये है बंबई मेरी जान' या गाण्यात मुंबापुरीचे यथार्थ वर्णन करत जॉनी वॉकरने घोडागाडीतून कुमकुमबरोबर घडवलेली सफर अजरामर झाली. रफीचा खुला-ढाला सूर जॉनीला असा फिट बसला, की प्रेक्षक खुळावले. 'प्यासा' आणि 'कागज के फूल' गुरूदत्तचे दोन्ही चित्रपट गंभीर; पण जॉनी वॉकरकडे कॉमिक रिलीफ म्हणून जी भूमिका येई, ती त्याने दिलखुलासपणे पार पाडली. 'प्यासा'मधला त्याचा सत्तार हा तेलमालिशवाला धमाल उडवून गेला.

'सर जो तेरा चकराये, या दिल डूबा जाये,
आजा प्यारे, पास हमारे, काहे घबराय-'

म्हणत आपल्या व्यवसायाचे तो जे गुणगान करतो, ते अफलातून! मग 'कागज के फूल'मध्ये उधळ्या रईस माणसाची त्याची भूमिका थोडी उपरी तरी रंजक वाटली. बिमल रॉय यांच्या 'मधुमती'मध्ये सामान्य नोकर बनून त्याने धमाल उडवून दिली. 'जंगलमे मोर नाचा किसीने न देखा' ही त्याची तक्रार रफीच्या स्वरात एक वेगळीच नशा घेऊन आली. सर्वसामान्य व्यक्तिमत्त्वाला झळाळी देत, चिल्लर भूमिकेला चैतन्य प्राप्त करून देण्याची त्याची हातोटी अचंबित करते.

बी. आर. चोप्रा दिग्दर्शित 'नया दौर'मध्ये पत्रकार बनून त्याने सगळ्यांची झकास फिरकी ताणलेय. 'मै बंबई का बाबू- नाम मेरा अंजाना' या गाण्यात तो असा मस्त नाचलाय की चित्रपटाचा हीरो कोण, असा प्रश्न पडे. चेतन आनंदच्या 'टॅक्सी ड्रायव्हर'मध्ये 'चाहे कोई खुष हो जाये गालियाँ हजार दे' या गाण्यात कोरसच्या कोलाहलातही 'हॅत्तेरी की फिर हवा चली गई' हा जॉनीभाईंचा किनरा स्वर लोटपोट

हसवून गेला.

'ए भायऽऽ' किंवा 'नहीं नहींऽऽ' 'आप समझ गये ना' या तकिया कलामची त्याने केलेली पुनरुक्ती कंटाळा आणायची. पण १९५५ ते १९६५ या काळात 'मुगल-ए-आझम', 'डिटेक्टिव्ह', 'घरसंसार', 'छोटे नबाब', 'आखिरी दाव', 'शोला और शबनम', 'पैगाम' अशा अनेक चित्रपटांत त्याच्या अभिव्यक्तीने प्रेक्षकांचे भरपूर मनोरंजन केले. 'मिस्टर कार्टून एम.ए.' सारख्या चित्रपटात त्याने हीरो बनायचा अपयशी प्रयत्न केला.

'चौदहवी का चाँद', 'मेरे मेहबूब', 'दूर की आवाज' या रौप्यमहोत्सवी चित्रपटांत त्याची हजेरी झकास हसवणूक देऊन गेली. 'मेरे मेहबूब'मधला त्याचा शायर आणि 'आनंद'मधला इसाकभाई खूप हशे घेऊन मनोरंजन करणारे ठरले. 'श्रीमंत मेहुणा पाहिजे' या मराठी चित्रपटात त्याने काम केले, तर 'पती-पत्नी' या चित्रपटात मेहमूदने त्याच्यासाठी खास भूमिका लिहून घेतली.

१९८०च्या दशकात 'शान' या रमेश सिप्पी दिग्दर्शित चित्रपटात जॉनी वॉकरने धूर्त बनिया साकारला. नूर ही पत्नी आणि नासिर हा पुत्र त्याच्या दृष्टीने खूप महत्त्वाचे. आपल्या घराला त्याने 'नूरमहल' हे नाव दिले. दि. ११ नोव्हेंबर ही जॉनी वॉकरची जन्मतिथी. त्याचे स्मरण होणे अटळ.

◆◆◆

एक रोमँटिक जोडी - शम्मी कपूर-शर्मिला टागोर

सहाव्या पुणे फिल्म फेस्टिव्हलच्या उद्घाटन सोहळ्यात शम्मी कपूर आणि शर्मिला टागोर या ज्येष्ठ कलाकारांना 'लाइफ टाइम अचिव्हमेंट' पुरस्कार देऊन गौरविण्यात आले. हा सोहळा पाहताना खूप जुन्या स्मृती जाग्या झाल्या.

शम्मी कपूर काय आणि शर्मिला टागोर काय, दोघेही बंडखोर कलाकार आणि प्रत्यक्षातही बंडखोर!

शम्मी कपूरने देव-दिलीप-राज या प्रस्थापित अभिनेत्यांपेक्षा स्वत:ची वेगळी इमेज निर्माण केली, तर शर्मिलाने बंधने झुगारत 'बिकिनी अन् टॉपलेस' दृश्ये देत बंडखोरी केली.

शशी कपूर-शर्मिला टागोर / ६३

कपूर घराण्यातला पहिला प्रेमविवाह शम्मी कपूर-गीताबाली जोडीचा, तर रवींद्रनाथ टागोर घराण्याशी नातेसंबंध असूनही शर्मिलाने मन्सूर अलीखान पतौडीशी विवाह करताना एक वेगळं साहसच केलं. त्यांच्या चित्रपटातली दृश्ये आणि काही गाण्यांच्या व्हिडिओ फिती गणेश कला-क्रीडा मंदिराच्या पडद्यावर बघताना प्रेक्षक भारावले.

'ही सुंदर माणसं पडद्यावर बघून आमच्या आयुष्यांची नासाडी झाली, नाहीतर मला डॉक्टर बनायचं होतं. पण झालं ते बरं झालं. त्यामुळे या समारंभात स्टेजवर त्यांच्यासमवेत बसता आलं.' हे नाना पाटेकरचे उत्स्फूर्त उद्‌गार खूप काही सांगून गेले.

'कश्मीर की कली' आणि 'ॲन इव्हिनिंग इन पॅरिस' या दोन चित्रपटात शम्मी कपूर-शर्मिला टागोर एकत्र आले आणि रसिकांचं अंत:करण जिंकून गेले.

शर्मिलाच्या दोन्ही गालांवरच्या खळ्या आणि शम्मी कपूरच्या घाऱ्या डोळ्यांची बेफिकिरी जणू रुपेरी पडदा पेटवून गेली. कुणाही छायाचित्रकाराने हटकून प्रेमात पडावं, असं या दोघांचं रुपडं—मग प्रेक्षक त्यांच्या रूपावर फिदा झाले, यात नवल ते काय?

'इशारों इशारों मे दिल लेने वाले, बता ये हुनर तुमने सीखा कहाँ से' ही डोळ्यांची भाषा मग आक्रमक 'भांगडा' नृत्याच्या जल्लोषात बुडाली.

मग शम्मी कपूर-शर्मिला फक्त पडद्यावरचे नायक-नायिका नव्हे, तर लाखो चाहत्यांचे 'आयडॉल' बनून गेले.

'हाय रे हाय ये तेरे हाथ मे मेरा हाथ, मेरी जाँ बल्ले ओ बल्ले-'

ही चुस्त अदा दोघांनी ज्या समरसतेने साकारली, ती होश उडवून गेली.

'ॲन इव्हिनिंग इन पॅरिस' या चित्रपटात ही जवळीक आणखी गडद झाली.

'रात के हम सफर, थक के घर को चले,
झूमती आ रही, ये सुबह प्यार की'

या गाण्यातला रोमँटिक अंदाज, ही नशीली रात्र संपूच नये आणि या जोडीने असंच कयामततक-कल्पांतापर्यंत-परस्परात रमावं, अशी उत्कट, उदात्त भावना रसिकांच्या मनात उफाळून यायला कारणीभूत ठरला.

सहाव्या पुणे फिल्म फेस्टिव्हलच्या निमित्ताने शम्मी कपूर-शर्मिला यांना खूप दिवसांनी एकत्र पाहता आलं आणि वाटलं, हे दोघे आणखी दोन-चार चित्रपटांत का नाही दिसले?

◆◆◆

शशी कपूर - अ ट्रेंड सेटर

शशी कपूर, संजय दत्त आणि सलमान खान यांच्यात काय साम्य आहे? काहीच नाही, असे तुम्ही म्हणाल. पण नाम के वास्ते असं साम्य आहेच!

या तिघांना सिनेपत्रकार शशीबाबा, संजूबाबा आणि सल्लूबाबा या नावाने ओळखत!!

राज कपूरच्या 'आवारा'मध्ये बालनट म्हणून शशी कपूर प्रथम पडद्यावर आला. नंतर १९५०चे दशक संपता-संपता हीरो बनला. पण सर्वार्थाने त्याला 'ट्रेंड सेटर' म्हणता येईल.

लंडनमध्ये नाट्यविषयक शिक्षण घेताना शशीबाबा जेनिफर

केंडॉल या इंग्लिश मुलीच्या प्रेमात बुडाला. त्याच्यावरच्या प्रेमासाठी ती इथे आली. गीताबाली या आपल्या भाभीच्या मदतीने शशीने कपूर कुटुंबाचा विरोध मोडून जेनिफरशी लग्न केले. म्हणजेच 'फॉरेन' बिबी घरी आणणारा तो पहिला नट ठरतो.

'मेहेंदी लगी मेरे हाथ', 'चार दीवारी', 'ये दिल किस को दूँ' अशा छोट्या-मोठ्या चित्रपटानंतर १९६० च्या दशकामध्ये शशी कपूरला 'जब जब फूल खिले' या चित्रपटाने यशाचे शिखर गाठता आले.

'प्यार का मौसम' आणि 'शर्मिली' या चित्रपटातून शशी कपूरने थेट शम्मी कपूर स्टाइलने हीरोगिरी केली. पण सदैव हसरा चेहरा आणि संवाद जलदीने बोलणं, ही शशीबाबाची खासियत बनून गेली. शर्मिला टागोर (आ गले लग जा), नंदा (जब जब फूल खिले, मेहेंदी लगी मेरे हाथ), साधना (प्रेमपत्र), मुमताज (प्रेमकहानी), हेमामालिनी (सा रे ग म प-अभिनेत्री) या त्याच्या काही लोकप्रिय नायिका.

पण शशी कपूर त्याच्या काळातल्या नायकांपेक्षा खूपच निराळा, वेगळा. चित्रपटव्यवसाय खूपच बेभरवशाचा हे आपल्या थोरल्या भावांच्या कारकिर्दीमुळे त्याच्या चांगलं लक्षात आलं.

शम्मी कपूर वाढत्या शरीरयष्टीमुळे १९७० च्या आसपास नायक म्हणून संपला तर 'मेरा नाम जोकर'च्या जबरदस्त अपयशामुळे राज कपूर खचून गेला.

या काळात 'आराधना'मुळे राजेश खन्ना नावाचं वादळ चित्रपटसृष्टीत झंझावातासारखं धुमाकूळ घालू लागलं. मग शशी कपूरने एक वेगळीच चाल खेळली. मिळेल तो चित्रपट स्वीकारायचा धडाका त्याने सुरू केला. भराभर 'सायनिंग अमाउंट' खिशात घालून निर्मात्याला उपकृत करून ठेवायचं आणि तीन- तीन शिफ्ट्स मध्ये काम करत राहायचं, हा नवा ट्रेंड शशी कपूरने प्रथम सुरू केला आणि मग इतर अनेकांनी त्याचा कित्ता गिरवला.

त्या वेळी त्याच्याकडे ऐंशीपेक्षा जास्त चित्रपट होते, असं सांगतात. त्यातूनच डेट्स प्रॉब्लेम सुरू झाले. मग शशी कपूर सकाळी दोन तास एका निर्मात्याच्या सेटवर, दुपारी दुसऱ्या, रात्री तिसऱ्या चित्रपटासाठी शूटिंग करत असे. अक्षरशः पायाला चाके लावल्यागत पळत होता.

राज कपूर वैतागून म्हणालासुद्धा, 'तुम लोग और टॅक्सीमें क्या फर्क है?' त्यातही एखादा चित्रपट संपत आला की, त्या निर्मात्याला पुढच्या चित्रपटासाठी शशी कपूर भरीस घालायचा. वेळप्रसंगी डेट्स नाहीत किंवा डबिंगला वेळ नाही, असे सांगून निर्मात्याला खिंडीत पकडणं, हा सिलसिला शशी कपूरनेच प्रथम सुरू केला. नाइलाजाने निर्माता पुढच्या चित्रपटाचा करार करून मोकळा व्हायचा त्याच्याशी.

'मल्टिस्टार' चित्रपटाचा जमाना सुरू झाला आणि शशी कपूरने अमिताभबरोबर नमक हलाल, दो और दो पाँच, दीवार, त्रिशूल असे अनेक चित्रपट स्वीकारले. पत्रकार गमतीने शशी कपूरला अमिताभच्या चित्रपटांची नायिका म्हणत.

'राम तेरी गंगा मैली' या आर. के. च्या बॅनरचे साऊथ सर्किटचे वितरणाचे हक्क मिळवून त्याने वेगळी वाट चोखाळली. मग उत्सव, अजूबा या चित्रपटांची निर्मिती मात्र त्याला अपयशाचा दणका देऊन गेली. पण सर्वार्थाने तो ट्रेंड सेटर आहे, यात शंकाच नाही!

◆ ◆ ◆

नासिर हुसेन - यशाचा फॉर्म्युला सापडलेला दिग्दर्शक

(जन्म : ३.२.१९३१   मृत्यू : २९.७.२००३)

क्या इश्क ने समझा है
क्या हुस्न ने जाना है
हम खाक नशींनों की
ठोकर में जमाना है

हा शेर नासिर हुसेनच्या चित्रपटाच्या पहिल्या फ्रेममध्ये नेहमीच ऐकू आला. तोच त्याचा ट्रेड मार्क बनून गेला. आता एक झकास करमणूक बघायला मिळणार, या एकमेव उद्देशाने थिएटरवर गर्दी केलेल्या प्रेक्षकांना नासिर हुसेनने कधीच निराश

केले नाही!

फिल्मिस्तान आणि शशधर मुखर्जी यांच्या तालमीत 'मुनिमजी', 'पेइंग गेस्ट' आणि 'हम सब चोर है'सारख्या चित्रपटासाठी पटकथा आणि संवादलेखन करत नासिर हुसेन प्रेक्षकांची नस ओळखण्यात तरबेज झाला.

'तुमसा नहीं देखा' (१९५७) मध्ये त्याला यशाचा फॉर्म्युला सापडला. तोच त्याने नंतर 'दिल दे के देखो' (१९५९) 'जब प्यार किसीसे होता है' (१९६२) 'फिर वही दिल लाया हूँ' (१९६४) अशा अनेक चित्रपटांत राबवला.

हरवलेलं मूल पुन्हा सापडणं, ही एकच आयडिया पुन: पुन्हा वापरून नासिर हुसनेला हे यश मिळालं. म्हणून क्रिटिक्स त्याच्याबद्दल चिडून लिहीत.

पण प्रेक्षक मात्र त्याच्या चित्रपटामधलं वेषांतर, कर्णमधुर गाणी आणि रोमान्स यावर खूश होते.

शम्मी कपूरचा 'तुमसा नहीं देखा'मधला खाँसाब, 'दिल देके देखो'मधला मिर्झा चंगेझी आणि प्रोफेसर सामरी ही अफलातून वेषांतरे नासिर हुसेनच्या सुपीक डोक्यातून निर्माण झालेली व्यक्तिमत्त्वे!

'अच्छा दोस्त और अच्छा पती सिर्फ किस्मतवालोंको मिलता है' हे हीरो शम्मी कपूरचे बोल हिरोईन आशा पारेख रिपीट करते, त्या क्षणी तरुणाईला गोड गुदगुल्या होत.

'जब प्यार किसी से होता है'मधली देव आनंदची चालत्या ट्रेनमधून, समांतर रस्त्याने धावणाऱ्या स्टेशन वॅगनवर मारलेली उडी अवास्तव वाटली ती समीक्षकांना! प्रेक्षकांनी ते साहस कौतुकाने पाहिलं.

युगुलगीतांचे चित्रीकरण ही तर नासिर हुसनेच्या कर्तृत्वाची खास बात.

देखो कसमसे कसमसे कहते तुमसे (तुमसा नहीं देखा), प्यार की कसम है (दिल देके देखो), सौ साल पहले मुझे तुमसे प्यार था (जब प्यार किसीसे होता है), ओ मेरे सोना रे सोना रे (तिसरी मंझिल) ही द्वंद्वगीते रुपेरी पडद्यावर बघताना तरुण पिढी भान हरपून गीताचा आशय एन्जॉय करत असे.

'कारवाँ', 'तिसरी मंझिल' आणि 'कयामत से कयामत तक' हे नासिर हुसेनचे चित्रपट थोडे वेगळेपण घेऊन आले. तरीसुद्धा हीरो दुसऱ्याच कुणाच्या तरी व्यक्तिमत्त्वात जाणीवपूर्वक वावरतो, हा फॉर्म्युला त्याने कायम ठेवला.

१९५० च्या दशकात पांढरपेशा समाजात प्रेम करणं हा गुन्हा समजला जाई. एखाद्या मुलीशी चारचौघांत बोलणंसुद्धा अवघड होतं. मग तिची छेडछाड काढणं वगैरे अशक्यच. त्या जुनाट, कर्मठ जमान्यात नासिर हुसेनने वयात आलेल्या

तरुण-तरुणींना स्वप्ने दिली. एवढेच नव्हे, तर ती पडद्यावर साकारली!

'हम किसीसे कम नहीं', 'प्यार का मौसम'मधून ही स्वप्ने सप्तरंगांत न्हाऊन आली. अख्खी तरुण पिढी या चित्रपटांवर खूश असताना टीकाकारांनी नासिर हुसेनच्या चित्रपटांना 'पलायनवादी' म्हणत हिणवले. का, तर त्याच्या चित्रपटात देशापुढच्या समस्या नसायच्या; असायची ती दोन घटका निखळ करमणूक.

'जीवन के सफर मे राही'चे सूर आळवणारा देव आनंद आणि 'प्यार हो तो कह दो यस' असे बेछूटपणे नायिकेला बजावणारा शम्मी कपूर ही सगळी तरुण पिढीची नस नेमकी जाणणाऱ्या नासिर हुसेनची देणगी!!

◆◆◆

बॉलिवुडच्या 'ठोंब्या' - प्रदीपकुमार

(जन्म : ४.१.१९२५   मृत्यू : २७.१०.२००१)

नटाच्या अंगी रुपेरी पडद्यावर हीरो म्हणून यशस्वी होण्यासाठी नेमकं काय हवं, हा प्रश्न अनेकांना अस्वस्थ करतो, सतावून सोडतो.

सिकंदर नशीब, आकर्षक चेहरेपट्टी, अभिनयक्षमता आणि कुणाची तरी नक्कल करण्याची कुवत या गुणांपैकी एक तरी नटाच्या ठिकाणी असायलाच हवा.

प्रदीपकुमार हा आपल्या हिंदी चित्रपटसृष्टीमधला सर्वांगसुंदर नायक. बाकी काही नसलं तरी आकर्षक चेहरा हेच त्याचे एकमेव भांडवल. तेच वापरून चित्रपटात प्रदीपकुमार यशस्वी झाला.

'अनारकली' या फिल्मिस्तानच्या ऐतिहासिक चित्रपटातला 'सलीम' ही त्याची पहिली ओळख! भव्य कपाळ, धारदार नाक, भरपूर उंची या प्रदीपकुमारच्या जमेच्या बाजू ऐतिहासिक व्यक्तिमत्त्व पडद्यावर पेश करताना उपयोगी पडल्या. बीना रॉयचं अनाघ्रात सौंदर्य आणि सी. रामचंद्र यांचं कर्णमधुर संगीत यामुळे 'अनारकली' तुफान लोकप्रिय ठरला.

'जाग दर्द ए इश्क जाग', 'जिंदगी प्यार की दो चार घडी होती है', 'ये जिंदगी उसीकी है जो किसीका हो गया' या लता मंगेशकर-हेमंतकुमारने गायलेल्या गाण्यांनी तहलका माजवला. प्रदीपकुमारचं नशीब फळफळलं!

'अनारकली'च्या उदंड यशाआड प्रदीपकुमारचे मायनस पॉइंट्स लपून राहिले. या देखण्या नटाला उर्दू भाषा अजिबात लिहिता-वाचता येत नाही, हे कुणालाच कळले नाही! प्रणयदृश्यात डोळ्यांचा वापर कसा करायचा, हेच प्रदीपकुमारला समजत नसे. तिथे तो कमी पडायचा.

नंदलाल जसवंतलाल यांनी 'अनारकली'च्या चित्रीकरणाच्या वेळी प्रदीपकुमारची सोय पाहिली. कॅमेऱ्याच्या कक्षेबाहेर एक ब्लॅकबोर्ड ठेवून त्यावर उर्दू संवाद बंगाली भाषेत खडूने लिहून ते प्रदीपकुमारला वाचायला लावले.

आता भाषाच कळत नसेल, तर शब्दांचे अर्थ कसे कळणार आणि नट अभिनय तरी कसा करणार? संवाद उच्चारताना प्रदीपकुमारचा चेहरा कोरा करकरीत दिसतो तो या प्रॉब्लेममुळे!

पण सुजाण प्रेक्षकांनी तेव्हापासून प्रदीपकुमारला 'ठोंब्या' म्हणायला सुरुवात केली, ती कायमची! समीक्षक त्याला ठोकळा म्हणायचे!!

प्रदीपकुमारचे नशीब असे सिकंदर की, त्याला नेहमीच खुबसुरत नायिकांबरोबर काम करायची संधी मिळत गेली!

'नागीन'मध्ये वैजयंतीमाला ही सौंदर्यवती आणि नृत्यांगना त्याच्याबरोबर चमकली. 'तन डोले मेरा मन डोले', 'उँची उँची दुनिया की दीवारे सैयाँ तोडके' 'जादूगार सैयाँ छोडो मेरी बैयाँ' ही लताची गाणी सर्वदूर गुंजत राहिली आणि 'नागीन' सुवर्णमहोत्सवी ठरला.

प्रदीपकुमारची खरी गोची झाली ती सामाजिक चित्रपटात! कारण इथे नुसता आकर्षक चेहरा नाही, तर अभिनय आवश्यक. म्हणूनच 'अदालत'सारख्या चित्रपटात त्याच्यापेक्षा प्राणचा खलनायक सरस ठरला. प्राणने अख्खा चित्रपटच खाल्ला याची नोंद समीक्षकांनी घेतली. 'अदालत'ची गाणी गाजली, पण चित्रपट मात्र अपयशी ठरला.

'गेट वे ऑफ इंडिया', 'राजहठ' या चित्रपटात मधुबाला ही प्रदीपकुमारची

नायिका. ‘राजहठ’ पोषाखी, तर ‘गेटवे ऑफ इंडिया’ सामाजिक चित्रपट. एक अपेशी, दुसरा रौप्यमहोत्सवी. पण त्याचं क्रेडिट मात्र मधुबालाकडे गेलं.

‘घुँघट’ (१९६०) आणि ‘ताजमहल’ (१९६३) हे प्रदीपकुमारचे आणखी दोन रौप्यमहोत्सव साजरा केलेले चित्रपट. दोन्ही चित्रपटांत बीना रॉय होती, हा योगायोग नसणार!

‘ताजमहल’मध्ये प्रदीपकुमारला शाहजहाँच्या तारुण्यापासून वार्धक्यापर्यंतचा कालखंड अभिनित करण्याची सुवर्णसंधी लाभली. या ऐतिहासिक व्यक्तिरेखेत प्रदीपकुमारने प्रथमच सरस अभिनय केला. ताजमहलसाठी त्याला ‘फिल्मफेअर’ पारितोषिक जाहीर झाले अन् एका ठोकळ्याचा-ठोंब्याचा काही काळ कायापालट झाला. ‘आरती’ (मीनाकुमारी) ते ‘बागी’ (मुमताज) अशी त्याची कारकीर्द शेवटपर्यंत फुलत राहिली.

◆◆◆

सुनील दत्त - नट, दिग्दर्शक, राजकारणी

(जन्म : ६.६.१९२९   मृत्यू : २५.५.२००५)

सुनील दत्त मूळचा पत्रकार. त्यातही आकाशवाणीवरचा खंदा निवेदक. त्याची ताडमाड उंची, प्रसन्न व्यक्तिमत्त्व. दमदार आवाज आणि विनम्र स्वभाव अजिबात फिल्मी वाटत नसे.

'रेल्वे प्लॅटफॉर्म' आणि 'पोस्टबॉक्स नं. ९९९' या चित्रपटांतून सुनील दत्तने सलामी तर दिली. पण त्याच वेळी 'मदर इंडिया' या मेहबूब खान यांच्या चित्रपटातला बिरजू साकारताना नर्गिसच्या सहवासात त्याला आयुष्याची सहचरी आणि तिला आदर्श असा जोडीदार सापडला.

त्या काळात सुनील दत्तची बहीण क्षयाने आजारी होती,

हे कळताच नर्गिसने स्वत: तिला हॉस्पिटलमध्ये दाखल करत तिच्या संपूर्ण उपचाराची जबाबदारी स्वीकारली. तिचे हे निरपेक्ष प्रेम पाहूनच सुनील दत्तने तिला लग्नाची मागणी घातली.

त्याआधी 'मदर इंडिया'च्या आऊटडोअर चित्रीकरणाच्या वेळी नर्गिसला आगीच्या लोळातून वाचवताना सुनील दत्तने प्राणांची बाजी लावली होती.

दोघांमध्ये प्रीतीचा अंकुर फोफावला. मेहबूब खान यांनी दोघांना चित्रपट पूर्ण होईपर्यंत लग्न न करण्याची विनंती केली. ती दोघांनी मान्य केली.

लग्नानंतर नर्गिसने चित्रपटसंन्यास घेतला. सुनील दत्तची नट म्हणून कारकीर्द सफल झाली. 'साधना'पासून तो बी. आर. चोप्रा यांच्या संपर्कात आला. 'गुमराह', 'हमराज', 'वक्त' अशा सगळ्याच यशस्वी चित्रपटांनी सुनील दत्तला यश आणि पैसा दिला.

'अजंठा आर्ट्स' या स्वत:च्या संस्थेमार्फत त्याने सरस चित्रपट दिले. तो यशस्वी निर्माता आणि कुशल दिग्दर्शक म्हणून लोकप्रिय झाला.

'ये रास्ते है प्यारके', 'मुझे जीने दो', 'मन का मीत', 'रेशमा और शेरा', 'रॉकी', 'दर्द का रिश्ता' अशा अजंठा आर्ट्सच्या चित्रपटांनी बॉक्स ऑफिस काबीज केले.

नूतन (सुजाता, मीलन, मेहरबान, खानदान), वैजयंतीमाला (आम्रपाली, झुला), मीनाकुमारी (मै चूप रहूँगी), साधना (वक्त, मेरा साया), नंदा (आज और कल, उसने कहा था), आशा पारेख (छाया) अशा सर्व अभिनेत्रींसमवेत सुनील दत्त नायक म्हणून गाजत राहिला.

'मुझे जीने दो'साठी त्याला फिल्मफेअर ॲवॉर्डही लाभले.

याच काळात इंदिरा गांधी यांच्या संपर्कात नर्गिस आली आणि राज्यसभेत खासदार झाली. कॉंग्रेस, पं. नेहरू, इंदिरा गांधी यांच्या सान्निध्यात राहून सुनील दत्त सच्चा समाजसेवक बनला.

'अजंठा आर्ट्स'च्या ग्रुपने मग सीमेवर दक्ष सैनिकांसाठी करमणुकीचे कार्यक्रम केले. त्याची दखल घेत नर्गिसच्या अकाली मृत्यूनंतर श्रीमती इंदिरा गांधी यांनी सुनील दत्तला राजकारणात येण्याची विनंती केली.

नंतर सुनील दत्तने दक्षिण आणि ईशान्य मुंबईतून कॉंग्रेसचे प्रतिनिधित्व केले. चार वेळा तो खासदार झाला. अनेक कठीण प्रसंगांत त्याने कॉंग्रेसला आणि इंदिरा गांधी यांना साथ दिली.

राजकारणात व्यग्र झाल्यामुळे काही काळ त्याने चित्रपटातून अंग काढून घेतले.

१९९३च्या बॉम्बस्फोट प्रकरणी संजय दत्तला अटक झाल्यावर सुनील दत्तच्या सदसद्विवेक बुद्धीची कसोटी लागली. वेळ येताच खासदारकीचा राजीनामा देण्यासही त्याने मागे-पुढे पाहिले नाही. आजच्या सत्तापिपासू राजकारणात कोण एवढी तत्त्वनिष्ठा दाखवू शकेल?

'रॉकी'द्वारे त्याने आपल्या मुलाला संजय दत्तला स्टार बनवले. आदर्श पती, स्थितप्रज्ञ पिता, समाजसेवेचे व्रत घेतलेला राजकारणी आणि सतत पाय जमिनीवर असलेला अभिनेता ही त्याची अनंत रूपे आजही स्मरतात.

◆◆◆

'ज्युबिलीकुमार' राजेंद्रकुमार

(जन्म : २०.७.१९२९ मृत्यू : १२.७.१९९९)

चित्रपटांच्या मायावी दुनियेत फक्त गुणवत्ताच तुमच्या कारकिर्दीला शिखरावर घेऊन जाते, असं पूर्वी म्हटलं जायचं.

पण नशिबाची साथ तितकीच आवश्यक, हे सिद्ध करत राजेंद्रकुमार मोठी खेळी खेळून गेला. त्याला मोठ्या सत्त्वाच्या भूमिकापण मिळाल्या आणि त्याचे चित्रपट रौप्यमहोत्सव साजरा करत राहिले.

दिलीपकुमारच्या 'दीदार'मध्ये बासरी वाजवत राजेंद्रकुमार एका दृश्यापुरता पडद्यावर दिसला. मग कधी शहनाई (गूँज उठी

शहनाई) तर कधी पावा वाजवत (गीत) तो लोकप्रियतेच्या पायऱ्या चढत गेला.

देवेंद्र गोयल यांच्याकडे सहायक दिग्दर्शक म्हणून काम करताना त्यांच्याच 'वचन' या चित्रपटात त्याला नायक बनण्याची संधी मिळाली. 'वचन' रौप्यमहोत्सवी ठरला आणि नंतरच्या काळात त्याचे सर्वच चित्रपट तिकीट खिडकीवर तुफान धंदा करू लागले. मग त्याच्या चाहत्यांनी, एवढेच नव्हे तर समीक्षकांनीसुद्धा 'ज्युबिलीकुमार' या नावाने त्याचं बारसं केलं!

सन १९५७ मध्ये मेहबूब खान यांच्या 'मदर इंडिया'त श्यामू हा नर्गिसचा सोशिक नि समंजस पुत्र राजेंद्रने साकारला. रांगड्या सुनील दत्तसमोर त्याचा सात्त्विक चेहरा लक्षात राहिला.

पाठोपाठ 'तुफान और दिया'मध्ये नंदाबरोबर त्याची जोडी जमली. तिथे आपल्या छोट्या मेहुण्याला 'देखो मुझे राष्ट्रसभा का प्रमाणपत्र मिला है' असं तो म्हणतो, तेव्हा प्रेक्षक हसायचे. कारण त्या वेळी तो अगदीच दुबळ्या व्यक्तिमत्त्वाचा अन् प्रभावहीन वाटायचा.

हे चित्र १९५९ मध्ये आलेल्या 'गुंज उठी शहनाई'पासून बदललं. अमिता ही नायिका आणि बिस्मिल्ला खाँ, रामलाल यांची कर्णमधुर सनई हे चित्रपटाचं प्रमुख आकर्षण ठरलं.

'जीवन में पिया तेरा साथ रहे' हे द्वंद्वगीत असो अथवा 'कह दो कोई ना करे यहाँ प्यार' हे आर्तकरुण गीत; महंमद रफीचा स्वर राजेंद्रकुमारला एकदम फिट बसला.

त्याचा 'प्यार का सागर' मधला अंध नायक मीनाकुमारीसमोर तोडीस तोड ठरला. 'जेमिनी'च्या 'घराना'मध्ये आशा पारेखबरोबर त्याची जोडी जमली. सन १९६० मध्ये 'ससुराल' या एल. व्ही. प्रसाद यांच्या चित्रपटात पठाणी वेषात राजेंद्रकुमारने धमाल उडवून दिली.

मुझे प्यारकी जिंदगी देने वाले (प्यार का सागर), जबसे तुम्हे देखा है (घराना), दिल मेरा एक आसका पंछी (शीर्षक गीत), हमने वफा न सीखी, पहले मिली थी सपनोंमे (जिंदगी) आणि तेरी प्यारी प्यारी सूरत को (ससुराल) या गाण्यांच्या अफाट लोकप्रियतेचा राजेंद्रकुमारला भरपूर फायदा मिळाला.

आधी प्रत्येक चित्रपटात नाक खाजवत त्याने दिलीपकुमारची नक्कल केली खरी, पण नंतर हळूहळू त्याला स्वतःचा सूर सापडला. 'मेरे मेहबूब' आणि 'आरजू' या चित्रपटात त्याचा अभिनय समीक्षकांनी वाखाणला. प्रेक्षकांनी पसंत केला. दिलीपकुमार नेहमी त्याला 'लाली' म्हणायचा. हळुवार प्रणयप्रसंग, कोर्टरूम ड्रामा, वेषांतर आणि विनोद या साऱ्या सिच्युएशन्स आरजू, कानून, ससुराल, सूरज या चित्रपटांत त्याने

यशस्वीपणे पेलून दाखवल्या.

याद न जाये (दिल एक मंदिर), ये आँसू मेरे दिल की जुबान है (हमराही) या गाण्यातला त्याचा अभिनय हृदयस्पर्शी होता.

नंदा, अमिता, मीनाकुमारी, साधना, वैजयंतीमाला, माला सिन्हा अशा सगळ्याच नायिकांसमवेत त्याची झकास जोडी जुळली.

'संगम'मध्ये त्याचा अभिनय सरस होता. पण इथूनच त्याची सद्दी संपत गेली. 'आई मिलन की बेला', 'झुक गया आसमान', 'अमन' मधून सायरा- बानूसमवेत त्याची केमिस्ट्री जुळली. पण तिची दिलीपकुमारबरोबर शादी झाली अन् ही जोडी फुटली.

राजेश खन्नाच्या आगमनाचा सगळ्यात मोठा फटका राजेंद्रकुमारला बसला. 'लव्ह स्टोरी'द्वारे त्याच्या मुलाचे—कुमार गौरवचे पदार्पण झाले, पण ते अल्पकाळ टिकले.

◆◆◆

उमदा हास्यअभिनेता मेहमूद

मेहमूदचं नाव लोकप्रिय हास्य अभिनेता म्हणून गाजू लागलं, ते १९६० च्या दशकामध्ये. पण त्याआधी 'सी.आय.डी', 'प्यासा', 'सौतेला भाई' या गुरूदत्तच्या चित्रपटांमधून त्याने खलनायक रंगवला.

एल. व्ही. प्रसाद यांच्या छोटी बहेन (१९५९)पासून विनोदवीर म्हणून त्याची चलती सुरू झाली. ससुराल, बेटी-बेटे, हमराही, हिम्मत, नीलकमल, गुमनाम, लाखो में एक— हा त्याचा प्रवास थक्क करणारा!

हा मेहमूद जसा जिगरबाज, तसा इतरांना योग्य वेळी

मदतीचा हात देणारा उमदा आदमी होता. म्हणूनच 'पडोसन'-मधून किशोरकुमार आणि 'पती-पत्नी'मध्ये जॉनी वॉकर या विनोदी नटांना त्याने पडत्या काळात साथ दिली.

'छोटे नबाब' या आपल्या चित्रपटाला सचिन देव बर्मन यांनी संगीत द्यावे म्हणून मेहमूदने लाख प्रकारे विनवणी केली, पण त्यांनी ठाम नकार दिला. बाहेर पडताना त्याला राहुल देव बर्मन भेटला. मग त्याला एक रुपया सायनिंग अमाऊंट देऊन 'छोटे नबाब' साठी बुक करताना मेहमूद म्हणतो कसा, 'बडे मियाँ नही, तो छोटे मियाँही सही!' सचिनदांना तो शंभर रुपयांत पटवणार होता!!

शशी कपूरने 'प्यार किये जा' चित्रपटाच्या वेळी मुमताज त्याची हिरोइन होणार, हे कळताच 'कोई सेलेबल हिरोईन ले लो' म्हणत थयथयाट केला. मग मेहमूदने मुमताजबरोबर तो चित्रपट गाजवला.

दिवस फिरले आणि मुमताज बडी स्टार बनली. 'प्रेमकहानी' -मध्ये राज खोसला यांना मुमताज नायिका म्हणून हवी होती. तिथे शशी कपूर नायक. मुमताजने शशी कपूरला धडा शिकवायचे ठरवले. पण मेहमूदने तिला सल्ला दिला—'ऐसा मत करना! उसकी पिक्चरें फ्लॉप हो रही है. फिल्म चली तो क्रेडिट तुम्हे मिल जायेगा. ना चली, तो लोग उसे जिम्मेदार ठहरायेंगे!'

मेहमूदला दिग्दर्शक बनण्याची तीव्र आंतरिक इच्छा होती. त्यासाठी तो राज कपूरच्या लोणी इथल्या स्टुडिओत येऊन राज कपूरला काम करताना तासन्तास न्याहाळत बसे. त्या निरीक्षणातूनच निर्माता-दिग्दर्शक म्हणून त्याची कारकीर्द फुलली फळली.

'छोटे नबाब', 'भूत बंगला', 'पडोसन', 'कुँवारा बाप', 'जनता हवालदार', 'बॉम्बे टू गोवा' ही त्याची पुढची वाटचाल लक्षणीय

'हमजोली'मध्ये पृथ्वीराज, राज कपूर आणि रणधीर कपूर अशा तिघांची बहारदार नक्कल करत मेहमूदने 'ट्रिपल रोल' केलाय! 'गुमनाम'मधला त्याचा हैदराबादी खानसामा 'हम काले है तो क्या हुआ' हा हंगामा आणि 'खयालोंमें' हा तकिया कलाम वापरत, प्रेक्षकांच्या अंतःकरणाचा ताबा घेऊन गेला. आपल्या पोलिओ झालेल्या मुलासाठी त्याने 'कुँवारा बाप' बनवला आणि प्रेक्षकांना रडवले.

'लाखों में एक', 'मस्ताना'मधून तो चक्क विनोदवीर नव्हे तर हीरो बनला. बडे हीरो त्याच्याबरोबर काम करायला घाबरत, कारण तो प्रत्येक सीन खाणार याची धास्ती अनेकांनी घेतली. 'परवरीश'मध्ये राज कपूरसमवेत 'मामा हो मामा' या गाण्यात मेहमूद मोठ्या मस्तीत नाचला, तर 'दिल तेरा दीवाना'मध्ये शम्मी कपूरला

त्याने मात दिली.

'शम्मी कपूर के साथ मेरी कभी बनती नहीं थी! मगर क्या टेढा मेढा हो कर नाचता था वो.. लाजबाब!' ही मेहमूदची प्रतिक्रिया त्याच्या उमद्या स्वभावाचे जणू प्रतीक!

'बॉम्बे टू गोवा'मधून अरुणा इराणी आणि अमिताभ बच्चन यांना हीरो-हिरोइन बनवण्याचे श्रेय मेहमूदला द्यावे लागते.

कमाल अमरोही यांच्या घरातून बाहेर पडल्यावर मीनाकुमारीला मेहमूदने आपल्या घरात आश्रय दिला होता. बेंगलोर येथे घोड्यांच्या रेसमध्ये तो गुंतला. ड्रग्जच्या आहारी गेल्यामुळे त्याची कारकीर्द संपली.

'लाखों में एक'साठी त्याला एक छदामही मिळाला नाही. तरीसुद्धा 'जिनके पास पैसा है वो सिप्पी क्या हिप्पी भी बन सकते है.' एवढीच प्रतिक्रिया त्याने दिली. हा उमदा स्वभाव त्याने आयुष्यभर जपला.

◆◆◆

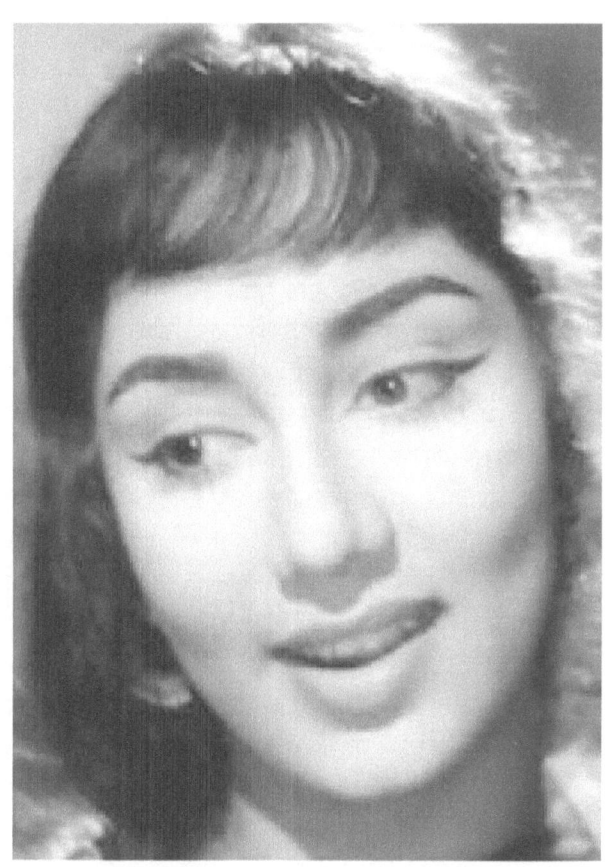

साधना - टपोरं गुलाबपुष्प

फार मोठ्या अपेक्षा नसताना एखाद्या नव्या नायिकेने खूप मोठं यश मिळवलं, की तिचं कौतुक वाटतं! साधना शिवदासानी ही अशी एकमेव अभिनेत्री असावी!

तमाम सिंधीबांधवांनी तिला डोक्यावर घेतलं, तर नवल नाहीच; पण अखख्या भारतवर्षामधल्या चित्रपटवेड्यांनी साधनाला मनापासून स्वीकारलं!

शशधर मुखर्जी यांच्या 'फिल्मालय' या संस्थेद्वारे १९६० मध्ये 'लव्ह इन सिमला'मधून साधना रजतपटावर अवतरली. तेव्हा सगळी टीम एकदम नवी होती. दिग्दर्शक आर. के. नय्यर,

हीरो जॉय मुखर्जी, संगीतकार इक्बाल कुरेशी आणि साधनासह अझरा या नव्या चेहऱ्यांनी धूम मचा दी!

हसीनोंकी सवारी है

डिग डिग डिग डिग ए ऽऽ

या रफीच्या गाण्यात 'डिग डिग'चा रिदम सांभाळत एऽऽ ही लकेर झोकात फेकत साधना तरुणाईच्या दिलाची धडकन बनून गेली.

आधी बावळट-तेलकट चेहऱ्याची चष्मेवाली, टॉम बॉय वाटणारी सोनिया आपल्या दादीच्या कृपाप्रसादाने जणू 'सिंड्रेला' बनून जाते. हा नायिकेमधला बदल साधनाने ज्या कुशलतेने पेश केला, तो दाद देण्याजोगा. बहिणीसाठी प्रियकरावर, प्रेमावर पाणी सोडणारी ही व्यक्तिरेखा उच्च कोटीच्या अभिनयाची मागणी करणारी. साधना या परीक्षेत यशस्वी ठरली.

एक मुसाफिर-एक हसीना (१९६२) या 'फिल्मालय'च्या चित्रपटात पुन्हा जॉय-साधना हीच जोडी चमकली. पण जॉयला तिने इथे अभिनयात कोसों पीछे छोड दिया! कपाळावरची नाचरी बट 'साधना कट' बनून लोकप्रिय होणार, हे तेव्हा तिला तरी कुठे ठाऊक होतं? पण तसं घडलं, हे पूर्णसत्य!

डोळ्यांचे इशारे, भुवयांची दिलखेच उडान, ओठांची मुरड आणि जोशिल्या पदन्यासातून साधना रसिकांचा होश उडवून गेली. विशेषत: त्या चित्रपटामधल्या 'जबान ए-यार- मनतुर्की' या गाण्यात ती खूपच आकर्षक दिसली.

'वो कौन थी'मध्ये साधनाला डबल रोल करायला मिळाला. 'नैना बरसे रिमझिम रिमझिम' या हॉटिंग गाण्यात तिचं बेअरिंग एकदम माइंड ब्लोइंग! पण याच चित्रपटामुळे तिच्याकडे 'सेक्स अपील, नाही', सौष्ठव नाही, अशी तक्रार चित्रपटसृष्टीत सुरू झाली.

पण नवकेतनच्या 'हम दोनों'मध्ये साधना मग देव आनंदची नायिका बनली आणि आपल्या सुरेख अभिनयातून तिने प्रेक्षकांना जिंकले.

यही कहोगे तुम सदा,

के दिल अभी भरा नहीं –

या गाण्यामधली तिची अदा जीवघेणी ठरली.

'प्रेमपत्र', 'परख' अशा काही वेगळ्या चित्रपटांतून साधना दिसली, पण ते चित्रपट पडले आणि त्या वर्तुळातून ती बाहेर पडली. तिचा अभिनय मात्र प्रत्येक चित्रपटात बावनकशी होता.

अगदी ए.व्ही.एम च्या 'मनमौजी'सारख्या किशोरकुमारच्या व्यावसायिक

दंगामस्तीमध्येसुद्धा साधना बाजी मारून गेली.

'ओ सजनाऽऽ बरखा बहार आयी' (परख), 'चंदा जा रे जाऽऽ काहे आया है अकेला' आणि 'मै तो तुम संग नैन मिलाके, हार गयी सजना' (मनमौजी) या गाण्यात कधी प्रसन्न मुद्रा, कधी हृदयस्पर्शी अभिनय यातून साधना प्रेक्षकांच्या दिलाचा ठाव घेई.

'आरजू' आणि 'मेरे मेहबूब' या दोन्ही चित्रपटांनी साधनाच्या अभिनयाची रेंज केवढी मोठी, ते सिद्ध केलं. 'आरजू' ही प्रेमकहाणी, तर 'मेरे मेहबूब' मुस्लिम सोशल! हे वैविध्य साधनाची लोकप्रियता वाढवून गेलं. 'बेदर्दी बालमा तुझको मेरा मन याद करता है'मधलं कारुण्य साधनाच्या डोळ्यांतून सुरेख दिसलं. 'मेरे मेहबूब तुझे' ही गझल आणि 'मेरे मेहबूब मे क्या नहीं' या अमिताबरोबरच्या नृत्यगीतातलं चापल्य, ही साधनाची खासियत ठरली.

आर. के. नय्यर या दिग्दर्शकाशी तिचा प्रेमविवाह झाला. अचानक डोळ्यांच्या आजाराने तिचं करियर संपून गेलं, ही खंत तिच्या चाहत्यांना आजही अस्वस्थ करते.

दि. २ सप्टेंबरला तिचा वाढदिवस. त्यानिमित्त तिला शुभेच्छा देऊ या!

◆◆◆

अभिनेता आणि निर्माता - संजय खान

एक जमाना बॉलिवुडमध्ये असा होता की, मुस्लिम कलाकार ओरिजिनल नाव बदलून रुपेरी पडद्यावर पदार्पण करत. एक तर १९४० च्या उत्तरार्धात हिंदू- मुस्लिम दंगे आणि फाळणीची हवा, यामुळे वातावरण थोडं गढूळलेलं! पण फिल्म इंडस्ट्री मात्र त्यापासून कोसो दूर राहिली. तिथे कायम सौहार्दाचं, खेळीमेळीचं रिलेशन परस्परांत असायचं. दिलीपकुमार (युसुफ खान), अजित (हमीद) किंवा मीनाकुमारी (मेहजबीन), मधुबाला (बेबी मुमताज) यांनी नाव बदलून लोकप्रियता हासील केली.

संजय हा या परंपरेमधला बहुतेक शेवटचा पाईक असावा. त्याचा थोरला भाऊ नुसतं फिरोज हे नाव घेऊन वाडिया ब्रदर्सच्या चित्रपटात चमकला. लोकप्रियता मिळवल्यावर, निर्माता झाल्यावर फिरोज खान या नावाने श्रेयनामावलीत झळकला. पण संजय मात्र खूप काळ संजय या नावानेच लोकप्रिय झाला.

'दोस्ती' या १९६४ मध्ये आलेल्या चित्रपटात नगण्य भूमिका करणारा संजय हळूहळू विश्वासार्ह अभिनेता म्हणून स्वीकृत झाला.

देवेंद्र गोयल यांचा 'दस लाख' हा संजयचा पहिला रौप्यमहोत्सवी चित्रपट. नायिका बबिता आणि ओमप्रकाश हा चरित्र अभिनेता यांचा या चित्रपटाच्या यशामध्ये मोठा वाटा. संगीतकार रवी यांची गाणीपण गाजत राहिली. 'गरिबोंकी सुनो वो तुम्हारी सुनेगा, तुम एक पैसा दोगे वो दस लाख देगा' हे रफी-आशा यांनी गायलेलं गीत खूपच पसंत केलं गेलं. इथे आपले रमेश देव आणि सीमापण लक्षणीय भूमिकेत चमकले.

'एक फूल दो माली' आणि 'इंतकाम'मधून 'संजय-साधना ही जोडी जमली. त्यातली गाणीपण लोकप्रिय झाली आणि सुरेख पटकथेमुळे संजयचा अभिनयपण खुलत गेला. दर्दभऱ्या प्रसंगात तो हळुवार होई. तीच त्याची खासियत बनली. 'दोस्ती' आणि 'अभिलाषा' या दोन्ही चित्रपटांत सुमार अभिनय करणारा संजय तो हाच का, अशी शंका यावी इतपत त्याची कामगिरी सुधारली. दोस्ती आणि अभिलाषा दोन्ही चित्रपटांत उमा आणि नंदा त्याच्या नायिका.

पण 'एक फूल दो माली'मध्ये बलराज साहनी आणि 'इंतकाम'मध्ये अशोककुमार या सव्यसाची अभिनेत्यांसमोर संजय फिका पडला. इनोसंट चेहरा आणि लवचिक देहबोली हे त्याचे ॲसेट, रोमँटिक प्रसंगात प्रेक्षकांना भुरळ घालत, एवढं नक्की! त्यामुळेच थोरला भाऊ रफ्-टफ् गाय फिरोजखानपेक्षा त्याच्या नावावर जास्त रौप्यमहोत्सवी चित्रपट जमा झाले.

'मेला' या चित्रपटात संजय आणि फिरोज हे दोघे बंधू मुमताजसह प्रथमच एकत्र आले. चित्रपट गाजला.

राजेश खन्नाच्या वादळी आगमनानंतर अनेक अभिनेत्यांची कारकीर्द मंदावली, एकटा धर्मेंद्र टिकून राहिला. जितेंद्रने साऊथचं मार्केट काबीज केलं. फिरोज खान स्वतःच निर्माता बनला.

या काळात संजयने आपल्या चित्रपटांना फायनान्स करायची तयारी दाखवली. 'अब्दुल्ला', 'काला धंदा गोरे लोग'सारख्या चित्रपटांची निर्मिती करून पाहिली.

काही काळ झीनत अमान या अभिनेत्रीबरोबर 'गॉसिप कॉलम'मधून संजयचे नाव जोडले गेले. झरिना या त्याच्या पत्नीच्या सुदैवाने तो या सगळ्यातून सावरला. झरिनाच्या इंटिरियर डेकोरेशनच्या व्यवसायाने अल्पावधीतच तुफान प्रगती केली. तिने संजयचा संसारही सांभाळला.

दूरदर्शन या नव्या माध्यमाकडे संजयचे लक्ष याच काळात खेचले गेले. 'द स्वोर्ड ऑफ टिपू सुलतान' या मेगा सिरियलची निर्मिती करतानाच संजयने त्यात प्रमुख भूमिकही निभावली. पण चित्रीकरणाच्या वेळी अनपेक्षितपणे आग लागून काही जण मृत्युमुखी पडले. स्वत: संजयही या आगीत होरपळून निघाला. जखमांवर प्लॅस्टिक सर्जरी करून संजय जीता-जागता पुन्हा टीव्ही स्क्रीनवर दिसला आणि त्याच्या चाहत्यांना बेसुमार आनंद झाला. या आगप्रकरणी अनेक कायदेशीर बाबींची पूर्तता करताना संजयची कसोटी लागली.

पण 'टिपू सुलतान' ही मालिका प्रचंड यशस्वी झाली. अभिनय, श्रीमंत निर्मिती, आकर्षक बाह्यचित्रण या सगळ्या बाबतीत या मालिकेनं प्रेक्षकांना खूश करून टाकले.

पाठोपाठ महादजी शिंदे यांच्या जीवनावर आधारित मालिका संजय खान घेऊन आला आणि दूरदर्शन माध्यमात स्थिरावला.

मात्र चित्रपटांपासून तो जाणीवपूर्वक दूर राहिला. त्याची कन्या हृतिक रोशनशी विवाहबद्ध झाली. आज त्याचा पुत्र झायेद मोठ्या पडद्यावर विविध भूमिका रंगवतोय, त्याचा संजय-झरिना यांना निश्चितच अभिमान वाटत असणार!

तीन जानेवारी ही संजयची बर्थडेट! त्याला पुढील वाटचालीसाठी शुभेच्छा!!

◆◆◆

राखी - चॉकलेटी डोळे, प्लम फिगर

बॉलिवुडचं जग सतत नावीन्याच्या शोधात असतं! जशी कॉलेजक्वीन दर दोन वर्षांनी बदलते तशीच हिरोईन दर पाच वर्षांनी नवी हवीच! मधुबालाचं शापित सौंदर्य, मीनाकुमारीच्या शब्दांतली भावुक थरथर, नूतनचं प्रसन्न हास्य, वैजयंतीमालाचा विलोभनीय पदन्यास, साधनाची वेगळी हेअर स्टाईल, शर्मिलाच्या गालावरची खळी, मुमताजच्या नकट्या नाकाचा टेंभा हे सगळं प्रेक्षकांनी डोळे भरून पाहत स्वीकारलं.

मग 'जीवन-मृत्यू'मधून आली राखी! हिचे डोळे चॉकलेटी रंगाची मादकता घेऊन आले. तिची किंचित प्लम फिगर एक

वेगळंच 'सेक्स अपील' देत पडद्याला जणू आग लावून गेली. इथे तिचा हीरो होता 'ही-मॅन' धर्मेंद्र! ही जोडी प्रेक्षकांनी चट्कन स्वीकारली!

झिल मिल सितारोंका आंगन होगा,

रिमझिम बरसता सावन होगा-

या लताच्या स्वरांची जादू, राखीच्या डोळ्यांतली कयामत आणि सिंदूर, सुवासिनीचा साज हे सारं ऐकताना-बघताना डोळे निवले—कान सुखावले!

नंतर ही जोडी पुन्हा फक्त एकदाच 'ब्लॅकमेल' चित्रपटामध्ये दिसली!

पल पल दिल के पास,

तुम रहती हो—

हे किशोरचं गीत तिच्याभोवती जणू रुंजी घालत 'जीवन मीठी प्यास' ही अनुभूती देतं!

यानंतर लगेचच राखी आणि गुलजार यांची नावं जोडीनं घेतली जाऊ लागली. राखी 'दाग', 'शर्मिली' या चित्रपटांतून चमकत असतानाच गुलजार 'मेरे अपने', 'परिचय' या चित्रपटाद्वारे आपल्या करिअरचा आलेख उंचावत होता. दोघेही आपापल्या विश्वात बिझी, तरी प्रेमातली नवोन्मेष भावना जपून होते.

'दाग'मध्ये राखीचा सामना शर्मिला टागोरबरोबर झाला. पण ही झुंज बरोबरीत सुटल्याचा कौल रसिकांनी दिला. मुख्य म्हणजे, शर्मिलाचं सौंदर्य नावाजलं गेलं तेवढाच राखीचा अभिनय आणि प्रक्षोभक संवाद फेकण्याची क्षमता यांना भरपूर दाद मिळाली. मग आला राखीचा 'शर्मिली' याच नावाचा चित्रपट.

'शर्मिली'मध्ये राखीला डबलरोल करायला मिळाला. एक शांत, गंभीर तरुणी तर दुसरी दैवगतीमुळे मॉड बनून गुन्हेगारी वर्तुळात रमलेली सुंदरी! राखीने या दोन्ही व्यक्तिरेखा सरस वठवल्या! 'खिलते है गुल यहाँ' आणि 'मेघा छाये आधी रात' या लताच्या दोन्ही गाण्यात राखीने भावभावनांचे उन्मेष नि उद्रेक लीलया दाखवले. मॉड भूमिकेत सिगारेट ओढताना, शराब पिताना ती ऑड वाटली नाही!

अजय विश्वास या पहिल्या पतीला घटस्फोट देऊन दि. १८ एप्रिल १९७३ रोजी राखीने दिग्दर्शक गुलजारशी नव्याने संसाराचा खेळ मांडला.

पण चट्कन हातातले पिक्चर्स संपवणे तिला जमले नाही. दरम्यान, 'बोस्की' ही त्यांची कन्या जन्माला आली.

'आँधी', 'मौसम' या गुलजारच्या चित्रपटात भूमिका न मिळाल्यामुळे राखी नाराज झाली. ती लग्नानंतर चित्रसंन्यास घेणार असे आधी ठरूनही, ही अट पाळणे राखीला शक्य झाले नाही. गुलजार-मीनाकुमारी यांच्या एके काळच्या साहचर्यामुळे

बिथरलेल्या अज्ञात शत्रूंनी गुलजार-राखी यांच्या संबंधांत ताण वाढवला, असे मानले जाते!

दोघांची कारकीर्द समांतर रेषेत सुरू राहिली. खुशबू, किनारा, इजाजत, कोशिशद्वारे गुलजार तर मुकद्दर का सिकंदर, तपस्या, कभी कभी, बरसात की एक रात, बसेरा, दूसरा आदमीद्वारे राखी लोकप्रियतेची शिखरे गाठत असताना बोस्की मोठी होत गेली.

'राम लखन', 'रुदाली'द्वारे राखी चरित्र अभिनेत्री बनली, तर तिची कन्या बोस्की आता मेघना गुलजार या नावाने चित्रपट दिग्दर्शनामध्ये रमली आहे. राखी गुलजार या नावाने स्क्रीनवर वावरण्याचा हट्ट राखीने धरला. तो सगळ्या चित्रपटसृष्टीने मान्य केलाय. दि. १५ ऑगस्ट हा राखीचा वाढदिवस आपोआप देशभर साजरा होतोय!

◆◆◆

शत्रुघ्न सिन्हा - बडबोल आदमी

नटाने नम्र असावे, कलाकाराचे वागणे बोलणे सौजन्यपूर्ण असावे हा एक संकेत आपल्या संस्कृतीने रुजवला. आपण सगळ्यांनी तो स्वीकारलाय.

पण शत्रुघ्न सिन्हाची बातच अलग, एकदम निराळी.

पुण्याच्या फिल्म इन्स्टिटट्यूटमधून १९६० च्या दशकाच्या उत्तरार्धात जी बंडखोर पिढी बाहेर पडली, त्या जथ्यामध्ये शत्रुघ्न सिन्हा होता. जया भादुरी- बच्चन आणि रुपेशकुमार त्याच बॅचचे, एवढं सांगितलं तरी पुरे.

शत्रुघ्न (शत्रुघन) असाही याचा उल्लेख होई) आधी

खलनायकीमध्ये रमला. 'खिलौना', 'गाय और गौरी' अशा काही चित्रपटांत त्याने आपल्यामधल्या खतरनाक अदाकारीची चुणूक दाखवली. पण तो रुपेरी पडद्यावरच नव्हे, तर रोजाना जिंदगीमध्येपण तीच स्टाईल मारायचा.

'मै यहाँ आया हूँ, प्राणसाब जैसे उस्तोदोंकी छुट्टी कराने' हे त्याचे बोल मिडियाने जसेच्या तसे छापले.

गंमत म्हणजे 'खिलौना'मधल्या 'बिहारी' या भूमिकेत शत्रुघ्न सिन्हाने अगदी थेट प्राणसारखा मनगटाला गजरा बांधून सिगारेटची धूम्रवलयांकित वर्तुळे हवेत फेकली. 'किसीकी छुट्टी करना आसान है लेकिन इंडस्ट्रीमे पच्चीस बरस टिकना बहोत मुश्किल बात है' या सौजन्यशील शब्दांत प्राणने आपली प्रतिक्रिया दिली. इतरांनी 'बच्चा है' असं समजत मौन पाळले. पण जिथे वार व्हायला हवा होता, तिथे झालाच!

आता शत्रुघ्न सिन्हाचा भाव वाढत गेला. 'दो राहा', 'गॅम्बलर' सारख्या यशस्वी चित्रपटांनी तो यशाची शिखरे चढू लागला. पण शत्रुघ्नची बकबक आणखी वाढली.

मग त्याने चक्क कपूर फॅमिलीची, त्यातही पापा पृथ्वीराज कपूरची कळ काढली.

'ॲक्टिंग के बारेमें पापाजी और उनकी फॅमिली का नाम मशहूर है. मगर ना तो वे अच्छे ॲक्टर थे और नाही उन्हे अच्छी ॲक्टिंग करनी आती थी!' हे शत्रुघ्नचे बोल संतापजनक होतेच, त्यातही पापाजींच्या निधनानंतर असे काही बोलणे आक्षेपार्ह होते. अख्खी कपूर फॅमिली यानंतर शत्रूला मित्र मानणे शक्यच नव्हते.

तोटा शत्रुघ्न सिन्हाचाच झाला. तरुण कपूर पुत्र त्याच्याबरोबर काम करायला नकार देत. शम्मी कपूरने एकदा शत्रुघ्नला एका सेटवर समजावले. नंतर 'खानदोस्त'-मध्ये राज कपूर अणि शत्रुघ्न एकत्र आले.

एव्हाना शत्रुघ्न नायकाच्या भूमिकेत शिरला. 'कालिचरण', 'विश्वनाथ'द्वारे तो यशस्वी नायक बनला. पण बेताल बडबड थांबली नाही.

'मै बेतहाशा धन कमाना चाहता हूँ.' हे त्याचे बोल प्रेसने छापले.

'अगले पाच बरस में आप मेरा नाम फिल्मोंके इंटरनॅशनल मॅपपे लिखा देखेंगे!' ही अशीच एक डींग! पण तोपर्यंत शत्रुघ्न सिन्हाचं 'शॉटगन' असं बारसं होऊन गेलं होतं. त्याचे चाहते त्याला 'शत्रू' या लाडक्या नावाने पुकारू लागले.

'स्त्रियश्चरित्रम् पुरुषस्य भाग्यम्', 'देवो न जानाति कुतो मनुष्य:' हा संस्कृत श्लोक म्हणून प्रेक्षकांच्या टाळ्या घेणारा शत्रुघ्न हा एकमेव खलनायक!

आता तर काय, तो राजकारणात उतरून खासदार बनलाय. बोलणाराची मातीसुद्धा विकली जाते, हेच खरं!!

◆◆◆

पद्मा चव्हाण - मादक सौंदर्याचा ॲटमबॉम्ब

मराठी चित्रपटातल्या नायिका म्हणजे सोज्वळ, सुसंस्कृत, शालीन असं चित्र १९४० ते १९६० या कालखंडात निर्माण झालं होतं. अश्रुपात करणाऱ्या रडूबाई नायिकांनी या काळात प्रेक्षकांचे किती रुमाल भिजवले असतील त्याची गिनती करणं अवघड! उषाकिरण, सुलोचनाबाई, सीमा यांनी १९५० च्या दशकात या समजाला दुजोरा देत रुपेरी पडदा गाजवला. नंतर तीच परंपरा अलका कुबल या अभिनेत्रीने पुढे चालू ठेवली.

अगदी बलात्काराच्या दृश्यातसुद्धा नायिकेचा पदर ढळता कामा नये, असा अट्टहास मराठी चित्रपटांनी चालू ठेवला. मग

सेन्सॉर बोर्डसुद्धा मराठी चित्रपटांच्या बाबतीत जरा जास्तच संवेदनशीलता दाखवायचं, यात नवल नाही! 'स्त्रीजन्मा ही तुझी कहाणी' आणि 'बाळा जो जो रे' ही नावे हेच सांगतात. पण 'पद्‌मा चव्हाण' ही डॅशिंग हिरोइन मराठी चित्रपटात आली आणि तिने हे चित्र पार बदलून टाकलं! मग रंजनाने तिचा कित्ता गिरवला.

'अत्रे थिएटर्स' च्या आचार्य अत्रे लिखित लग्नाची बेडी या नाटकामधली 'रश्मी' ही मॉड व्यक्तिरेखा पद्‌मा चव्हाणने अशा मस्तीत रंगवली, की प्रेक्षकांचा कलिजा खलास झाला! वस्त्रप्रावरणांच्या मर्यादा झुगारून देत पद्‌मा चव्हाण रंगमंचावर अवतरली आणि नाट्यगृहे हाऊसफुल्ल गर्दी खेचू लागली. पाठोपाठ हिराकांत कलगुटकर लिखित 'हिट अँड हॉट' नाटक 'बायकोपेक्षा मेहुणी बरी' दणक्यात चालू लागले. त्यातले द्व्यर्थी संवाद आणि पद्‌माचा प्रेक्षकांशी रंगमंचावरून चालणारा थेट संवाद यांची जादू मोठी विलक्षण होती. कधी बोबडे बोल, कधी नजरेची भाषा यातून प्रेक्षकांना ती खिळवून ठेवायची. पण इथेसुद्धा सेन्सॉर बोर्ड आडवे आलेच! नाटकाचे नावच अनेकांना आक्षेपार्ह नि प्रक्षोभक वाटू लागले. शेवटी 'माझी बायको माझी मेहुणी' या अळणी, मिळमिळीत नावाने या नाटकाचे प्रयोग सुरू ठेवण्यात आले. १९६० सालात अनंत माने दिग्दर्शित 'अवघाची संसार' या चित्रपटात पद्‌मा चव्हाण, राजन जावळे ही जोडी दिसली. इथे पद्मा चव्हाण 'स्पोर्ट्स लव्हर' आहे. हाफपँटमध्ये सायकल चालवत द्वंद्वगीत गाताना पद्‌मा चव्हाण किती सहज वावरली आहे!

मोठे-मोठे डोळे, सरळ नाक, भरपूर उंची आणि त्या उंचीला साजेशी प्रमाणबद्ध फिगर तिला लाभलेली. बोलणं बिनधास्त आणि स्वभाव मोकळा. तिला भीती कुणाचीच वाटत नसे. फटाकडी हे विशेषण अनेकांनी पद्मासाठी राखून ठेवलेलं! आक्रमक वागणं-बोलणं रुपेरी पडद्यावरही प्रकट होई.

शरद तळवलकर गमतीने म्हणत, 'आम्ही अलीकडे दिवाळीत फटाके उडवायचे बंद केलेत. पद्‌माची वृत्तपत्रातली जाहिरात वाचलेली पुरते-'

पद्मा चव्हाणचं नशीब असं सिंकदर की भालजी पेंढारकर आणि कमलाकर तोरणे यांच्यासारखे मातब्बर निर्माते, दिग्दर्शक तिला समोर ठेवून चित्रपट काढत होते.

'आराम हराम आहे' (१९७६) आणि 'गुपचूप गुपचूप' (१९८३)मधल्या पद्‌मा चव्हाणच्या भूमिका गाजल्या. गुपचूप गुपचूपमधली तिची गोव्हॅनिज खानावळवाली ठसकेबाज होती.

मग बिन बादल बरसात (१९६३), स्त्री (१९६१), कश्मीरकी कली (१९६४), मिस्टर एक्स (१९६७), नरम गरम, आदमी (१९६८), सदमा,

बगावत अशा बॉलिवुडच्या अनेक हिंदी चित्रपटांमधून छोट्या-मोठ्या भूमिकांत ती दिसली.

'अष्टविनायक'मधली सौतेली माँ आणि नाऱ्याची (राजा गोसावी) आक्का ही पद्मा चव्हाणची अदाकारी प्रशंसनीय होती.

जाहीर मुलाखतीमधूनही पद्मा चव्हाण आक्रमक, बेछूट विधाने करून खळबळ माजवून देई. कमलाकर तोरणे यांच्याबरोबर विवाह करून ती काही काळ संसारात रमली. 'गरिबी वगैरे सब झूठ, माणसाने पैसा मिळवावा, तो उपभोगावा.' अशी रोखठोक मते ती मांडत असे. दि. १२ सप्टेंबर १९९९ रोजी मुंबईत मोटार अपघातात पद्मा चव्हाणला मृत्यूने गाठले.

◆◆◆

शबाना आझमी - एक हट्टी मुलगी

दि. १८ सप्टेंबर रोजी शबानाचा वाढदिवस येतो. या प्रतिभावंत, गुणी अभिनेत्रीला तमाम चित्रपटरसिकांतर्फे शुभेच्छा देणं अतिशय आवश्यक.

ज्येष्ठ शायर कैफी आझमी यांची शबाना ही लाडकी लेक. तिने शायरी केली की नाही, ते कळायला मार्ग नाही. पण अभिनय तिच्या रक्तामधेच उतरलाय! शौकत आझमी ही तिची आई 'इप्टा' या संस्थेच्या नाटकांमधून रंगभूमी सातत्याने गाजवत होती.

शबानाला हिंदी चित्रपटसृष्टीने सहजासहजी स्वीकारलेले

शबाना आझमी / ९७

नाहीच! हेमामालिनीच्या आईने (जया चक्रवर्ती) निर्मिलेल्या 'स्वामी' चित्रपटात शबाना प्रथम चमकली. गिरीश कर्नाड तिचा नायक होता. 'मै किसी लल्लू पंजेसे शादी नहीं करुँगी' हा तिचा रुसवा नि ठसका चांगला लक्षात राहून गेला.

मृणाल सेन आणि श्याम बेनेगल यांच्या समांतर सिनेमाची नायिका म्हणून शबानाचा आधी गाजावाजा झाला. पण ती स्टार होईल, असं कुणालाच वाटत नव्हतं. मोठे दात अन् कमालीची किरकोळ फिगर ही तिची वैगुण्ये इतर नट्या सगळ्यांच्या नजरेस आणून देत. पण शबानाच्या व्यक्तिमत्त्वातच एक हट्टी मुलगी दडलेली आहे. आपल्याला जे हवं, ते ती मिळवतच गेली. बाय हुक ऑर बाय क्रूक!

आधी अंकुर, मंथन, निशांत या चित्रपटांमधून शबानाने आपली अभिनयक्षमता सिद्ध केली. मग आपोआप तिच्या वैगुण्यांची चर्चा थांबली.

सुनील बेंजामिनबरोबर तिच्या नावाची चर्चा 'गॉसिप कॉलम' मधून होत असतानाच शेखर कपूर या दिग्दर्शकासमवेत ती दिसू लागली. सुनील तिचा मित्र होता. शेखरने तिला आत्मविश्वास दिला.

'अंकुर'मधली शबानाची लक्ष्मी खूप गाजली. सरंजामदाराची रखेली म्हणून जिणं ती नाकारते, समाजव्यवस्थाच बदलण्यासाठी जिद्दीने उभी राहते. 'स्पर्श' या सई परांजपे दिग्दर्शित चित्रपटामध्ये आंधळ्या नसिरुद्दीन शाहच्या पाठीमागे उभी राहणारी प्रेमिका लक्षात राहून गेली. शेखर कपूर दिग्दर्शित 'मासूम'मध्ये ती दोन मुलींची आई. पण नवऱ्याच्या लग्नाआधीच्या प्रकरणातून जन्माला आलेल्या मुलाला आपल्या घरात सामावून घेताना तिची जी उलघाल होते, ती शबानाने सरस अभिनयातून नेमकी व्यक्त केली.

यानंतर तिला व्यावसायिक सिनेमा खुणावू लागला. 'फकिरा'मध्ये शशी कपूरची नायिका बनून तिने कमर्शियल सिनेमात पाऊल रोवलं.

'शक', 'परवरिश' (विनोद खन्ना), मै आजाद हूँ (अमिताभ बच्चन), अवतार (राजेश खन्ना) या चित्रपटांमधून शबाना आझमी स्टार अभिनेत्री बनली.

दरम्यान, स्मिता पाटीलबरोबर तिची स्पर्धा सुरू आहे, असा मिडियानेच गदारोळ उडवून दिला. तिला हे नामंजूर होते. ज्येष्ठ अभिनेता अमरीश पुरीची याविषयीची टिप्पणी महत्त्वाची. तो म्हणे, "दोघी गुणी अभिनेत्री आहेत. स्मिता मेथॉडिस्ट आणि सतत नवे आत्मसात करायला उत्सुक, तर शबानाचा अभिनय 'एक्सटेंपोर' जातकुळीचा!"

जावेद अख्तरशी विवाह केल्यावर तिच्यावर बरीच टीका झाली. हनी इराणीवर अन्याय झाल्याची ओरड झाली. या काळात शबानाची कसोटी लागली.

पण ती प्रगल्भ झाली, असे वाटत असतानाच अनेक वाद नि वादळे तिने ओढवून घेतली.

त्या वेळचे शिवसेना खासदार संजय निरुपम यांच्याशी राज्यसभेतला संतप्त वाद गाजला. साध्वी ऋतंभराबरोबरची जुगलबंदी रंगली. 'वॉटर' आणि अशाच अनेक चित्रपटांच्या प्रदर्शनाला विरोध होत असताना शबाना धैर्यानं आपल्याला योग्य वाटेल तीच बाजू घेत राहिली. पाकिस्तानी गायक, कलाकार यांना भारतात येऊन परफॉर्म करायला विरोध होताच शबाना त्या कलाकारांच्या टॅलेंटची आठवण करून देऊ लागली. हा तिच्या बंडखोर व्यक्तिमत्त्वाचा भाग.

'ये नजदिकीयाँ' (मार्क झुबेर)मधली शबाना मला फार आवडली. "इस देशमे सुंदर कहलाने के लिये लगताही क्या है? काले लंबे बाल, भुरी आँखे और गोरा रंग—और क्या?' ही तिची प्रतिक्रिया छानच! त्यातले कैफी आझमींचे 'मैने इक गीत लिखा है' हे तिच्यावर चित्रित झालेले गीत लाजबाब!

◆◆◆

अमिताभ बच्चन आणि रेखा - एक लोकप्रिय जोडी

जुन्या जमान्यात रुपेरी पडद्यावर अनेक नायक-नायिकांच्या जोड्या गाजल्या. राजकपूर-नर्गिस, दिलीपकुमार-मधुबाला, देवआनंद-सुरैया, अशोककुमार-नलिनी जयवंत यांनी चित्रपटांतून रोमँटिक पेअर म्हणून नाव कमावलं आणि त्यांच्या प्रेमाचं वादळ वास्तव जीवनातही घोंघावलं!

सुपरस्टार अमिताभ बच्चन आणि सेक्स डॉल रेखा यांचे चित्रपट १९८० च्या दशकात गाजत राहिले आणि त्यांच्या तथाकथित प्रेमकहाणीने बॉलिवुडमध्ये एकच हंगामा माजवला. फिल्मी मासिकांनी गॉसिप कॉलममधून या अफवांना खतपाणी

घातलं.

जया भादुरी-अमिताभ जोडीची प्रेमकहाणी आणि नंतर केलेला विवाह यांना जेवढी प्रसिद्धी मिळाली, त्याहीपेक्षा जास्त खळबळ अमिताभ-रेखा यांच्या फिल्मी साहचर्यातून निर्माण झाली.

अमिताभ-रेखा सर्वप्रथम 'नमकहराम' या हृषिकेश मुखर्जी दिग्दर्शित चित्रपटात एकत्र आले ते फक्त श्रेयनामावलीत! कारण इथे हीरो होता राजेश खन्ना आणि अमिताभ-रेखा कुठल्याही दृश्यात एकत्र आलेले दिसत नाहीत.

पण लवकरच सलीम-जावेद जोडीच्या पटकथेनुसार 'सुहाग'मध्ये रेखा आणि अमिताभ नायक-नायिका म्हणून एकत्र आले. टिपऱ्या खेळताना दोघांचा नृत्यालाप प्रेक्षकांनी पसंत केला. नजरेत नजर गुंतली आणि दोघांमध्ये एक वेगळीच केमिस्ट्री जुळून आल्याचा साक्षात्कार पत्रकारांना झाला आणि चाहत्यांनी पण या जोडीचं कौतुक करायला सुरुवात केली.

अमिताभचं माहीत नाही, पण रेखाने लगेचच त्याला आवडतील त्या गोष्टींची नोंद घेतली आणि स्वत:मध्ये बदल घडवून आणले. जयाप्रमाणे रेखापण थोडी बुटकी, पण ती जरा जास्तच स्थूलांगी! रेखाने ही गोष्ट मनावर घेतली प्रयत्नपूर्वक तिने वजन घटवले. जयासारखा मधोमध केसांचा भांग, गोल लाल कुंकू हा बदल स्वत:मध्ये करत ती आणखी आकर्षक दिसू लागली.

तशी 'दो अंजाने'मध्ये ती थोडी स्थूल दिसते. पण अमिताभबरोबर आधी गृहिणी, मग नृत्यात रमलेली परिपक्व कलासक्त पुरंध्री आणि नंतर स्वत:च्या अपराधाची जाणीव बाळगणारी पश्चात्तापदग्ध पत्नी, ही सारी अदा रेखाने सुरेख दाखवली. चित्रपट गाजल्यावरही त्याचं श्रेय अमिताभला द्यायला रेखा विसरली नाही.

पत्रकारांशी बोलताना अमिताभचा उल्लेख 'वो नहीं आये, उन्हे अच्छा नहीं लगता' असा आदरार्थी विशेषणांनी रेखा करू लागली. पत्रकारांनी त्याबद्दलही आपले कॉलम खर्ची घातले. मग आला 'नटवरलाल!'

परदेसियाँ ये सच है पिया
के मैनें तुमको दिल दिया

हे गीत गाताना अमिताभ-रेखा यांच्यातली समरसता लक्षात आली.

लगेचच 'मुकद्दर का सिकंदर'मधली रेखाची जोहरा अप्रतिम वठली. पण चित्रपट सुपर ड्युपर हिट होताच 'या यशाचं सगळं श्रेय अमिताभजींना जातं', हे पत्रकार परिषदेत जाहीर करत जणू रेखाने आपली लॉयल्टीच (निष्ठाच) व्यक्त केली. नंतर आलेला हृषीदांचा 'आलाप' फारसा चालला नाही.

'मर्द'च्या सेटवर अमिताभला जीवघेणा अपघात होताच रेखाने प्रभादेवीच्या सिद्धिविनायकाला आणि तिरुपतीच्या बालाजीला नवस बोलल्याच्या बातम्या गॉसिप कॉलमच्या माध्यमातून प्रसिद्ध झाल्या. नंतर यश चोप्रा यांनी 'सिलसिला' या चित्रपटात अमिताभ-जया-रेखा हे त्रिकूट एकत्र आणले. रेखा-अमिताभ जोडीचे 'देखा एक ख्वाब तो ये सिलसिले हुए' हे ॲमस्टरडॅमच्या ट्युलिप बागेत चित्रित झालेले गीत नयनरम्य ठरले. आज हे गॉसिप थंडावले आहे. रेखाचा १० ऑक्टोबरला आणि अमिताभचा ११ ऑक्टोबरला वाढदिवस येतो. शांत, निरामय जीवनासाठी दोघांना आपण शुभेच्छा देऊ या.'

❖❖❖

हेमामालिनी - ड्रीमगर्ल ते डेडिकेटेड मदर

स्वप्नसुंदरी हेमामालिनीचा रुपेरी प्रवास स्टार ॲक्ट्रेस बनून जसा सफल संपूर्ण झालाय, तसाच वैयक्तिक जीवनामधला संघर्ष तिने जिद्दीने झगडत संपवला. तिचं आयुष्य अद्भुत नि रोमांचक.

सन १९६८मध्ये 'सपनों का सौदागर'मधून राज कपूरची नायिका बनून हेमामालिनी जणू बॉलिवुड जिंकायलाच आली होती. पाच वर्षांत तिने शशी कपूर (सारेगमप—अभिनेत्री) शम्मी कपूर आणि राजेश खन्ना (अंदाज), देव आनंद (जॉनी मेरा नाम) मनोजकुमार (संन्यासी), धर्मेंद्र (शराफत) अशा

हेमामालिनी / १०३

आघाडीच्या सगळ्याच नटांबरोबर नायिका रंगवली.

उरला फक्त सुपरस्टार अमिताभ बच्चन. पण ती कसर हेमामालिनीने नंतर भरून काढली. नसीब, सत्ते पे सत्ता, देशप्रेमी अशा चित्रपटांतून अमिताभबरोबर तिची झकास जोडी जुळली. तिचं नशीबही असं सिकंदर की, त्याच काळात नूतन स्थिरावली. मीनाकुमारी ढेपाळली. शर्मिला आणि मुमताज विवाह करून संसारात रमून गेल्या. आशा पारेख नि साधनाचा उभरता काळ संपत आलेला. निर्मात्यांना आणि सुजाण दिग्दर्शकांना हेमामालिनी हा एकमेव पर्याय उरला आणि तिचा पुढचा प्रवास सोपा झाला.

'बाबुल प्यारे' (जॉनी मेरा नाम) या गीतामध्ये पित्याच्या विरहाने व्याकुळ कन्या ते 'ओ मेरे राजा' म्हणत युगुलगीत गाणारी नटखट अदा हेमामालिनीने सुरेख साकारली.

'सीता और गीता'चा डबलरोल तिने मोठ्या झोकात पेश केला. 'प्रेमनगर'मध्ये राजेश खन्ना आणि 'लाल पत्थर'-मध्ये राजकुमार यांच्या तोडीस तोड अभिनय करत तिने आधी प्रेक्षकांना जिंकले आणि समीक्षकांची पण दाद घेतली.

'भाई हो तो ऐसा' आणि 'गहरी चाल', 'खुशबू'मधून जितेंद्रबरोबर तिची जोडी जमली. पण तिचे मनापासून सूर जुळले ते धर्मेंद्रसमवेत!

'शराफत', 'तुम हँसी मैं जवाँ', 'किनारा', 'जुगनू', 'आझाद', 'नया जमाना', 'प्रतिज्ञा', 'शोले', 'चरस', 'दिल्लगी', 'आसपास', 'रझिया सुलतान' असे धरम-हेमा जोडीचे सर्वच चित्रपट चाहत्यांनी पसंत केले. या दोघांना घ्यायचं आणि रौप्यमहोत्सवी चित्रपट द्यायचा, असा सिलसिला सुरू झाला. या काळात हेमा-धरम यांच्यात नाजूक भावबंध निर्माण झाले. गॉसिप कॉलममधून वृत्तपत्रे-मासिके त्यांच्याबद्दल भरमसाट लिहीत गेली. या वादळाला हेमामालिनी धैर्याने सामोरी गेली.

या वेळी जया चक्रवर्ती ही तिची आई भक्कमपणे तिच्या पाठीशी उभी राहिली. अखेर २ मे १९८० रोजी धरम-हेमा आर्यसमाजी पद्धतीने विवाहबद्ध झाले.

आता दोघांच्या आयुष्यातला नवा अध्याय सुरू झाला. ईशा आणि आहना या दोन सुकन्यांना जन्म देऊनही हेमामालिनी आपले नृत्याचे जाहीर कार्यक्रम आणि फिल्मी कारकीर्द पुढे नेत राहिली. ईशासाठी तिने चित्रपटनिर्मिती पण केली.

'एक चद्दर मैली सी' ते 'बागबान' हा हेमामालिनीचा प्रवास ती परिपक्व अभिनेत्री बनल्याची साक्ष देणारा आहे. 'रझिया सुलतान'मध्ये शाही सौंदर्य आणि मुत्सद्देगिरी यांचे बेजोड मिश्रण असलेली रझिया तिने सुरेख पेश केली, तर 'एक चद्दर मैली सी' या वेगळ्या 'ऑफ बिट' चित्रपटातली रानो अविस्मरणीय आहे.

'बागबान'मधली पतीला परमेश्वर मानून त्याला साथ देणारी सहधर्मचारिणी हेमा अक्षरश: जगली, हेच खरं! अमिताभच्या भूमिकेला पूरक असं हे कर्तृत्व. 'शोले'मधली नटखट, बडबोल बसंती विसरणं शक्य आहे? 'जब तक है जान, मैं नाचूँगी' हे नृत्य करताना तिची जिद्द दिसून आली.

मुख्य म्हणजे, धर्मेंद्र नावाचं वादळ हेमामालिनीने शांत केलंय. त्याच्या कुटुंब-कबिल्यासकट सर्वांना तिने जिंकून घेतलंय. दि. १६ ऑक्टोबर हा तिचा जन्मदिन. वाढदिवसानिमित्त तिला चाहत्यांतर्फे लाख लाख शुभेच्छा!! दोन्ही मुलींसाठी सुयोग्य वर शोधून तिने आपली प्रापंचिक जबाबदारी पण यथासांग पार पाडली आहे.

◆◆◆

राजेश खन्ना - चढता सूरज, ढलता सूरज

(जन्म : २९.२.१९४२ मृत्यू : १८.७.२०१२)

'मेरे सपनोंकी रानी कब आयेगी तू' असा रोमँटिक सवाल करत राजेश खन्ना शक्ती सामंतांच्या 'आराधना'मध्ये पडद्यावर आला अन् एक फिनॉमिनन बनून गेला. वर्ष होतं १९६९.

घडलं असं की, शक्ती सामंता यांचा आवडता हीरो शम्मी कपूर. त्याला घेऊन 'जाने अंजाने' करताना तो आडवा तिडवा सुटलाय, हे शक्तीदांच्या लक्षात आलं. त्याला लठ्ठपणा

कमी करण्यासाठी सहा महिन्यांची मुदत शक्ती सामंतांनी दिली. दरम्यान, एक छोट्या बजेटचा चित्रपट काढायचा म्हणून त्यांनी 'आराधना' केला, तर तोच सुवर्णमहोत्सवी ठरला. राजेश खन्नाचं नशीब फळफळलं.

त्याआधी राजेश खन्ना 'आखरी खत', 'राज', 'बहारोंके सपने' अशा अपेशी चित्रपटांचा नायक म्हणून ओळखला जात असे. पण 'आराधना'मध्ये त्याची शर्मिला टागोरबरोबर जोडी जमली अन् एक 'सुपर स्टार' जन्माला आला. त्यातही 'आराधना'-मध्ये बाप-लेक अशा दुहेरी भूमिकेत चमकण्याचं भाग्य त्याला लाभलं. 'कोरा कागज था ये मन मेरा', 'गुनगुना रहे है भवरे' या द्वंद्वगीतांमधील राजेशच्या थोड्या ऑक्वर्ड हालचाली, मग फ्रेश चेहऱ्यामुळे रसिकांनी चट्कन स्वीकारल्या.

पाठोपाठ 'दो रास्ते'मधून मुमताजशी त्याची झकास जोडी जुळली. मग त्याचं वाकड्या मानेनं चालणं, डोळे मिचकावणं तरुणाईनं डोक्यावर घेतलं. दुश्मन, आपकी कसम, सच्चा झूठा हे त्याचे मुमताजबरोबर केलेले चित्रपट हिट झाले. शर्मिला टागोर (अमर प्रेम,दाग), हेमामालिनी (मेहबूबा, प्रेमनगर), आशा पारेख (कटी पतंग), नंदा (द ट्रेन), झीनत अमान (अजनबी, छैला बाबू) अशा अनेक नायिकांबरोबर त्याची केमिस्ट्री जुळली.

राजेश खन्नाच्या प्रत्येक चित्रपटाचं संगीत अफाट गाजलं. मेरे नैना सावन भादो (मेहबूबा), गुलाबी आँखे जो तेरी देखी (द ट्रेन), ये जो मुहब्बत है, ये शाम मस्तानी (कटी पतंग), हम दोनो दो प्रेमी (अजनबी), वादा तेरा वादा (दुश्मन) या गाण्यांतून किशोरकुमार त्याचा जणू 'घोस्ट व्हॉईस' बनून गेला.

'आराधना'मधला त्याचा चिकनाचुपडा चेहरा, 'दो रास्ते'मधली खुरटी दाढी, 'दुश्मन'मधल्या ट्रक ड्रायव्हरच्या मिशा—हे सारं पडद्यावर क्लिक् झालं आणि चाहत्यांनी मनापासून स्वीकारलं!

'बॉबी' या राज कपूरच्या चित्रपटातून गाजलेल्या डिंपल कपाडियाबरोबर त्याने केलेली शादी केवढी तरी खळबळ माजवून गेली. त्याची चपट्या केसांची स्टाईल आणि त्याचा गुरू शर्ट, बेलबॉटम पँट आणि रुबाबदार जाकीट या सगळ्याचं तरुण पिढीने लगेच अनुकरण केलं. सन १९६९ ते १९७४ या पाच वर्षांत राजेश खन्ना 'सुपर स्टार' म्हणून मिरवत होता.

'युनायटेड आर्टिस्ट' या हिंदी चित्रपटनिर्मात्यांनी आयोजित केलेल्या स्पर्धेतून राजेश खन्ना हा हिरा बॉलिवुडला सापडला. मग त्याची एक क्रेझच निर्माण झाली. रक्ताने लिहिलेली पत्रं त्याचे फॅन्स त्याला पाठवत. त्याच्या एका कटाक्षासाठी, जमलं तर त्याच्याशी हस्तांदोलन करण्यासाठी तरुण-तरुणींची फौज गोळा होई.

'पुष्पा, आय हेट टिअर्स' (अमर प्रेम), 'हम सब रंगमंचकी कठपुतलियाँ है' (आनंद) आणि 'लब्जों पे मत जाओ मतलब समझ गये ना' (आराधना), 'मै तो कुछ भी नहीं दोस्तों' (दाग) हे त्याचे रंगारंग संवाद रसिकांच्या काळजाला स्पर्श करत ओठी विसावले.

मेरे दिलमें आज क्या है (दाग), कुछ तो लोग कहेंगे आणि ये क्या हुआ कैसे हुआ (अमर प्रेम) या किशोरच्या दर्दभऱ्या गीतांना त्याने रुपेरी पडद्यावर चोख न्याय दिला. ये लाल रंग कब मुझे छोडेगा (प्रेमनगर), जवानी ओ दिवानी तू जिंदाबाद, आपके अनुरोधपे मै ये गीत आणि इनमेंसे कुछ लोग भूल जाते है (अनुरोध) हे विविधांगी 'मूड क्रिएशन' राजेश खन्नानामक सुपरस्टारचं खरं वैभव!

पण घरच्या आघाडीवर डिंपलबरोबर जुळवून घेणं जमेना आणि 'दाग'नंतर अपयशाच्या दुष्टचक्राने राजेशला घेरलं. 'नमक हराम'मध्ये अमिताभ बच्चनने त्याला झाकोळून टाकलं.

'महाचोर', 'बंडलबाज', 'त्याग' या १९७८ मध्ये आलेल्या चित्रपटांना अपयश आलं. त्याची ज्यांच्याशी छान केमिस्ट्री जुळली; त्या शर्मिला टागोर, मुमताज, आशा पारेख, तनुजा यांची कारकीर्द वाढतं वय, लग्न, निवृत्ती यामुळे संपत आली आणि राजेशला तोलामोलाची हिरोईनपण मिळेना. राजेश खन्नाने 'मजनून'द्वारा निर्मितीमध्ये उतरण्याचा केलेला प्रयत्न फुसका बार ठरला.

अवतार (शबाना आझमी), सौतन (टीना मुनीम) या चित्रपटांनी त्याचे यशस्वी पुनरागमन अल्पजीवी-अल्पायुषी ठरले. 'अवतार'मधला राजेशचा अभिनय बावन्नकशी सोन्यासारखा.

अच्छा तो हम चलते है (आन मिलो सजना), चल चल चल मेरे साथी (हाथी मेरे साथी), ए मेरे दिलके चैन आणि चला जाता हूँ (मेरे जीवन साथी) ही त्याची प्रसन्न नटखट अदाकारी अविस्मरणीय!

कर्मा (बी. आर. चोप्रा), अनुरोध (शक्ती सामंता) हे त्याचे बिग बॅनर चित्रपट कोसळले आणि त्याचा स्वत:वरचा विश्वासही डळमळीत झाला असावा. अँग्री यंग मॅन अमिताभने त्याचे सुपरस्टार पद हिरावून घेतले. 'रेड रोझ'मध्ये नकारात्मक भूमिका करण्याचा त्याचा प्रयत्न फसला. 'आनंद'साठी फिल्मफेअर आणि 'दर्द'साठी त्याला राष्ट्रीय पुरस्कार लाभला. काँग्रेसच्या तिकिटावर दिल्लीतून राजेश खन्नाने १९९२ मध्ये निवडणूक लढवली आणि तो खासदार बनला. डिंपलने रुपेरी पडद्यावर यशस्वी पुनरागमन करत 'सागर', 'जख्मी', 'औरत', 'रुदाली', 'हम तुमपे मरते है', अशी वाटचाल ती करत राहिली!

ट्विंकल ही त्या दोघांची कन्या बादशाह, इतिहास, मेला असे सुमार चित्रपट देऊन अखेर अक्षयकुमारच्या प्रेमात पडून निवृत्त झाली.

राजेश खन्ना 'आ अब लौट चले' या आर. के. बॅनरच्या चित्रपटाद्वारे चरित्र अभिनेता बनला.

जिंदगी का सफर है ये कैसा सफर (सफर), जिंदगी प्यार का गीत है (सौतन), जिंदगी के सफरमे गुजर जाते है जो मकाम (आपकी कसम), जिंदगी कैसी है पहेली (आनंद) ही गाणी गात आयुष्याचं तत्त्वज्ञान सांगणारा राजेश खन्ना जिंदगी एक सफर है सुहाना (अंदाज) या गाण्यातून खळाळता प्रसन्न रोमान्स पण देऊन गेलाय, हे कसं विसरता येईल?

◆◆◆

अभिनेता आणि निर्माता-दिग्दर्शक - अमोल पालेकर

(जन्म : २४.११.१९४४)

एखादा कलाकार आपली गुणवत्ता वाढवत किती क्षेत्रे पादाक्रांत करू शकतो, त्याचं ढळढळीत उदाहरण द्यायचं तर अमोल पालेकर हे नाव चट्‌कन नजरेसमोर येतं!

बँकेत काम करताना अमोलची ओळख उदयोन्मुख चित्रकार एवढ्यापुरती मर्यादित होती. नंतर तो अचानक नाटकात घुसला. चित्रा पालेकर ही त्याची पत्नी सांगते— 'मी नाटकातली. मला वाटलं, मी नाटकात काम करीन आणि अमोल चित्रकलेत रमेल. पण आमच्या विवाहानंतर दामू केंकरे, विजया मेहता ही नाट्यकर्मी माणसं घरी आली की अमोलशी चर्चा करत; मी

त्यांच्या खिजगणतीतही नसे.'

अमोलच्या व्यक्तिमत्त्वातच असं अनामिक चुंबकीय आकर्षण होतं, हेच खरं! कारण बादल सरकार, चिं. त्र्यं, खानोलकर, विजय तेंडुलकर अशा प्रतिभावंत नाटककारांच्या नाटकांत त्याला भूमिका करता आल्या.

मग बासू चटर्जी यांनी अमोल पालेकरमधला सज्जन, सोज्ज्वळ, प्रामाणिक मध्यमवर्गीय तरुण रुपेरी पडद्यावर आणला. 'रजनीगंधा', 'छोटीसी बात' आणि 'गोलमाल'मधून अमोलची ही नवी इमेज आणखीनच निखरली. 'गोलमाल'मध्ये उपरोध नि अतिशयोक्तीयुक्त विनोदात तो रमला. विद्या सिन्हाबरोबर त्याची झकास जोडी जुळलेली असतानाच त्याने धाडसी निर्णय घेत स्वत:च ही कोंडी फोडली.

मग आला ताराचंद बडजात्या यांचा 'चितचोर'. अमोल पालेकर आणि झरिना वहाब ही जोडी नैसर्गिक अभिनय आणि ताजे टवटवीत चेहरे घेऊन आली आणि प्रेक्षक खुळावले.

तलवार कट मिशी, मऊशार केसांचा चपटा भांग, मृदू भाषा आणि निरागस डोळे हे अमोल पालेकरचं पडद्यावरचं रुपडं हिंदी चित्रपटसृष्टीच्या चाकोरीतल्या हीरोचं नव्हतंच! हा अगदी आपल्या शेजारच्या घरातला धडपड्या, साधाभोळा तरुण आहे, असं वाटायला लावणारी अमोलची अभिव्यक्ती प्रेक्षकांना आकर्षित करून गेली.

रजनीगंधा, गोलमाल, चितचोर गाजले याचं आणखी महत्त्वाचं कारण म्हणजे, अर्थातच त्यातली सुमधुर गाणी. कुठलाही हिंदी चित्रपट गाण्यांवाचून चालू शकत नाही. जानेमन जानेमन तेरे दो नयन, आनेवाला पल जानेवाला है आणि तू जो मेरे मनका, या गाण्यांनी लोकप्रियतेची बुलंदी गाठली. 'चितचोर' तर सुवर्णमहोत्सवी ठरला. 'गोरी तेरा गाँव बडा' सर्वदूर गुंजले. 'घरौंदा' आणि 'अगर'नंतर अमोलने झरिनाबरोबरची जोडी तोडली. 'गोलमाल'मध्ये बिंदिया गोस्वामी तर 'टॅक्सी टॅक्सी' मध्ये झाहिरा त्याची नायिका बनली. 'दामाद'ची नायिका होती टीना मुनीम. लोकप्रिय ठरलेली जोडी तोडणं ही घोडचूकच होती असं आता वाटतं!

त्यातच बी. आर. चोप्रासारख्या बुजुर्ग निर्मात्याबरोबर अमोल पालेकरचा मानधनावरून वाद झाला. जितक्या वेगाने अमोल शिखरावर पोहोचला तितक्याच जलद गतीने त्याची लोकप्रियता घसरणीला लागली.

पण जिद्दी अमोल निर्मितीच्या क्षेत्रात उतरला. अनुभव पणाला लावत त्याने चित्रपट दिग्दर्शित केले. एन.एफ.डी. सी. चे कर्ज घेऊन निर्मिती चालू ठेवली. टी. व्ही. सिरियल्सचे दिग्दर्शन करत वेगळ्या क्षेत्रामध्ये स्वत:चे स्थान निर्माण केले.

अनकही, बनगरवाडी, कैरी हे त्याचे चित्रपट प्रेक्षकांनी कधी स्वीकारले; कधी नाकारले. पण 'अनकही' वेगळी कथा असूनही हिट ठरला. व्यंकटेश माडगूळकरांची कादंबरी रुपेरी पडद्यावर आणायचं शिवधनुष्य पेलणं सोपं नाहीच! 'बनगरवाडी' चित्रपट त्या दृष्टीने सरस!

'मृगनयनी' या टीव्ही सिरियलमध्ये नवे चेहरे घेऊन अमोलने एक प्रेक्षणीय आणि उत्कट-सुंदर मालिका पेश केली. वैयक्तिक आयुष्यात चित्राबरोबर घटस्फोट घेऊन त्याने संध्या गोखलेबरोबर नव्याने संसार थाटला. 'अनाहत'सारखा धाडसी विषय यशस्वी करून दाखवला. 'पहेली'साठी शाहरुखला निर्मितीसाठी प्रवृत्त केले.

नकाब (१९८८), करिना करिना (२००४) या मालिका आणि थांग (२००६) समांतर (२००९) आणि आता होऊन जाऊ द्या (२०१३) या चित्रपटांद्वारे अमोल पालेकर आजही सक्रीय आहे. धूसर (२०११) साठी त्याला महाराष्ट्र राज्य पुरस्कार लाभला.

२४ नोव्हेंबरला त्याचा वाढदिवस. त्याला पुढील वाटचालीसाठी शुभेच्छा!

◆◆◆

नरम-गरम - धरम

बॉलिवुडच्या राज्यात १९६० चं दशक सुरू होताना एक नरमदिल, लाजरा बुजरा नायक प्रवेशला. हा पंजाब-दा-पुत्तर धर्मेंद्र 'शादी' या कौटुंबिक चित्रपटात मनोजकुमार आणि सायराबानू यांच्यासह पडद्यावर दिसला. हा नट आघाडीचा नायक बनून तळपेल, अशी पुसटशी शंकासुद्धा त्या वेळी कुणाला आली नसणार!

'शोला और शबनम' या प्रेमकथेत महमद रफीच्या सुरात 'प्यार का बंधन टूटेना' हे गीत गाताना धर्मेंद्र प्रथम आम आदमीला भावला. मग काही काळ 'दिल भी तेरा हम भी तेरे',

'अनपढ', देवर', 'आपकी परछाईयाँ' अशा नायिकाप्रधान चित्रपटात तो रमला. कुमकुम, शर्मिला टागोर, माला सिन्हा, सुप्रिया चौधरी या त्याच्या नायिका. हा एक प्रामाणिक आणि धडपडणारा नट आहे याची जाणीव झाली.

पण धरमच्या गरम 'ही-मॅन' व्यक्तिमत्त्वाची सलामी 'फूल और पत्थर' या रंगीत चित्रपटाने दिली. इथे त्याला एकही गाणे नाही. तो गुंडांच्या टोळीत वावरतो. शराबशिवाय त्याची रात्र संपत नाही. पण मीनाकुमारीचं रक्षण करता-करता हा पत्थरदिल इन्सान नरमदिल प्रेमिक बनून जातो. असहाय मीनाकुमारीच्या बिछान्याजवळ मद्याच्या धुंदीत उघड्या अंगाने उभा असलेला धर्मेंद्र हे त्या काळचं भव्य पोस्टर आजही स्मरतं. याच चित्रपटात आगीच्या लोळातून मीनाकुमारीला सोडवताना धर्मेंद्रचा चेहरा होरपळला. पण हा चित्रपट त्याच्या आयुष्यातला 'माईल स्टोन' ठरला.

मग रफ्-टफ् फिगर हाच त्याची अॅसेट बनून गेला. अर्जुन हिंगोरानी (कब क्यूँ कहाँ), कहानी किस्मतकी, कातिलों के कातिल) हृषीकेश मुखर्जी (सत्यकाम, चुपके चुपके), प्रमोद चक्रवर्ती, (जुगनू, आजाद, नया जमाना, ड्रीमगर्ल), रामानंद सागर (ललकार, आँखे, चरस), राज खोसला (मेरा गाँव मेरा देस, समाधी) अशा अनेक दिग्दर्शकांनी त्याच्यावर विश्वास टाकला आणि धर्मेंद्र निर्माते आणि वितरकांच्या नजरेत लंबी रेसका घोडा बनून गेला.

हाणामारीच्या दृश्यात डमी न वापरता स्वतःच धोकादायक स्टंट्स देणारा धरम 'ही-मॅन' म्हणून ओळखला जाऊ लागला. आधी मीनाकुमारीने त्याला जणू पंखाखाली घेतले. मग सगळ्याच हिरोइन्सचा तो आवडता हीरो बनला. माला सिन्हा (आँखे), शर्मिला (अनुपमा), बबिता (कब क्यूँ कहाँ), रेखा (कहानी किस्मतकी, कीमत), जया भादुरी (गुड्डी), आशा पारेख (आये दिन बहार के), आया सावन झूमके), वैजयंतीमाला (प्यार ही प्यार), नूतन (बंदिनी), सुचित्रा सेन (ममता), अशा टॉपच्या नायिका त्याच्याबरोबर काम करायला उत्सुक असत.

पडद्यावरची त्याची हाणामारी, घोडदौड खरीखुरी वाटे. कुठल्याही वेषभूषेत तो आकर्षक दिसे. धोती-कुर्ता असो की साधा शर्ट-पँट, टाय-सूट सारं त्याला शोभून दिसे. 'सीता और गीता'मधला डोंबारी, 'नया जमाना'चा लेखक, 'आझाद' मधला आधुनिक रॉबिनहूड, 'जीवन-मृत्यू'चा सरदारजी, 'प्रतिज्ञा'मधला पागल प्रेमिक, 'शोले'मधला डामरट, रगेल, रंगेल वीरू ही त्याची अनेक रूपे आठवली तरी त्याच्या गुणवत्तेची कल्पना येते.

मै जट यमला पगला दीवाना (प्रतिज्ञा), राजू चल राजू (आजाद), मै निगाहे तेरे चेहरेसे हटाऊँ कैसे (आपकी परछाईयाँ), रफ्ता रफ्ता देखो (कहानी किस्मतकी) आज

मौसम बेईमान है (लोफर), मेरे दुश्मन तू मेरी दोस्ती को तरसे (आये दिन बहारके) ही धरमवर चित्रित झालेली गाणी त्याच्या चाहत्यांच्या दृष्टीने अनमोल ठेवा आहेत.

'भगवानने मुझे सब कुछ दिया, मगर वो नहीं दिया जो मैने चाहा-' ही त्याची एके काळी तक्रार होती. पण हेमामालिनीबरोबर शराफत, तुम हँसी मै जवाँ, नया जमाना, जुगनू, आजाद, शोले, दिल्लगी, चरस, राजा जानी, सीता और गीता असे अनेक चित्रपट करताना त्याची प्रेमकहाणी सफल झाली. रझिया सुलतान, क्रोधी, हुकूमत, यादों की बारात हे नंतरचे चित्रपटही सरस ठरले.

सनी देओल आणि बॉबी देओल हे त्याचे पुत्र बॉलिवुडमध्ये स्थिरावले. 'बेताब', 'बादल'द्वारे त्यांचे पदार्पण होताना धर्मेंद्रने निर्मात्याची भूमिका बजावली.

धर्मेंद्रला कधी कुठल्या भूमिकेसाठी पारितोषिके, पुरस्कार लाभले नाहीत; पण तो आयुष्यावर खूश आहे. समाधानी आहे. अनेकांना त्याची 'धरमवीर' मधली भूमिका खूप आवडते. राजेश खन्नाच्या 'सुपर स्टार' वावटळीत एकटा धर्मेंद्रच टिकून राहिला. 'चुपके चुपके'मध्ये त्याने अमिताभला डोके वर काढू दिले नाही.

'सत्यकाम'सारख्या वेगळ्या, चाकोरीबाहेरच्या चित्रपटामधला धर्मेंद्रचा अभिनय सगळ्या समीक्षकांनी वाखाणला.

आज धर्मेंद्र राजकारणात घुसून खासदार बनलाय. भारतीय जनता पक्षाच्या तिकिटावर तो निवडून आलाय.

जितेंद्र हा त्याचा प्रेमातला आणि चित्रपटसृष्टीमधला प्रतिस्पर्धी. तो धर्मेंद्रबद्दल काय म्हणतो, ते कायमचं लक्षात राहून गेलंय!

'भरपूर व्यायाम करणाऱ्या प्रत्येकाचं पेट (पोट) खूप कडक होऊन जातं. पण धरमचं पोट इतकं नरम आहे की, त्याचं आश्चर्य वाटतं!'

धर्मेंद्र अडचणीत सापडलेल्या प्रत्येकाच्या मदतीसाठी कायम उभा राहतो, हा त्याचा लौकिक! बिमल रॉय यांच्या आकस्मिक निधनामुळे त्यांचा 'चैताली' रखडला. धर्मेंद्रने आपल्या बिझी शेड्युलमध्ये वेळ काढून 'चैताली' पूर्ण केला.

झी (२००५), पुणे फिल्म फेस्टिव्हल (२००७), आयफा (२००७), सलाम महाराष्ट्र आणि ग्लोबल फिल्म अँड टी. व्ही. (२०११), फाळके अ‍ॅकॅडॅमी अ‍ॅवार्ड आणि आय. टी. (२०१२) हे पुरस्कार देऊन धर्मेन्द्रला गौरवण्यात आले आहे.

यमला पगला दिवाना (२०११ आणि २०१३) आणि डबल दि ट्रबल (२०१४) द्वारे तो आजही बिझी आहे.

दि. ८ डिसेंबर हा आपल्या धर्मेंद्रचा वाढदिवस. त्याला मनापासून शुभेच्छा!

◆◆◆

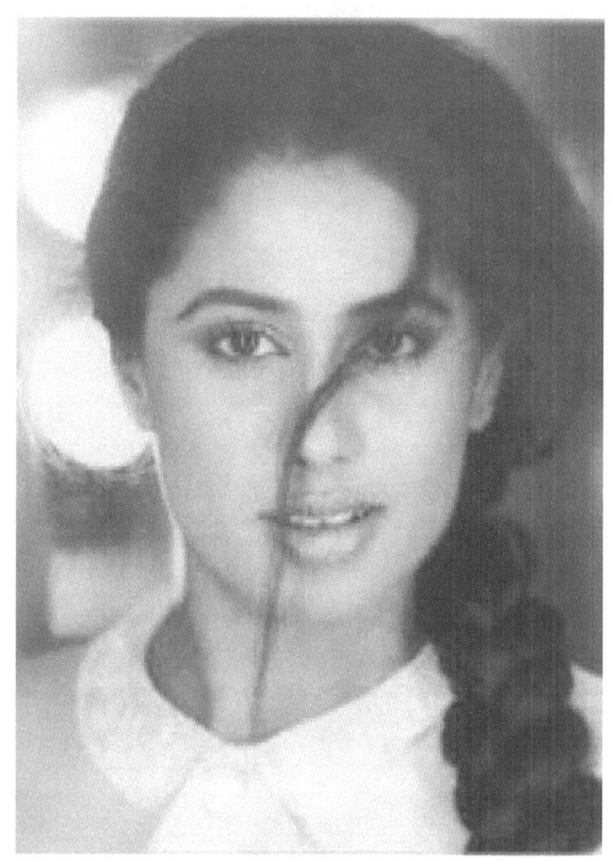

बंडखोर अभिनेत्री - स्मिता पाटील

मराठी चित्रपटसृष्टीत आपल्या सरस अभिनयातून कुठलीही भूमिका जिवंत करणाऱ्या अभिनेत्रींची संख्या कमी नाही. शांता आपटे (कुंकू), जयश्री (शेजारी), सुलोचना (वहिनीच्या बांगड्या), उषाकिरण (शिकलेली बायको), सीमा (जगाच्या पाठीवर), जयश्री गडकर (सांगत्ये ऐका) या सगळ्यांनी खूप काही दिलंय. पण या सगळ्यांपेक्षा स्मिता पाटील वेगळी उठून दिसते ती तिच्या बंडखोरीमुळे!

ती दूरदर्शनवर मराठी बातम्या द्यायची, तेव्हापासूनच तिचं वेगळेपण सिद्ध झालं. अमुक एक गोष्ट आपल्याला जमणार

नाही, म्हणून तिने कधी माघार घेतली नाही; ती पुढेच जात राहिली.

'भूमिका' या चित्रपटात तिला हंसा वाडकर या अभिनेत्रीची खरीखुरी कहाणी साकार करायला मिळाली. ती स्मिताने जिवंत नि जानदार करून सोडली. हिंदी चित्रपटातले गाण्यांचे चित्रीकरण हा भाग प्रत्येकालाच जमतो, शोभतो असे नाही; पण स्मिताने तिथेही आपला ठसा उमटवला. 'तुम्हारे बिन जी ना लगे घरमे या प्रीती सागरने गायलेल्या गाण्यात स्मिताचा अभिनय किती सहजसुंदर नि स्वाभाविक वाटतो, ते सांगायला नको!

स्मिताकडे काय नव्हते यापेक्षा काय आहे, तेच कॅमेऱ्याने नेमके टिपले. प्रेक्षकांना या वेगळ्या सौंदर्याने आपलेसे करून टाकले. तिच्याकडे आकर्षक सौष्ठव नव्हते. पण तिचे विशाल बोलके डोळे हेच दिग्दर्शक, बरोबरीचे कलावंत आणि प्रेक्षक या सगळ्यांच्या दृष्टीने मोठे आकर्षण ठरले.

म्हणूनच बाजारीपण तिच्याजवळ तिळमात्र नव्हते. ती जे करी, ते अंत:करणाचा ठाव घेई. 'मंडी'मधली देहविक्रय करणारी षोडषा तिने किती प्रामाणिक सहजभावाने उभी केली ! 'चक्र'मधली 'अम्मा' म्हणजे एक वादळ होतं. तिची दुबळ्या मुलाबद्दलची अनुकंपा, ट्रक ड्रायव्हर कुलभूषण खरबंदाबद्दलची भावना, गुंड नसिरुद्दीनच्या भावना चाळवणं—हे सारं सोपं नव्हतं. शांत-सुरक्षित आयुष्य जगण्याची आस आणि नव्याने मातृत्वाचा अनुभव घेण्याची असोशी हे सारं स्मिताने पडद्यावर वास्तवात जगावं तसं जगून दाखवलं.

'जैत रे जैत'मधली आदिवासी चिंधीची भूमिका मीच करणार, असे दिग्दर्शक जब्बार पटेलला अट्टहासाने बजावणारी स्मिता ही खरोखर बंडखोर मुलगीच वाटते.

स्मिता ज्या घरात वाढली, ते घर राजकारणाशी संबंधित. म्हणूनच तिच्या या बंडखोरीचे कौतुक वाटते.

एकीकडे ही जगावेगळी व्यक्तिरेखा साकारायची बंडखोरी आणि दुसरीकडे 'अर्धसत्य' आणि उंबरठा' या चित्रपटांतल्या पूर्ण वेगळ्या, सुसंस्कृत, शालीन तरीही आयुष्याची काही वेगळी फिलॉसॉफी असलेल्या, त्यासाठी झगडणाऱ्या नायिका— हा स्मिताचा प्रवास थक्क करणारा!

'उंबरठा'मध्ये नवऱ्याची नोकरी सोडण्याची अपेक्षा अव्हेरणारी, त्यासाठी अपत्याचा सहवास हवासा असूनही नाकारणारी पत्नी स्मिताने ज्या तडफेने साकारली, ती प्रशंसनीय. 'अर्धसत्य'मध्ये वेलणकर (ओम पुरी) या प्रियकराला पोलीस खात्यातली नोकरी सोड, असे स्पष्ट सांगणारी नायिका स्मिताने सुरेख वठवली.

भीगी रात, दुसरा किनारा, अमृत हे तिचे कमर्शिअल हिंदी चित्रपट फारसे

चालले नाहीत; पण 'नमकहलाल' या चित्रपटात अमिताभची नायिका म्हणून ती यशस्वी झालीच. इथे ती प्रथमच किती आकर्षक दिसते पडद्यावर! 'आज रपट जाये तो हमे ना' या पावसातल्या रोमँटिक साँगमध्ये अमिताभच्या मस्तीला पुरेशी साथ देताना ती कुठे कमी नाही पडली.

राज बब्बर या मुस्लिम अभिनेत्याशी विवाह हा स्मिताच्या आयुष्यातला टर्निंग पॉइंट ठरला. राज बब्बर विवाहित असल्यामुळे दोन्ही समाजांतून तिच्यावर जहरी टीका झाली. ती तिने संयमाने झेलली.

'घुँघट' या प्रकाश मेहरा दिग्दर्शित चित्रपटातली नर्तकी साकारताना स्मिताने नृत्याकडे खास लक्ष दिले. 'छिन्न' हे प्रायोगिक नाटक रंगभूमीवर यावे म्हणून तिने स्वत: त्यात भूमिका केली.

शबाना आझमी आणि स्मिता पाटील यांच्यात मिडियाने एक स्पर्धा, खुन्नस असल्याचा दावा केला. 'अर्थ' या चित्रपटात शबानाने स्मितावर मात केल्याची हवा निर्माण केली गेली. पण शबानाला पटकथेतच महत्त्व दिले गेल्यामुळे हा सामना फिक्स झाल्याची भावना अनेकांनी व्यक्त केली. स्मितामध्ये एक उत्स्फूर्तता आहे; ती शबानाकडे नाही, एवढं तरी नक्की!

अमरीश पुरीसारख्या मातब्बर नटाने दोघी तुल्यबळ असल्याचा निर्वाळा केव्हाच देऊन टाकला आहे. मात्र शबानाची आजची अवस्था पाहता, ही तुलना किती फिजूल आहे, तेच स्पष्ट झाले.

१९८६ मध्ये 'होप-८६' या समाजहितैषी कार्यात राज बब्बरसह स्मिताचे योगदान मोठे होते. प्रथम अपत्याच्या जन्मानंतर स्वत:च्या प्रकृतीकडे लक्ष न देता व्यग्र राहण्याचा अट्टहास स्मिताला आणि पर्यायाने तिच्या लाखो चाहत्यांना फार फार महागात पडला.

दि. १३ डिसेंबर १९८६ रोजी स्मिताचे पाटीलचे अकाली झालेले निधन सगळ्यांनाच धक्कादायक ठरले. तिचे काळेभोर बोलके डोळे, आश्वासक स्मितहास्य आणि मृदू शब्दोच्चार आजही स्मरणात रुतून बसलेले आहेत.

◆◆◆

अनिल कपूर - जिगरबाज अभिनेता

अनिल कपूर १९८३ मध्ये 'वो सात दिन'मधून प्रथमच नायक म्हणून रुपेरी पडद्यावर दिसला, तेव्हा कुणाच्याच त्याच्याकडून फारशा अपेक्षा नव्हत्या. 'तेजाब' (१९८८) सुवर्णमहोत्सवी ठरला; त्यानंतरच त्याला 'लंबी रेसका घोडा' हे विशेषण चिकटलं, मान्यता मिळाली.

निर्माते सुरिंदर कपूर हे त्याचे पिताजी. पण अनिल कपूरने सहायक दिग्दर्शक म्हणून नव्हे, तर निर्मिती सहायक म्हणून कारकिर्दीचा आरंभ केला.

'हमारे तुम्हारे', 'शक्ती', 'रचना', 'एक बार देखो' आणि कहाँ कहाँ गुजर गया' अशा अनेक चित्रपटांत अनिल दुय्यम भूमिका करत स्टार बनण्याची स्वप्ने बघत होता. 'वो सात दिन' या घरच्या चित्रपटात यश मिळवून तो हीरो बनला.

त्याचं नशीब असं सिकंदर की, वेगवेगळ्या भूमिका त्याला करायला मिळाल्या. बिग बॅनर्सचे चित्रपट त्याच्या वाट्याला आले.

'तेजाब'च्या मुन्ना या भूमिकेत त्याला आपली व्हर्सटॅलिटी सिद्ध करता आली. कॉलेजकुमार, अफलातून प्रेमिक, तडीपार गुंड आणि सूडाने पेटलेला अँग्री यंग मॅन हे मुन्नाचे सारे भन्नाट आयुष्य अनिल कपूरने अक्षरश: झपाटल्यासारखे, स्वत:ला पुरेपूर झोकून देत जणू जगलेय, अशीच प्रत्येकाची त्याच्याबद्दलची प्रतिक्रिया होती.

लगेचच 'ईश्वर'मध्ये त्याने मतिमंद युवक प्रामाणिकपणे साकारला. इथे त्याला राज कपूरची स्टाईल पडद्यावर पेश करता आली, पण 'रफ् टफ् गाय' हीच त्याची प्रतिमा तरुणाईला एकदम पसंत पडली. त्यातच त्याला यश लाभलं.

'राम लखन' हा खरं तर दोन हीरोंचा चित्रपट. पण अनिल कपूरचा 'लखन' उनाड, खोडकर आणि विनोदी ढंगात असा रमला की, प्रेक्षकांची उत्स्फूर्त साथ मिळाली. सुभाष घईच्या दिग्दर्शनाखाली अनिल कपूर अधिक खुलला, हेच खरं!

कह दो के तुम हो मेरी वरना (अमित कुमार-अनुराधा पौडवाल), माय नेम इज लखन, या गाण्यांनी इतिहास घडवला. अनिल कपूर-माधुरी दीक्षित यांच्यामधली केमिस्ट्री निर्मात्यांनी ओळखून त्याचा फायदा घेण्यासाठी गर्दी केली. 'मेरी जंग' - मध्ये तो वकील म्हणून शोभला.

बऱ्यापैकी उंची, स्लिम फिगर, वेगळी हेअर स्टाईल, संवाद पेश करताना अचूक टायमिंग हे अनिल कपूरचे प्लस पॉइंट्स त्याला 'स्टारडम'कडे अचूक घेऊन गेले. त्याची मिशी ही खास त्याचीच! त्याची नक्कल कुणाला करता आली नाही. फक्त उंच पट्टीत बोलताना त्याचा आवाज त्याला दगा देतो, हे त्याचं त्यालाही जाणवलं. 'मिस्टर इंडिया'मधली अनिलची भूमिका खूप वेगळी. श्रीदेवी आणि अमरीश पुरीशी त्याचा इथे सामना होता. पण तरीही संयमित अभिनयातून अनिलने आपला ठसा उमटवला.

जिथे भूमिका खुलवण्यासाठी अनिल कपूर एखाद्या गिमिकचा वापर करतो, तिथे तो फसतो. 'परिंदा'मध्ये 'लाऊड टोन'चा अतिरेकी वापर त्याच्या अभिव्यक्तीला मारक ठरला आणि जॅकी श्रॉफ तिथे बाजी मारून गेला. पण 'ताल'-मधल्या दुय्यम भूमिकेत हा लाऊडनेस शोभून दिसला.

'मशाल' आणि 'कर्मा'मधून त्याला दिलीपकुमारसारख्या महान अभिनेत्यासमवेत

काम करायची सुवर्णसंधी मिळाली. त्याचा आत्मविश्वास वाढत गेला.

पण चित्रपट अपयशी ठरू लागले, तेव्हा 'बोनी कपूरने सिर्फ श्रीदेवी के लिये पिक्चरे बनाई' असे धीट धाडसी बोल अनिल कपूरच्या मुखातून बाहेर पडले.

'लम्हे'साठी त्याने मिशा उतरवल्या. प्रामाणिकपणे सरस भूमिका वठवूनही लम्हे अपेशी ठरला, फ्लॉप गेला; तर 'पुकार'मध्ये अनिल कपूर- माधुरी दीक्षित हे विनिंग कॉम्बिनेशन असूनही चित्रपटाला मर्यादित यश मिळाले.

पण यश-अपयश दोन्ही पचवून अनिल कपूरने '१९४२ अ लव्ह स्टोरी'-मध्ये अफाट कर्तृत्व गाजवलं. त्याचं दिसणं, बोलणं सारंच तरुण पिढीला भावलं. 'इक लडकी को देखा तो ऐसा लगा' या गाण्यामध्ये मनीषा कोईरालासमवेत एक रोमहर्षक, रोमँटिक अंदाज पेश करत अनिल कपूरने बाजी मारली.

शाहरुख खानचं आगमन १९९० च्या दशकामध्ये अनेकांना मारक ठरलं. त्या लाटेत सलमान तेवढा टिकला. अनिल कपूर नव्या शतकामध्ये मग निर्मितीच्या क्षेत्रात उतरला.

दरम्यान, बोनी आणि अनिलचा धाकटा भाऊ संजय स्पर्धेत उतरला. दुर्दैवाने तो खूपसा अनिल कपूरसारखाच दिसतो. अनिल कपूरच्या अपयशाचं तेही एक कारण असू शकेल. कारण काही काळ निर्मात्यांना पर्याय उपलब्ध झाला. २४ डिसेंबर रोजी अनिल कपूरचा वाढदिवस येतो. निर्मिती आणि अभिनय या दोन्ही क्षेत्रांतील त्याच्या पुढील वाटचालीसाठी शुभेच्छा.

'तेजाब', 'रामलखन', 'पुकार' या चित्रपटांमधला त्याचा अभिनय कधीच विसरता येणार नाही!

तेजाब (१९८८) आणि बेटा (१९९१)साठी त्याला फिल्मफेअर ॲवार्ड लाभले.

नो एन्ट्री (२००५) वेलकम (२००७) आणि रेस या चित्रपटांसाठी नॅशनल ॲवार्ड मिळाले. मिलान इम्पॉसिबल (२०११) या हॉलिवुडच्या चित्रपटात तो चमकतला. '२४' या अमेरिकन टी. व्ही. सिरिअलमध्ये त्याने काम केले नंतर यान सिरिअलची त्याने हिंदीत निर्मिती पण केली.

◆◆◆

बादशाह ऑफ बॉलिवुड - शाहरुख खान

बॉलिवुडचं जग नेहमीच एखाद्या सुपर स्टारभोवती फिरत असतं. आधी अशोककुमार, मग ट्रॅजेडी किंग दिलीपकुमार यांना हे बिरूद लाभलं. मग पाच वर्षे राजेश खन्नाला हे भाग्य लाभलं. नंतरची वीस वर्षे शहेनशाह अमिताभ बच्चन फिनॉमिनन बनून इंडस्ट्रीवर राज्य करत होता. १९९५ पासून 'किंग खान' याने की 'शाहरुख खान' इंडस्ट्रीचा नवा सुपर स्टार बनून गेला. चालू घडीला असा कुणी सुपर स्टार अस्तित्वात नाही, हा भाग वेगळा!

'दीवानगी', 'किंग अंकल'मधून ऋषी कपूर आणि जॅकी

श्रॉफ या प्रस्थापित हीरोंसमवेत काम करत १९९० च्या दशकामध्ये शाहरुख खानने पहिली सलामी दिली. त्याआधी दिल्लीत नाटकातून त्याची पूर्वतयारी झाली. 'फौजी' आणि 'सर्कस' या दूरदर्शन मालिका आधी त्याने गाजवल्या.

त्याची बेताची उंची आणि किरकोळ तबियत ही वैगुण्ये, मुद्राभिनय आणि सुपर फास्ट बोलण्याच्या अफलातून स्टाईलमुळे पार झाकली गेली. 'बाजीगर'मधला निगेटिव्ह रोल करताना त्याने 'दीवार'च्या अमिताभची आठवण दिली.

'करन-अर्जुन'मध्ये सलमान खान, तर 'खलनायक'मध्ये संजय दत्त नि अनिल कपूर यांच्यासह शाहरुखने आपला वेगळा ठसा उमटवला.

नशिबाची साथ, व्यावसायिक सफाई आणि उत्कृष्ट अभिनय हे त्याच्या यशाचे इंगित. पण जबरदस्त आत्मविश्वास आणि काजोल या गुणी अभिनेत्रीशी जुळलेली केमिस्ट्री त्याला सातत्याने कीर्तिशिखराकडे, आणखी उंचीवर घेऊन गेली. अप्रतिम नृत्यचापल्य आणि सर्वांगात भिनलेला ऱ्हिदम हे त्याचे प्लस पॉइंट्स. त्याच्या सर्वच चित्रपटांना उत्कृष्ट संगीत लाभले. अन्नू मलिक (बाजीगर), नदीम श्रवण (दीवाना), ए. आर. रेहमान (दिल से), जतीन ललित (दिलवाले दुल्हनिया ले जायेंगे), उत्तम सिंग (दिल तो पागल है) हे संगीतकार त्याला फलदायी ठरले.

परमेश्वरानं १९९०चं अख्खं दशक त्याच्या नावावर लिहून ठेवलं होतं, असं तोच म्हणतो. पण काजोलचं लग्न झाल्यावर शाहरुखला काही काळ यश सोडून गेलं.

दिल से, बादशाह, अन्जाम हे चित्रपट कोसळले अन् हा सुपरस्टार जमिनीवर आला. 'डर'मध्ये त्याने नाना पाटेकरची चक्क कॉपी केली, हे त्याने प्रामाणिकपणे कबूल केले.

देवदास, डॉन, ओम शांती ओम हे रीमेक मग शाहरुखच्या मदतीला धावून आले. 'मुहब्बते', 'कभी खुशी कभी गम'मधून अमिताभबरोबर शाहरुखची जुगलबंदी रंगली.

'वीर जारा' आणि 'चक दे इंडिया'मधून त्याने एकट्याच्या बळावर सिनेमा खेचला. त्याचा अभिनयही प्रगल्भ झाला.

या जगात मी एकटा असतो, अन्य कुणी नसतं, तरी मला फरक पडला नसता— हे त्याचे वक्तव्य कुणाला भंपक, कुणाला गर्विष्ठ वाटले. लग्नसमारंभात नाचण्याचे तो पैसे घेतो, याबद्दलही टीका झाली. स्टेज शोज् आणि जाहिरातींमधून त्याने अफाट धन कमावले. 'बाजीगर', 'देवदास', 'दिल तो पागल है' साठी त्याला फिल्मफेअर आणि अनेक वाहिन्यांकडून पुरस्कार लाभले.

पण हा नट सदैव नवं काही करतो, हे विशेष! अशोका, फिर भी दिल है हिंदुस्तानी, पहेली या चित्रपटांची निर्मिती तोट्यात गेली तरी हा खचला नाही. अमिताभप्रमाणे टी.व्ही. शोज् त्याने करून पाहिले, पण तो त्याचा प्रांत नव्हेच!

कुठल्याशा अ‍ॅवॉर्ड वितरण समारंभात शत्रुघ्न सिन्हाने हिंदीत सर्वांनी बोलण्याचा आग्रह धरताच शाहरुखने उर्दूचा धोशा सुरू केला. त्याच्यात गट्स आहेत, हे नक्की. म्हणूनच सोनिया गांधींचीसुद्धा त्याला चट्कन भेट मिळू शकते! २००४ च्या लोकसभा निवडणुका पार पडल्यावर तो सोनियाजींना भेटून आला, तर अनेकांच्या भुवया उंचावल्या.

माय नेम इज खान (२०११), डॉन-२ (२०१२), चेन्नई एक्सप्रेस (२०१४), या चित्रपटांसाठी त्याला स्क्रीन अ‍ॅवॉर्ड, आयफा पुरस्कार लाभले. दशकातली सर्वोत्तम जोडी (शाहरूख-काजोल- २०१०) आणि स्टार ऑफ द डिकेड (२००९) म्हणून त्याची निवड झाली.

दि. २ नोव्हेंबर रोजी त्याचा वाढदिवस. त्याला पुढील वाटचालीसाठी शुभेच्छा!

◆◆◆

किस्सा
ए
बॉलिवुड

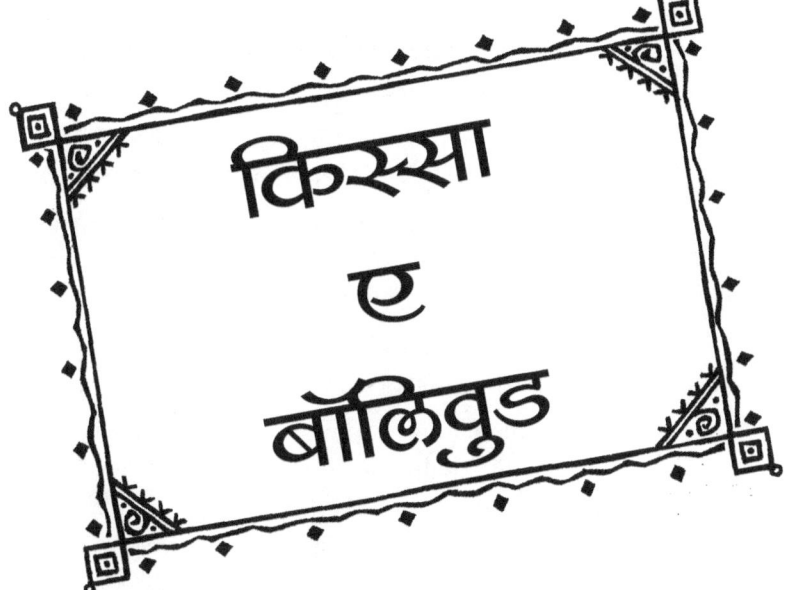

'नया दौर' आणि नशीब

इतिहास घडत असतो. घटना घडून जातात. त्यातल्या काही इतिहासाच्या पानोपानी दडून राहतात. काही कानोकानी पसरत दंतकथा बनून जातात. ज्यांच्या संदर्भात हे किस्से घडतात, त्यांच्या स्मृतीमधून ते कधीच पुसले जात नाहीत!

'नया दौर' या चित्रपटाची पटकथा अख्तर मिर्झा यांनी लिहिली आणि ते नामवंत निर्मात्यांना भेटू लागले. मेहबूब खान यांनी नकार दिला. राज कपूरने 'या कथेवर एक डॉक्युमेंटरी फिल्म बनू शकेल,' असे सांगून मिर्झा यांना फटकारले.

बी. आर. चोप्रा यांनी मात्र मिर्झांच्या कथेत दम आहे, असा अभिप्राय दिला. 'यंत्र आणि मानव' यांच्यातला संघर्ष हा या कथेचा जर्म किंवा केंद्रबिंदू.

लगेचच बी. आर.नी स्टार कास्ट-संगीत यांची जुळवाजुळव सुरू केली, ही बातमी वृत्तपत्रातून प्रसिद्ध होताच मेहबूब खान यांना धक्काच बसला.

''ए चोप्रा ऽऽ मत करो ये फिल्म. कहानी में कुछ दम नहीं है. पीट जाओगे'' या शब्दांत मेहबूबनी चोप्रांना परावृत्त करण्याचा प्रयत्न केला.

मेहबूबना लिहिता-वाचता येत नसे. इंडस्ट्रीत त्यांचा 'अंगुठा छाप' असा उल्लेख होत असे, तर बी. आर. चोप्रा स्वत: उच्चशिक्षित अन् पत्रकार होते. मेहबूब खान यांच्यामागे प्रदीर्घ अनुभव होता. अंदाज, औरत, आन अशा अनेक गाजलेल्या चित्रपटांचे ते निर्माते अन् दिग्दर्शक. मेहबूब यांच्या मताला वजन होते.

पण बी. आर. चोप्रांनी अख्तर मिर्झांच्या कथेवर 'नया दौर'ची निर्मिती सुरूच ठेवली. मधुबालाने बाह्य चित्रणास नकार देताच नायिका म्हणून वैजयंतीमालाची निवड करून बी. आर. चोप्रांनी आर्थिक नुकसानही सोसले.

दिलीपकुमार इथे झुंजणारा नायक म्हणून पुढे आला. मातीशी इमान राखणारी ही कथा चित्रित करताना अंधश्रद्धेवर प्रहार केला गेला. त्याचबरोबर यंत्र आणि मानव यांच्यातला संघर्ष प्रकर्षाने दाखवताना, मोटार आणि टांगा यांची शर्यत हा कथेचा परमोत्कर्ष बिंदू ठरेल याची बी. आर. चोप्रा यांना खात्री होती. म्हणूनच पडद्यावर या शॉटच्या वेळी प्रेक्षक उत्स्फूर्तपणे टाळ्या वाजवतील, हा त्यांचा अंदाज खरा ठरला.

'नया दौर'ने मुंबईत मिनर्व्हा आणि ब्रॉडवे अशा दोन चित्रपटगृहांत एकाच वेळी रौप्यमहोत्सव साजरा केला. मग नवल घडलं!

'एऽऽ चोप्राऽऽ, मै तुम्हारी फिल्मके फंक्शनमे चीफ गेस्ट बनूँगा.'' असा मेहबूब खान यांचा फोनच बी. आर. चोप्रा यांना आला.

समारंभात मेहबूबनी सुरुवातच 'मुद्दई लाख बुरा चाहे तो क्या होता है, वही होता है जो मंजुरे खुदा होता है!' हा शेर ऐकवून केली.

या चित्रपटाच्या पटकथेबाबत आपला अंदाज चुकल्याची कबुली मेहबूब खान यांनी जाहीरपणे दिली.

'तुम सही थे, मै गलत साबित हुआ' हे मेहबूब यांचे शब्द आजही बी. आर. चोप्रा यांना आठवतात. आपल्या निर्णयाशी ठाम राहणारे बी. आर. चोप्रा थोर की चूक कबूल करत, मनाचा मोठेपणा दाखवणारे मेहबूब खान महान, हे ज्याने-त्याने आपापल्या मगदुराप्रमाणे ठरवावे!

◆◆◆

फायर पॉवर - अग्निफुले

जिथे आग, तिथे धुवाँ—हे तर त्रिकालाबाधित सत्य!

पण हीच आग बॉलिवुडमधल्या दोन अभिनेत्यांना विलक्षण अनुभूती देऊन गेली. त्या अग्निदिव्यातून जणू सुनील दत्त-नर्गिस आणि धर्मेंद्र-मीनाकुमारी यांच्यातील स्नेहसंबंधांचं भवितव्यच अधोरेखित झालं.

'मदर इंडिया'च्या गुजरातमधल्या लोकेशनवर गवताच्या गंजीत दडून बसलेल्या बिरजूचा (सुनील दत्त) खातमा करण्यासाठी गावकरी गंजीला आग लावतात, असा सीन. पुत्राला वाचवण्यासाठी आई (नर्गिस) आगीच्या ज्वाळात घुसते...पण प्रत्यक्ष चित्रीकरणाच्या वेळी वाऱ्याने दिशा बदलली अन् क्षणार्धात नर्गिसला आगीच्या ज्वाळांनी घेरले. जिगरबाज सुनील दत्तने पुढच्या क्षणी पुढे धाव घेत आगीत घुसून बलदंड बाहूत नर्गिसला झेलत बाहेर काढले. जिवाचा थरकाप झालेल्या नर्गिसला फारशा झळा लागल्या नाहीत. पण सुनील दत्तला भाजण्याच्या जखमा झाल्याच.

या प्रसंगामुळेच नर्गिसच्या मनात सुनील दत्तबद्दल आपलेपणाची नाजूक भावना जागृत झाली. सुनील दत्तच्या क्षयरोगाने आजारी असलेल्या बहिणीची नर्गिसने केलेली देखभाल ही नंतर उपकाराची परतफेड असेलही, पण त्यामुळेच दोघांमधली जवळीक झपाट्याने वाढत गेली. दोघं लग्न करणार, हे निर्माते-दिग्दर्शक मेहबूब खान यांच्या लक्षात आले. ''तुम्ही चित्रपटात आई अन् मुलगा या भूमिकेत दिसणार आहात, तर 'मदर इंडिया'च्या प्रदर्शनापर्यंत थांबा,'' ही मेहबूब यांची विनंती दोघांनी मान्य केली.

सन १९५७च्या दिवाळीत 'मदर इंडिया' प्रदर्शित झाला अन् ११ मार्च १९५८ रोजी सुनील दत्त अन् नर्गिस विवाहबद्ध झाले. पण अग्निफुलांच्या अक्षतांनी त्यांना आधीच शुभेच्छा दिल्या होत्या.

अग्निदेवतेने असाच 'प्रसाद' 'फूल और पत्थर'च्या सेटवर धर्मेंद्रला १९६३ मध्ये दिला. जमीनदाराच्या विधवा सुनेला (मीनाकुमारी) आगीच्या लोळातून वाचवण्यासाठी शाका (धर्मेंद्र) आगीत घुसतो! प्रत्यक्षात आग इतकी भडकली की, धर्मेंद्रचा चेहरा होरपळला. उघड्या अंगाला आगीच्या तीव्र झळांचे चटके बसले.

निर्माता-दिग्दर्शकाचे कुठलेच सहकार्य धर्मेंद्रला मिळाले नाही; पण मीनाकुमारीच्या मृदू, संवेदनक्षम मनाची सहानुभूतीपूर्ण विचारपूस धर्मेंद्रने अनुभवली. यातूनच दोघांमधली जवळीक वाढत गेली.

नंतर धर्मेंद्र-मीनाकुमारी ही जोडी 'बहारोंकी मंझिल', 'पौर्णिमा' अशा अनेक चित्रपटांत एकत्र आली.

'फूल और पत्थर'च्या वेळी मीनाकुमारीला पाच लाख, तर धर्मेंद्रला अवघ्या पंचवीस हजार रुपयांवर करारबद्ध करण्यात आले होते. त्यामुळेच मीनाकुमारीसारख्या ज्येष्ठ अभिनेत्रीने धरमसारख्या ज्युनिअर आर्टिस्टबरोबर इतके चित्रपट करावेत याचे अनेकांना आश्चर्य वाटले.

'नये अदाकारोंको प्रोत्साहित करनेमे मैने क्या गलत काम किया? मै भी कभी नयी थी, संघर्ष कर रही थी.' या शब्दांत मीनाकुमारी धरमचे समर्थन करायची.

आधी ही मैत्री वृद्धिंगत होत गेली; मग या प्रेमाला ओहोटी लागली, हे खरं. पण या अग्निदिव्यामुळेच ही प्रेमकहाणी सुरू झाली. त्यातूनच धर्मेंद्रच्या कारकिर्दीची चढती भाजणी सुरू झाली, एवढं नक्की! आगीच्या झळा निखळ सोन्याला झळाळी नक्कीच आणतात!!

◆◆◆

मायलेकी - काल आणि आज

हिंदी चित्रपटसृष्टीमध्ये 'हिरोईन की माँ' हा काही काळ थट्टेचा विषय झाला होता.

म्हणजे चित्रपटाच्या सेटवर नायिकेपेक्षा तिच्या आईची खूप खातिर केली जाई. बडदास्त राखली जाई.

कारण उघड होतं. नायिकेच्या डेट्स, तिने कुठले चित्रपट स्वीकारावेत, प्रणयदृश्यात किती मोकळेपणाने वागावे—या प्रत्येक बाबतीत नायिकेच्या आईचा वरचष्मा असे. साहजिकच तिची म्हणजे- आईची मर्जी राखणं, ही निर्मात्यापासून स्पॉटबॉयपर्यंत प्रत्येकाची मोठी जबाबदारी असे.

अशा मायलेकींमध्ये प्रथम स्मरते ती जद्दनबाई-नर्गिस ही जोडी. जद्दनबाई स्वत: गायिका-नायिका या भूमिकेत १९३५ ते १९४० या काळात प्रसिद्ध. नंतर काही चित्रपट त्यांनी निर्माण केले. त्यामुळे राज कपूरच्या 'बरसात'ची नर्गिस नायिका बनल्यावर जद्दनबाईची नर्गिसवर करडी नजर होती.

राज कपूरने 'बरसात'चे काही बाह्यचित्रण काश्मीरमध्ये करायचे ठरवल्यावर अर्थातच जद्दनबाईंनी ठाम नकार दिला. मग महाबळेश्वर येथे चित्रीकरण उरकले. राज-नर्गिस यांच्यामधल्या जवळीकीचा जद्दनबाईला सुगावा लागलाच. पण १९४८मध्ये जद्दनबाईचे निधन झाले अन् राज-नर्गिसवरचा अंकुश संपला. जद्दनबाईंनी निर्मिलेल्या 'तलाश-ए-हक' या चित्रपटाद्वारे नर्गिसचे रुपेरी पडद्यावर पदार्पण झाले होते, ही बाब लक्षणीय.

शोभना समर्थ आणि नूतन या मायलेकी वेगळ्या कारणांनी गाजल्या. शोभना समर्थ म्हणजे सीता, हे एकेकाळी समीकरण होते. 'हमारी बेटी'द्वारे नूतन आणि 'छबिली'द्वारे तनुजा या दोन्ही कन्यांसाठी शोभनाताईंनी चित्रपटनिर्मिती केली. साहजिकच मुलींच्या कर्तृत्वावर विश्वास असला तरी त्यांच्या कारकिर्दीकडे त्यांचे बारीक लक्ष होते. योग्य वेळी मुलींचे विवाह त्यांनी लावून

दिले. पण आईने आपल्या पैशांचा अपहार केला, असा आरोप करत शोभना समर्थ यांच्याविरुद्ध नूतन कोर्टात गेली. अखेरच्या आजारपणात नूतनला याचा पश्चात्ताप झाला अन् दोघींत दिलजमाई झाली.

जया चक्रवर्ती आणि हेमामालिनी या मायलेकी १९७० च्या दशकात कायम प्रसिद्धीच्या झोतामध्ये राहिल्या. वडलांचा विरोध होता तरी, आईचा पाठिंबा हेमामालिनीला लाभला, म्हणूनच धर्मेंद्र-हेमा एकत्र येऊ शकले. जया चक्रवर्ती यांना जावयाचा अभिमान वाटे.

सारिका आणि बिंदिया या नायिका एवढ्या भाग्यवान नव्हत्या. त्या दोघींना आपापले इप्सित साध्य करण्यासाठी घर सोडावे लागले. सारिका-कमल हसन आणि बिंदिया-विनोद मेहरा हे दोन्ही विवाह असफल झाले. मायलेकींमध्ये सुसंवाद नसल्यामुळे हे घडले असेल का?

मास्टर विनायक गेले, तेव्हा त्यांची कन्या नंदा अवघी पाच वर्षांची होती. तिला आणखी सहा भावंडे होती. या सगळ्यांचा सांभाळ ज्या हिमतीने त्यांच्या आईने केला, त्यामुळे नंदाला आपल्या आईबद्दल अतीव आदर असणे स्वाभाविक!

उषाकिरण यांना आयुष्यात मनासारखे कधी वागता आले नाही. पण त्यांची कन्या तन्वी ही बाबा आझमी या छायाचित्रकाराच्या प्रेमात पडली. ह्या आंतरधर्मीय विवाहाला त्यांनी मनापासून पाठिंबा दिला.

आजच्या नायिकांना मात्र आई-बाप-भाऊ असे बॉडीगार्ड आवश्यक वाटत नाहीत.

◆◆◆

रिप्लेसमेंट - ये नहीं, तो वो

एखाद्या चित्रपटात एखादी भूमिका इतकी प्रभावशाली ठरते की रसिक प्रेक्षकाला वाटतं, 'अरे, इथे अन्य कुणी असूच शकत नाही.'

अशोककुमारचा 'किस्मत', दिलीपकुमारचा 'गंगा जमना' किंवा नर्गिसचा 'मदर इंडिया', मीनाकुमारीचा 'पाकिजा' बघताना आपली सगळ्यांची अशीच प्रतिक्रिया असते.

पण कित्येक वेळा असंही घडतं की, दिग्दर्शकाला हवा तो हीरो किंवा हिरोइन उपलब्ध होत नाही. कधी इगो आड येतो, कधी पैशावरून बात फिसकटते, कधी 'डेट प्रॉब्लेम' निर्माण होतात.

'जंजीर'ची पोलीस इन्स्पेक्टरची भूमिका देव आनंद, धर्मेंद्र, राजकुमार यांनी नाकारल्यावर अमिताभ बच्चनच्या वाट्याला आली. मग नवा सुपर स्टार जन्माला आला. हे तर सगळ्यांनाच ठाऊक आहे.

'प्यासा'मधल्या कवीसाठी गुरू दत्तच्या मनात फक्त दिलीपकुमार होता. पण दिलीपकुमारने 'देवदास'मध्ये असाच नशेत चूर नायक रंगवल्याचे सांगत नकार दिला. आज 'प्यासा' आणि त्यातला गुरू दत्तचा अभिनय 'क्लासिक' समजला जातो.

सन १९६१मध्ये आलेल्या 'जब प्यार किसी से होता है'- साठी नासिर हुसेनला शम्मी कपूर हवा होता. पण सुबोध मुखर्जी या नासिर हुसेनच्या प्रतिस्पर्धी कॅम्पने 'जंगली'साठी शम्मी कपूरला साईन केले. मग 'पेइंग गेस्ट', 'मुनिमजी' पासून देव आनंदशी संबंध ठेवून असलेल्या नासिर हुसेनने त्यालाच आपल्या पहिल्या चित्रनिर्मितीसाठी करारबद्ध केले. गंमत म्हणजे, 'जब प्यार...' आणि 'जंगली' दोन्ही चित्रपट तुफान गाजले. रौप्य-महोत्सवी ठरले.

'दो आँखे बारह हाथ' या थोड्याशा 'ऑफ बिट'

चित्रपटासाठी चित्रपती व्ही. शांताराम यांना दिलीपकुमार हवा होता. दिलीपकुमारने आधी आढेवेढे घेत वीस लाखांची मागणी केली. त्या काळी व्ही. शांताराम नटांना अति अल्प मोबदल्यात राबवून घेतात, असा त्यांचा लौकिक होता. पण आश्चर्याची गोष्ट अशी की, शांताराम बापूंनी दिलीपकुमारची अवाजवी मागणी मान्य केली. पण त्यानंतरही त्याचे समाधान झाले नाही. दिलीपकुमारने चित्रपटाच्या फायद्यामध्ये टक्केवारी मागितली. मग शांतारामबापूंनी 'दो आँखे बारह हाथ'मधला नायक स्वत:च साकारला आणि ती त्यांच्या आयुष्यातली सर्वोत्कृष्ट भूमिका ठरली.

'सीता और गीता' मधल्या डबल रोलसाठी आधी मुमताज या नटीची निवड पटकथाकार सलीम-जावेद जोडीने केली होती. पण मयूरेश मध्वानी-बरोबर लग्न करून मुमताज अचानक परदेशी निघून गेली. मग हेमामालिनीने सीता और गीता साकारल्या. चित्रपट दणकून चालला आणि हेमाचे अफाट कौतुक झाले.

डेट्स उपलब्ध नसल्यामुळे 'हम दिल दे चुके सनम' माधुरी दीक्षितच्या हातातून गेला. अर्थात ऐश्वर्या रॉयने 'नंदिनी' अजरामर केली.

'हीरो' चित्रपटाची पटकथा ऐकल्यावर अनिल कपूरला ही भूमिका आपल्यासाठी 'टेलर मेड' ठरेल, असे वाटले होते. पण सुभाष घई यांनी जैकी श्रॉफला संधी दिली. जॅकीचे नशीबच खुलले.

'डर'मधल्या निगेटिव्ह रोलसाठी आधी नाना पाटेकरचा विचार यश चोप्रा यांनी केलेला होता. त्याने नकार देताच शाहरुख खानने नानाच्या आवाजाची नक्कल करत अडखळत्या बोलीत संधी साधली. बॉलिवुडमें ऐसा भी होता है!!

◆◆◆

कधी हार कधी प्रहार- कधी सहकार कधी असहकार

'बॉलिवुड' हा शब्द आलाय मुंबईमधल्या हिंदी चित्रपटव्यवसायाला उद्देशून! पुष्कळांना तो शब्द नापसंत आहे. याचे कारण भारतीय चित्रपट उद्योग अनेक भाषी आहे. कलकत्ता, मद्रास, हैदराबाद अशा अनेक ठिकाणी बंगाली, तमिळ आणि तेलुगूभाषी चित्रपटांची निर्मिती होते. या सगळ्यांचं प्रतिनिधित्व 'बॉलिवुड' या शब्दातून नेमकं व्यक्त होत नाही. म्हणूनच नसिरुद्दीन शाह, ओम पुरी यांसारखे दिग्गज कलाकार 'बॉलिवुड' या शब्दालाच नकार देतात.

पण आंतरराष्ट्रीय पातळीवर मात्र भारतीय चित्रपट म्हणजे 'बॉलिवुड' हेच समीकरण बनून गेलंय. शिवाय ऑक्सफर्ड डिक्शनरीतच 'बॉलिवुड' हा शब्द आता समाविष्ट झालाय, त्याला कुणी विरोध केलेला नाही.

मुंबई ही अनेकांची कर्मभूमी ठरली. कलकत्त्याहून बिमल रॉय मुंबईत आले. मग हृषीकेश मुखर्जी, नितीन बोस, सलील चौधरी, हेमंतकुमार ही गुणी माणसं मुंबईत स्थिरावली. तमिळनाडू ही तर नृत्यांगनांची गंगोत्री. पण वैजयंतीमाला, हेमामालिनी, रेखा अशा अनेक अभिनेत्री मुंबईत येऊनच यशस्वी ठरल्या. वहिदा रेहमान हैदराबादची. शाहरुख खान, मनोज तिवारीसकट बॉलिवुडने कितिकांना रोजीरोटी दिली, त्याची गिनती करणं अवघड. त्याचबरोबर मुंबईच्या कलाकारांनी इतरांना नेहमीच मदतीचा हात देऊ केलाय.

सत्यजित रे यांच्या 'कांचनगंगा' या चित्रपटाचे चित्रण १९६३च्या सुमारास दार्जिलिंग येथे सुरू होते. त्याच वेळी मुंबईमधून एफ. सी. मेहरा यांच्या 'प्रोफेसर' या चित्रपटाचे युनिट तिथे दाखल झाले. तिथे शम्मी कपूरसमवेत गीता बाली पण हजर होती. ती सत्यजित रे यांच्या लोकेशनवर रमत असे. अचानक रॉ फिल्मचा स्टॉक संपला आणि सत्यजित रे यांचे काम

खोळंबले. गीता बालीने लगेच तासाभरात रॉ स्टॉक उपलब्ध करून दिला आणि कांचनगंगाचे शूटिंग पुढे सुरू झाले. मुंबईच्या युनिटचा कॅमेरा नादुरुस्त झाल्याचे कळताच, सुब्रतो मित्रामार्फत सत्यजित रे यांनी त्या युनिटला मदतीचा हात देऊ केला. परस्परसहकार्याचं हे अनोखं उदाहरण भारतीय चित्रपटसृष्टीच्या इतिहासाचं पान बनून गेलंय.

अनेक तमिळ आणि तेलुगू चित्रपटांचे रीमेक यशस्वी झाले. त्यामुळे दोघांचाही फायदाच झालाय.

सत्यजित रे यांनी १९७०च्या सुमारास बॉलिवुडच्या चित्रपटांवर जोरदार हल्ला चढविला. 'नाचगाण्यांशिवाय आणि मारधाडीशिवाय त्यात दुसरं काही नसतं. सबब हिंदी चित्रपटांवर कायमची बंदी घालावी', अशी मागणी त्यांनी सरकारकडे केली. मग मात्र वातावरण तापलं.

'सत्यजित रे यांच्या बंगाली चित्रपटात भारतीयांचं फक्त दारिद्र्य दाखवलं जातं. हा चाळीस कोटी जनतेचा अपमान आहे,' अशी प्रखर टीका त्या वेळी राज्यसभा सदस्य असलेल्या नर्गिसने केली आणि सत्यजित रे यांचे चित्रपट भारताबाहेर दाखवले जाऊ नयेत, अशी मागणी केली.

आता वातावरण खूपच निवळलंय. कथावस्तू, विषय, सादरीकरण या सर्वच बाबतींत प्रादेशिक चित्रपट दर्जेदार ठरत आहेत. त्यामानाने बॉलिवुडची यशाची पातळी घसरली आहे. पण दोघांनाही परस्परसहकार्याची नितांत गरज आहेच!

◆◆◆

काम हमारा, नाम तुम्हारा याने 'घोस्ट डायरेक्टर'

बॉलिवुडचं जग किती वेगळं, ते आत शिरल्याशिवाय कळणारच नाही! म्हणजे बघा—चित्रपटाच्या श्रेयनामावलीमध्ये दिग्दर्शक म्हणून आपण ज्याचे नाव वाचतो, तो त्या चित्राचा खरा दिग्दर्शक असतो, असं आपण मानतो. पण ते पूर्ण सत्य असतं का? का अर्धसत्य असतं?

'जिस देस में गंगा बहती है' हा राज कपूर निर्मित 'आर के.' बॅनरचा १९६१मध्ये आलेला चित्रपट. राघू कर्मकार हा त्यांचा दिग्दर्शक, असे श्रेयनामावली सांगते!

प्रत्यक्षात त्यातली प्रत्येक फ्रेम राज कपूरची, हे शम्मी कपूरनेच काही वर्षांपूर्वी ठासून सांगितले. राघू कर्मकार त्या चित्रपटाचा छायाचित्रकार! नर्गिसपासून दुरावल्यामुळे आत्मविश्वास गमावलेल्या राज कपूरने केलेली ही अपरिहार्य तडजोड होती.

'गंगा-जमना' त्याच वर्षी आला. नितीन बोस त्याचे दिग्दर्शक. पण दिलीपकुमारने दिग्दर्शनामध्ये इतका रस घेतला की, सगळे कलाकार मनोमन समजूनही काही प्रतिक्रिया देत नसत. शिवाय दिलीपकुमार स्वतःच निर्माता! कोण काय बोलणार?

'कागज के फूल'च्या अपयशानंतर गुरू दत्तने 'चौदहवी का चाँद'च्या दिग्दर्शनासाठी एम्. सादिकची निवड केली. तर 'साहिब बिबी और गुलाम' पूर्णतः स्वतः दिग्दर्शित करूनही श्रेयनामावलीत अब्रार अल्वी यांचे नाव दिसले.

१९६०चं दशक संपताना सुनील दत्त, मनोजकुमार चक्क पॅकेज देत. साठ वा ऐंशी लाख निर्मात्याने दिले की संपूर्ण चित्रपट करण्याची ते हमी देत. दिग्दर्शक म्हणून नाव अन्य कुणाचे तरी दिले जाई. हे पॅकेज डील चांगलेच यशस्वी झाले.

हे 'घोस्ट डायरेक्टर' तसे जुने असले तरी आजही अस्तित्वात आहेत.

'प्रेमपत्र' हा बिमल रॉय यांचा चित्रपट. पण अचानक

त्यांना परदेशी जावे लागले आणि काही चित्रीकरण मग शशी कपूरने उरकले, अशी नोंद आहे.

'तिसरी मंझिल'चे दिग्दर्शन नासिर हुसेन यांनी विजय आनंदकडे सोपवले. प्रत्यक्षात त्यांनी चित्रीकरणात इतका हस्तक्षेप केला की, श्रेयनामावलीत दिग्दर्शक म्हणून दोघांची नावे देण्यावाचून पर्यायच नव्हता.

आजारपण आणि अकाली मृत्यू या अपरिहार्य कारणामुळे अर्धवट राहिलेला चित्रपट अन्य कुणी पुरा करतो, असेही घडते.

'लगान'च्या चित्रीकरणाच्या वेळी आशुतोष गोवारीकर पाठदुखीमुळे आजारी पडल्यामुळे आमीर खानला काही दृश्ये चित्रित करण्याची जबाबदारी घ्यावी लागली, असे सांगतात.

के. असिफ दिग्दर्शित 'लव्ह अँड गॉड' त्याच्या मृत्यूनंतर अन्य कुणी पूर्ण केला. गुरू दत्तचा 'बहारे फिर भी आयेगी' हा चित्रपट आत्माराम या त्याच्या बंधूंनी नेटाने मार्गी लावला.

टॉप स्टार्स डोईजड झाले की त्यांची दिग्दर्शनामधली लुडबूड वाढते. मग सहकलाकारांचा रोल कापला जातो. त्याबद्दलचा असंतोष कधी तरी व्यक्त होतो. पण काही वेळा असा हस्तक्षेप चित्रपटाच्या परिणामकारकतेमध्ये भर घालून जातो.

'दिल दिया दर्द लिया'चे दिग्दर्शक ए. आर. कारदार. पण त्यांच्यावर दिलीपकुमारचा खूप प्रभाव. फायदा झाला प्राणचा! प्राणचा व्हिलन सरस वठला. पण चित्रपट पडला.

'१९४२ अ लव्ह स्टोरी' चित्रपटाच्या क्लायमॅक्सच्या चित्रीकरणासाठी विधू विनोद चोप्रा यांनी शेखर कपूरसह आणखी दोन दिग्दर्शकांची मदत घेतल्याची नोंद आहे. ऐसा भी होता है!!

◆◆◆

उत्तुंग यशाचा फॉर्म्युला कुठला?

आपल्या हिंदी चित्रपटसृष्टीत वर्षाला सातशे-आठशे चित्रपट तयार होतात. त्यातले अवघे सात-आठ आपलं मूळ भांडवल वसूल करतात. तरीही चित्रनिर्मिती सुरूच आहे. चित्रपटांना १९९० च्या दशकात सरकारकडून व्यवसायाचा दर्जा मिळाला. त्यामुळे बँकांद्वारा कर्ज मिळणे चित्रपट व्यावसायिकांना सुलभ झाले.

पण चित्रपटाच्या यशाची हमी कोण देणार? चित्रपट हमखास यशस्वी ठरेल, अशा फॉर्म्युलाच्या शोधात इथे सारे जण दंग असतात. मग कुणी दिलीपकुमारच्या हस्ते चित्रपटाचा मुहूर्त करतात, कुणी तयार चित्रपटाची प्रिंट शिर्डीच्या साईबाबांच्या चरणी ठेवून आशीर्वाद घेतात. 'बिदाई'पासून अभिनेता जितेंद्रने हा ट्रेंड सुरू केला. रंगीत चित्रपटांचा हंगामा १९६०च्या दशकात सुरू झाल्यावर काश्मीरमध्ये बाह्यचित्रण केलं की चित्रपट हमखास यशस्वी होतो, अशी चर्चा सुरू झाली. 'जंगली' (१९६२) पासून हा नवा ट्रेंड आला.

शम्मी कपूरबरोबर एखादी नवी तारका पेश केली की, चित्रपट दणकून चालणार, अशी हवा त्याच काळात तयार झाली. आशा पारेख (दिल दे के देखो), सायराबानू, (जंगली), कल्पना (प्रोफेसर) या नायिका शम्मी कपूरसमवेत चमकल्या आणि जणू काही चित्रपटसृष्टीला यशाचा नवा फॉर्म्युलाच सापडला. अर्थातच हे तिन्ही चित्रपट रौप्यमहोत्सवापलीकडे झेपावले, म्हणूनच हे मिथ तयार होऊन निर्मात्यांच्या मनात ठसलं!

मग काही निर्मात्यांनी लोकप्रिय नायिका आणि नवोदित नायक अशी जोडी जमवण्याचा प्रयत्न करून पाहिला.

वैजयंतीमाला -मनोजकुमार (फूलों की सेज), वैजयंतीमाला-जॉय मुखर्जी (इशारा), वहिदा रेहमान-कवलजित (शगुन), आशा पारेख-राजेश खन्ना (बहारोंके सपने) असे नवे प्रयोग

करण्यात आले. पण हा प्रयोग मात्र अंगलट आला. कारण या सर्वच चित्रपटांनी फक्त अपयश पाहिले. वहिदा-कवलजित विवाहबद्ध झाले ते सोडा! अपवाद फक्त दोन चित्रपटांचा. हरियाली और रास्ता (माला सिन्हा- मनोजकुमार) आणि फूल और पत्थर (मीनाकुमारी-धर्मेंद्र)!

दरम्यान, शम्मी कपूर मात्र या अंधश्रद्धेला खतपाणी घालत राहिला. 'काश्मीर की कली' (शर्मिला टागोर) आणि 'प्यार किया तो डरना क्या' (बी. सरोजादेवी) या चित्रपटांनी अनुभवी नट आणि नवी नायिका हा यशाचा फॉर्म्युला आहे, हे सिद्ध केलं!

अभिनेत्रींच्या बाबतीत हाच प्रकार फक्त नंदा या नटीच्या संदर्भात घडल्याचे जाणवते.

नंदा-शशी कपूर ही जोडी 'मेहेंदी लगी मेरे हाथ'द्वारे लोकप्रिय झाली. मग नंदाला करारबद्ध करायचं अन् नवा नायक घेऊन चित्रपट सुरू करायचा, हा ट्रेंड सुरू झाला.

मग 'बेदाग' (नंदा-मनोजकुमार), 'बडी दीदी' (नंदा-जितेंद्र), 'अभिलाषा' (नंदा-संजय खान), 'तुफान और दिया' (नंदा-राजेंद्रकुमार) असे अनेक चित्रपट आले. द ट्रेन (नंदा-राजेश खन्ना) हा आणखी एक चित्रपट याच मालिकेमधला यशाचा नवा फॉर्म्युला.

इंद्रकुमार या दिग्दर्शकाने एक नवीच दिशा दाखवली. बेटा, इश्क या त्याच्या चित्रपटांचे शूटिंग उटकमंडला झाले. तिथला एक विशिष्ट वृक्ष पडद्यावर आला की चित्रपट यशस्वी होतो, अशी त्याची दृढ श्रद्धा आहे. अजूनही तो वृक्ष तिथे आहे म्हणे! याला तुम्ही अंधश्रद्धा म्हणू शकता!

◆◆◆

करारात बांधलेला कलाकार – कथा आणि व्यथा

हिंदी चित्रपटसृष्टीत नव्याने प्रवेश करणाऱ्या कलाकाराला निर्माता कराराने बांधून घेतो. कधी हा करार मुदतबंद म्हणजे तीन ते पाच वर्षांचा असेल, कधी दोन-तीन चित्रपटांपुरता असेल. त्यात सवलत द्यायची की नाही हे सर्वस्वी निर्मात्याच्या मर्जीवर अवलंबून. त्यात दोन्ही बाजू समजूतदार असतील तर ठीक. नाही तर कोर्टकचेरी, आरोप-प्रत्यारोप, वादविवाद अटळ! एरवीसुद्धा निर्माता कुणालाही अटी घालू शकतो.

जसं 'हलाकू' चित्रपटात वेगळी व्यक्तिरेखा साकारण्यासाठी प्राणने ओरिजिनल मिशा उतरवायला हव्यात, ही निर्मात्याची पहिली अट होती. प्राणला ती मान्य करावी लागली.

'नया दौर' चित्रपटासाठी मधुबालाशी करार करताना आवश्यक तेव्हा आऊट डोअर शूटिंगसाठी हजर राहावे लागेल, अशी अट निर्माते बी. आर. चोप्रा यांनी घातली होती. मधुबालाने बाह्यचित्रणास वडलांमार्फत नकार देताच बी. आर. चोप्रा यांनी मधुबालावर कोर्टात दावा दाखल केला. शेवटी तिची चित्रपटातून हकालपट्टी केली.

गुरू दत्तने 'सी. आय.डी.' चित्रपटासाठी वहिदा रेहमानबरोबर पाच वर्षांचा करार केला होता. 'प्यासा', 'कागज के फूल' आणि 'चौदहवी का चाँद' या चित्रपटात गुरू दत्त-वहिदा एकत्र आले. पाच वर्षांचा करार संपत आला आणि गुरू दत्तने 'साहिब बिबी और गुलाम' या पुढच्या चित्रपटाची जुळवाजुळव सुरू केली. गुरू दत्तने गाफील राहून वहिदाला गृहीत धरलं. पण दरम्यान दोघांतलं सौहार्द संपुष्टात आलं आणि कराराची मुदतही संपली. 'काला बाजार' इत्यादी बाहेरच्या चित्रपटांत यशस्वी ठरलेल्या वहिदा रहमानने मार्केट प्राइस मागितली आणि गुरू दत्तला ती द्यावी लागली.

'दिल दे के देखो' या फिल्मालयच्या चित्रपटासाठी

आशा पारेखची निवड झाली. नासिर हुसेन चित्रपटाचे दिग्दर्शक. नंतर त्यांनी स्वत:ची चित्रसंस्था काढताच 'जब प्यार किसीसे होता है'पासून त्यांच्या जवळजवळ प्रत्येक चित्रपटात आशा पारेख होती. 'फिर वही दिल लाया हूँ', 'प्यार का मौसम', 'कारवाँ', 'बहारों के सपने' आणि 'तिसरी मंझिल' हा सिलसिला त्यांच्या सहप्रवासाची साक्ष देतो.

'हम किसीसे कम नहीं' साठी मात्र काजल किरण या नव्या नटीला नासिर हुसेन यांनी करारबद्ध केले. ती यशस्वी होताच 'अखियोंके झरोकेसे'साठी तिची निवड झाली होती, पण नासिर हुसेननी जबरदस्त प्राइस मागायला तिला उद्युक्त केले. परिणामी, एक चांगला चित्रपट तिच्या हातून निसटला. फायदा झाला रंजिता या नव्या नटीचा! काजल किरणची कारकीर्द नंतरही फुललीच नाही कधी!!

साहजिकच धूर्त कलाकार करार संपताच आपल्या गॉडफादरकडे संपूर्ण दुर्लक्ष करतात याचे नवल नाही वाटत. सुभाष घईंनी मनीषा कोईराला (सौदागर) आणि माधुरी दीक्षित (राम-लखन) यांना उत्तम ब्रेक दिला. पण नंतर मात्र 'उनके पास मेरी फिल्मोंके लिये वक्त कहा है' असा विषादयुक्त सूर सुभाष घई यांनी लावला पत्रकारांसमोर!

'परदेस'मुळे महिमा चौधरी आणि सुभाष घई यांच्यात जो गैरसमज झाला, तो अशाच एका कराराच्या मुद्द्यावरून! 'ताल'साठी सुभाष घईंनी ऐश्वर्या रॉयची निवड केली होती, तर 'यादें'साठी करिना कपूरची. त्यामुळे बिथरलेल्या महिमा चौधरीला आपण दुर्लक्षित झालो, असं वाटणं स्वाभाविक. अर्थातच अशा करार-मदारापेक्षा परस्परविश्वासातून स्टार्स आणि निर्मात्यांनी एकत्र येणं कधीही चांगलंच! अमिताभ-मनमोहन देसाई किंवा यश चोप्रा-शाहरुख अशी टीम जुळली, ती अशा विश्वासातून, हे लक्षात घेणं गरजेचं!

◆◆◆

स्टार्स आर स्पोर्ट्स लव्हर्स

बॉलिवुडला आणि तिथल्या स्टार्सना क्रिकेटबद्दल प्रचंड प्रेम आहेच! शूटिंग बंक करून मुंबईत ब्रेबॉर्न स्टेडियमवर क्रिकेट सामना बघण्यात रंगून जाणारे स्टार्स १९६०च्या दशकाने पाहिले. नंतर शारजात होणाऱ्या क्रिकेट दंगलींसाठी बॉलिवुडच्या तारे-तारकांना खास निमंत्रण असे. त्यांच्याच लुटूपुटीच्या क्रिकेट सामन्यांना प्रेक्षक गर्दी करत.

पण क्रिकेटच नव्हे, तर अन्य खेळांनाही बॉलिवुडने तेवढंच प्रेम दिलंय.

अभिनेता प्राणने 'डायनामो' हा फुटबॉल संघच स्थापन केला होता. त्यात तो स्वत:, राज कपूर, अजित अशी स्टार मंडळी खेळत. स्पर्धांत भाग घेऊन या संघाने काही विजय मिळवल्याची नोंद आहे.

विनोदवीर आणि खलनायक शक्ती कपूर हा दिल्लीच्या रणजी संघाकडून खेळलेला आहे; तर सुनील गावसकर, सलीम दुराणी आणि संदीप पाटील रुपेरी पडद्यावरही झळकले. सुनील गावसकरचा 'सावली प्रेमाची' हा मराठी चित्रपट चट्‌कन स्मरतो. अशोककुमार, विश्वजित, उत्पल दत्त हे बंगाली नट फुटबॉलप्रेमी होते यात नवल नाही. ईस्ट बेंगाल टीमला त्यांचा पाठिंबा असे.

रुपेरी पडद्यावर क्रिकेटला पहिल्यांदा स्थान मिळाले 'लव्ह मॅरेज' (१९५६) या सुबोध मुखर्जी दिग्दर्शित चित्रपटात. देव आनंद इथे चक्क शतक ठोकून मॅच आणि माला सिन्हाचं दिल, दोन्ही जिंकतो. त्यानंतर 'जलवा'मध्ये नसिरुद्दीन शाह आणि 'अव्वल नंबर' या देवआनंद निर्मित चित्रपटात आमीर खान क्रिकेटपटू बनून करमणूक करून गेले. 'लगान'मधून तर भुवन (आमीर खान) गावातल्या अडाणी, अनपढ लोकांची क्रिकेट टीम बनवून ब्रिटिशांशी झुंजताना आपण पाहिला.

'गंगा-जमना' मध्ये गंगा (दिलीपकुमार) एकट्याच्या

बळावर कबड्डीचा सामना फिरवताना दिसला. 'चोरी चोरी' आणि 'कठपुतली'मध्ये कळसूत्री बाहुल्यांचा खेळ रंगला. हिंमत (१९६६) या चित्रपटातही मुला-मुलींचा कबड्डीचा सामना पाहिल्याचं स्मरतं.

गॅरी सोबर्स-अंजू महेंद्रू, व्हिव्ह रिचर्ड्स-नीना गुप्ता, मोहसीन खान-रिना रॉय अशी प्रेमप्रकरणं रंगली. तर शर्मिला टागोरने क्रिकेटपटू मन्सूर अली पतौडीला आपला जीवनसाथी बनवले. 'चक दे इंडिया' चित्रपटात मुलींच्या हॉकी टीमचा मार्गदर्शक बनून शाहरुख खान वेगळी अदा दाखवून गेला, तर 'गोल'मध्ये जॉन अब्राहम फुटबॉलपटू बनून आला. हे दोन्ही चित्रपट अफाट यशस्वी ठरले आणि त्या खेळांची लोकप्रियता वाढली.

आज नाना पाटेकर नेमबाजींच्या स्पर्धा गाजवतोय, तर सचिन कार रेसमध्ये उतरलाय. भारतीय क्रिकेट बोर्ड आयोजित आयपीएल ट्वेंटी स्पर्धेसाठी स्टार खेळाडूंचा लिलाव झाला. त्यात शाहरुख खान आणि प्रीती झिंटा यांनी दणदणीत बोली लावून आपलं क्रिकेटप्रेम व्यक्त केलंय! हा त्यांच्या व्यावसायिक दृष्टिकोन असेलही. पण तो खेळाच्या लोकप्रियतेमध्ये भर घालतोय, एवढं नक्की!

गानसरस्वती लता मंगेशकरसुद्धा क्रिकेट सामना बघण्यासाठी कधी कधी रेकॉर्डिंग बंद ठेवत. एक दिवसीय सामन्यासाठी लंडन येथे त्यांनी हजेरी लावली, एवढं त्यांचं क्रिकेटप्रेम अनिवार नि अजब!!

◆◆◆

पीछे पड गया इन्कम टॅक्सम्

मार्च महिना जसा बजेटचा तसाच इन्कमटॅक्स, वेल्थ टॅक्स, प्रॉपर्टी टॅक्स भरण्याचा!

त्यातही बॉलिवुडच्या तारे-तारकांना या इन्कम टॅक्सने जेवढं छळलंय, तेवढं प्रत्यक्ष सैतानानेसुद्धा छळलं नसेल. अर्थात ही झाली बॉलिवुडची प्रतिक्रिया!

प्रत्यक्षात करचुकवेगिरी आणि करथकवेगिरीचे आकडे आणि थकबाकीदार स्टार्सची नावे जेव्हा वृत्तपत्रातून जाहीर होतात, तेव्हा कॉमन मॅनची प्रतिक्रिया फार तिखट असते.

'हे स्टार्स करोडो कमवतात, मग टॅक्स भरायचे का टाळतात,' ही जनसामान्यांची स्वाभाविक प्रतिक्रिया व्यक्त होते.

पुन्हा जी नावांची यादी प्रसिद्ध होते. त्यात दर वर्षी तीच ती नावे असतात. म्हणजे बच्चन, खान, कपूर वगैरे.

त्यांच्या चाहत्यांना नक्कीच वाईट वाटत असणार. स्टार्सबद्दल सहानुभूती तर नक्कीच वाटते.

म्हणजे बघा— अनेक प्रकारचे कर, खंडणीच्या धमक्या, चित्रपटांच्या यश-अपयशामुळे येणारी अस्वस्थता, गळेकापू स्पर्धा या सगळ्या समस्यांना तोंड देत हे कलाकार तुमचं मनोरंजन करत असतात.

पण चित्रपटव्यवसाय सगळ्यात बेभरवशाचा. कालचा सुपरस्टार उद्या कुठे फेकला जाईल याचा नेम नाही.

कक्कू ही नृत्यांगना एके काळी चित्रपटवेड्यांच्या दिलावर राज्य करायची. पण १९६०चं दशक संपताना तिची सद्दी संपली. हेलन, राणी, मधुमती, फरियाल अशा गिर्रेबाज फटाकड्या पडद्यावर आल्या अन् कक्कूची कारकीर्द उतरणीला लागली. इन्कम टॅक्सच्या नोटिसा आल्यावर ती जागी झाली. तिला उत्पन्नावर कर भरायचा असतो, हेच ठाऊक नव्हतं! अगदी विपन्नावस्थेत तिचा अंत झाला.

आधीचा तो जमानाही असा की, उत्पन्नाचा आकडा फुगवून सांगायची बॉलिवुडमधल्या ताऱ्यांना वाईट खोड जडलेली. 'माझ्याकडे इतकी पिक्चर्स आहेत', असे ओरडून सांगण्यात प्रतिष्ठा मानली जायची! ही स्थिती आयुष्यभर थोडीच राहते? मग इन्कम टॅक्स डिपार्टमेंट आणि सेंट्रल इन्व्हेस्टिगेशन ब्यूरो एकत्र येऊन घरावर छापा टाकायची!

हा दणका सगळ्यात पहिल्यांदा बसला माला सिन्हा या अभिनेत्रीला. तिच्या घरातल्या बाथरूमच्या सीलिंगमध्ये काही लाख रुपये सापडल्याच्या बातम्या वृत्तपत्रांनी छापल्या अन् मोठीच खळबळ माजली.

किशोरकुमारला 'हाफ टिकट' या चित्रपटाच्या अपयशाचा फटका बसला. नंतर इन्कम टॅक्सचा ससेमिरा टाळण्यासाठी तो स्टेज शोज् करत अक्षरश: सर्वदूर पळ काढत सुटला.

'होली आयी रे' या चित्रपटातल्या 'गुनी जनों भक्त जनों' या रंगतदार ह्युमरस गाण्यामध्ये सगळ्या स्टार्सची नावे जपताना 'पीछे पड गया इन्कम टॅक्सम्' ही मल्लिनाथी किशोरकुमारच्या स्वरात ऐकताना धमाल आली.

आज जसा 'माही' म्हणजे आपला धोनी, प्रामाणिकपणे टॅक्स भरतोय, सर्वाधिक कर भरणारा म्हणून त्याची नोंद झाल्येय, तशीच पूर्वी अशा प्रामाणिक स्टार्सची यादी प्रसिद्ध व्हायची.

एका वर्षी बॉलिवुडचा नंबरी खलनायक अमरीश पुरीचा प्रामाणिक करदाता म्हणून सत्कार झाला. मोगॅम्बो खूश हुआ!

पण लगेच दोनच महिन्यांत त्याच्या घरावर छापा पडला. अंडरवर्ल्डच्या धमक्या आल्या अन् त्याला पोलिसांचे संरक्षणही घेणे भाग पडले.

एक व्यक्तिगत अनुभव सांगतो. १९६७ मध्ये इन्कम टॅक्स इन्स्पेक्टर या पदासाठी मी लेखी परीक्षेत पास झालो. इंटरव्ह्यू घेताना 'तुमचा आवडता कलाकार कोण?' असे मला विचारण्यात आले. आम्ही 'ऑफ कोर्स दिलीपकुमार' असे धडाक्यात सांगून टाकले. मग चूक लक्षात आली. सिलेक्शन झाले नाही, हे सांगायला नकोच!!

◆◆◆

हॅलो ब्रदर ऽऽऽ

बॉलिवुडमध्ये नात्यांची गुंतागुंत इतकी गाढी आहे, घनदाट आहे की, ती सोडवायचा प्रयत्न करताना आपली दमछाक होईल. घराणी तर इतकी आहेत चित्रपटसृष्टीत, की तो एखाद्या प्रबंधाचा विषय होईल. तूर्त आपण भाऊ-भाऊ एवढीच मर्यादा घालून घेतली तरी पुरे.

चोप्रा, कपूर, आनंद, वाडिया, नडियादवाला, खान, रोशन, सिप्पी ही घराणी चट्कन आठवतात. अभिनयक्षेत्रांतल्या भाईभाई संबंधांबद्दल बोलायचं तर पृथ्वीराज-त्रिलोक कपूर हे सगळ्यात सिनिअर! नंतर आठवतात त्यांची मुलं. राज, शम्मी, शशी. त्यातही शशी कपूर 'आवारा'मध्ये बालकलाकार तर 'सत्यम् शिवम् सुंदरम्' मध्ये नायक म्हणून राज कपूरच्या दिग्दर्शनाखाली रमला.

'जबसे तुम्हे देखा'मध्ये एका कव्वाली दृश्यात शम्मी कपूर - शशी कपूर एकदाच एकत्र दिसले.

नंतर रणधीर कपूर ऊर्फ डब्बू आणि ऋषी कपूर ऊर्फ चिंटू ही कपूर घराण्यातली भावाभावांची पुढची पिढी. राजीव नंतर आला.

दिलीपकुमार आणि नासिर खान सख्खे भाऊ. 'गंगा-जमना' मध्ये ते भाऊ-भाऊ म्हणून शोभले, पण दिलीपकुमारएवढं यश नि कर्तृत्व नासिर खानकडे नव्हतं. त्याचं अकाली निधन झालं.

चेतन आनंद, देव आनंद आणि विजय आनंद तिघे भाऊ अभिनय आणि दिग्दर्शन या दोन्ही क्षेत्रांत कर्तृत्व गाजवत राहिले. 'काला बाजार' या १९६० च्या चित्रपटात तिघे वेगवेगळ्या भूमिकांत चमकले.

फिरोज खान, संजय खान आणि अकबर, समीर हे खानबंधू एकाच वेळी पडद्यावर दिसत राहिले. 'मेला' या चित्रपटात फिरोज आणि संजय भाऊ-भाऊ बनले. सगळे नंतर निर्माते

बनले. 'अपराध', 'उँचे लोग', (फिरोज), 'दोस्ती', 'एक फूल दो माली' (संजय), नुकताच येऊन गेलेला 'ताजमहल' (अकबर) ही त्यांच्या काही चित्रपटांची नावे!

जॉनी वॉकर, टॉनी वॉकर आणि विजयकुमार हे बंधूसुद्धा चित्रपटसृष्टीत आले. तिघांनी एकत्र येऊन काही चित्रपटही निर्मिले. पण जॉनी वॉकरइतकं यश अन्य भावांना नाही मिळालं.

मदन पुरी, चमन पुरी आणि अमरीश पुरी हे बंधू खलनायकीत रमले. त्यातही मदन पुरी (काला बाजार, दुल्हन वही जो पिया मन भाये) आणि अमरीश पुरी (विधाता, मिस्टर इंडिया, परदेस, चोरी चोरी चुपके चुपके, दिलवाले दुल्हनियाँ ले जायेंगे) नंतर चरित्र अभिनेता म्हणून गाजले.

राज कपूर आणि शम्मी कपूर कधी पडद्यावर एकत्र आले नाहीत. त्याचप्रमाणे डब्बू आणि ऋषी कपूर कधी पडद्यावर एकत्र दिसले नाहीत. बी. आर. चोप्रा, यश चोप्रा, धर्म चोप्रा आधी एकत्र येऊन मग वेगळे झाले. देव आनंद, चेतन आनंद आणि विजय आनंद 'नवकेतन' या संस्थेसाठी काही काळ एकत्र राबले. पण नंतर त्या प्रत्येकाने स्वत:ची वेगळी वाट चोखाळली. राज कपूरच्या आर. के. या बॅनरशी बाकीच्या भावांचा काही संबंध नव्हता. राज कपूरच्या दिग्दर्शनाखाली शशी कपूर (सत्यम् शिवम् सुंदरम्) आणि शम्मी कपूर (प्रेमरोग) यांनी काम केलंय. राज कपूरच्या 'हीना' या अधुऱ्या चित्रपटाचं दिग्दर्शन डब्बूने केलं; तेव्हा त्याच्या दिग्दर्शनाखाली ऋषी कपूर चमकला. राजीव कपूर ऊर्फ चिंटूसाठी राज कपूरने 'राम तेरी गंगा मैली' बनवला.

'सलीम-जावेद' (शोले, डॉन, यादों की बारात) या विख्यात पटकथालेखक जोडीमधल्या सलीमचे सलमान खान, सोहेल खान हे पुत्र. 'हॅलो ब्रदर'मध्ये ते आपल्या आणखी एका भावासह एकत्र आले. अनिल कपूर, बोनी कपूर यांच्यात फूट पडलेली दिसते. प्रेमनाथ, राजेंद्रनाथ, नरेंद्रनाथ हे तिघे बंधू अभिनयाचा वेगवेगळा बाज घेऊन चित्रपटसृष्टीत आले. प्रेमनाथ नायक, खलनायक आणि नंतर चरित्र अभिनेता म्हणून गाजला, नरेंद्रनाथ व्हिलन म्हणून चमकला; तर राजेंद्रनाथ १९६० च्या दशकामध्ये लोटपोट हसवणारा विनोदवीर म्हणून धमाल करमणूक करून गेला.

राजेश रोशन संगीतकार म्हणून, तर राकेश रोशन निर्माता-दिग्दर्शक म्हणून मोठं यश संपादून गाजले.

◆◆◆

रुपेरी पडद्यावरच्या नायकाचं नाव कसं 'कॅची' पाहिजे, याचं भान चित्रपटसृष्टीला आहेच!

चट्कन प्रेमात पडावं असं ते नाव असावं, याची काळजी निर्माते, दिग्दर्शक, पटकथाकार आणि लेखकांनी नेहमीच घेतली आहे.

म्हणजे बघा— सदाबहार देव आनंद अनेक चित्रपटांतून 'मदन' या नावाने वावरलाय! 'नौ दो ग्यारह' आणि 'बंबई का बाबू' हे त्याचे चित्रपट आठवा. तो 'मदनाचा पुतळा' होताच की तेव्हा!

दिलीपकुमारला 'शंकर' हे नाव दिलं जाई. 'इन्सानियत' 'नया दौर', 'दाग' अशी किती नावं घ्यायची त्याच्या चित्रपटांची?

राज कपूर नेहमीच 'राज' किंवा 'राजू' असायचा. 'श्री ४२०' आणि 'जिस देशमे गंगा बहती है' ते थेट 'मेरा नाम जोकर'पर्यंत ही परंपरा सातत्याने चालू होती.

अमिताभ बच्चनसाठी 'विजय' हे नाव पडद्यावर यशदायक ठरलं. 'दीवार'पासून हा सिलसिला सुरू झाला. तर शाहरुख खान 'राहुल' या नावाने १९९०चं दशक पडद्यावर गाजवून गेला. 'बाजीगर' ते 'दिल तो पागल है' हा संदर्भ लक्षात घ्या.

१९४९मध्ये 'बरसात'मध्ये राज कपूर चक्क 'प्राण' या नावाने वावरला, तर 'आझाद' (१९५४) चा खलनायक प्राण 'सुंदर' या नावाने वावरलाय.

१९६०च्या दशकात मात्र 'सुंदर' हे नाव खलनायकाकडून नायकाकडे जणू हस्तांतरित झालं. चटकन आठवतो. 'जब प्यार किसीसे होता है' (१९६२) आणि 'संगम' (१९६४). त्यात अनुक्रमे देव आनंद आणि राज कपूर 'सुंदर' या नावाने पडद्यावर दिसले. दोघे खूबसूरत होते हा योगायोग!

१९४० आणि १९५०च्या दशकात अनेक मुस्लिम

अभिनेते एतद्देशीय नावाने पडद्यावर आले. जयंत (अमजद खानचे पिताजी), युसुफ खान (दिलीपकुमार), बद्रुद्दीन (जॉनी वॉकर), हमीद खान (अजित) अशी किती नावं घ्यायची?

मेहजबीन (मीनाकुमारी), बेबी रानी (नर्गिस) ह्या नायिका नावे बदलून रजतपटावर आल्या. ही प्रथा अमजद खान आणि झीनत अमान यांनी मोडीत काढली.

'नाम गुम जायेगा -चेहरा ये बदल जायेगा-
मेरी आवाजही पहेचान है-

असे लब्ज गुलजार 'किनारा' चित्रपटासाठी लिहून गेले, तेच शेवटी खरं!

'आवाज की दुनिया के बादशाह' कुंदनलाल सैगल यांचा आवाज आणि नाम दोन्ही अमर झालंय. ते के. एल. सैगल या नावाने आजही ओळखले जातात.

नावात इंग्रजी आद्याक्षरे वापरण्याची खुबी आम्ही के. एल. सैगलकडून उचलली, असं संगीतकार ओंकारप्रसाद नय्यर सांगतात. ते ओ. पी. नय्यर या नावाने हिंदी चित्रपटसृष्टीत ओळखले जातात. ओ. पी. रल्हन आणि एच. एस. रावेल हे चित्रपटनिर्माते हीच शक्कल लढवून चित्रपटसृष्टीत कामयाब झाले. एन. ए. अन्सारी हे नंतर पाकिस्तानात गेलेले चित्रपटनिर्माते या माळेतले एक!

१९३९ पासून खलनायकीत रमलेल्या 'प्राण' या अभिनेत्याची एक वेगळीच खंत होती.

"कॉमन मॅन नेहमीच आपल्या नूतन अपत्याचं नाव चित्रपटामधल्या नायकाच्या नावाला समोर ठेवून ठरवतो. मी पडलो खलनायक. माझं प्राण हे नाव कोण आपल्या मुलाला देणार?" ही खंत अभिनेता प्राण नेहमी बोलून दाखवी.

पण प्राणच्या ऐंशीव्या वाढदिवसाच्या वेळी त्याच्या मुलांनी एक अजब संशोधन केले. ज्यांच्या अपत्याचं नाव 'प्राण' आहे, त्यांचा शोध घेण्याचं त्यांनी ठरवलं. वृत्तपत्रातून तसं आवाहन करण्यात आलं.

गंमत म्हणजे, त्यांच्याकडे तब्बल सत्तर 'प्राण'चा 'डाटा' गोळा झाला.

ये है नाम का महिमा!!

◆◆◆

डॉक्टर नवरा - हिरोईनची पसंद

बॉलिवुडच्या जगात एक जमाना असा होऊन गेला की, नायक-नायिका पडद्यावर प्रेमाचा अभिनय करता-करता खरोखरच एकमेकांच्या प्रेमात पडले.

देव आनंद-कल्पना कार्तिक, शम्मी कपूर-गीता बाली, जॉनी वॉकर-नूर, प्रेम अदीब-वीणा, प्रेमनाथ-बीना रॉय यांनी रुपेरी पडदा गाजवतानाच प्रेमात पडून लग्न केलं.

पण त्याच काळात नायिकांनी चित्रपटसृष्टीबाहेरच्या माणसांशी म्हणजे वेगळ्या व्यवसायांत रमलेल्या पुरुषांशी लग्न केल्याची पण उदाहरणं आहेत.

विशेषत: डॉक्टर नवऱ्याला पसंती देणाऱ्या नायिका १९५०च्या दशकापासून थेट एकविसाव्या शतकापर्यंत आपल्याला दिसतील.

डॉक्टरच्या गळ्यात माळ घालण्याची सुरुवात आपल्या उषाकिरणने केली, असं म्हणता येईल.

मराठी ब्राह्मण कुटुंबात जन्माला आलेली उषाकिरण पतिता, दाग, नजराना अशा हिंदी चित्रपटांत देव आनंद, दिलीपकुमार, राज कपूर अशा दिग्गज अभिनेत्यांसमवेत चमकली. तिचे 'पोस्टातली मुलगी', 'शिकलेली बायको' असे मराठी चित्रपटही गाजले. अमिया चक्रवर्ती या दिग्दर्शकाबरोबर विवाह करण्याची तिची इच्छा होती. पण अमियाबाबू विवाहित होते अन् अन्य कुणाचा संसार मोडून आपलं सुख पाहणे उषाकिरणला पसंत नव्हते.

शेवटी घरच्यांनी पसंत केलेल्या डॉ. खेर यांच्याशी विवाह करून उषाकिरणने चित्रपटसंन्यास घेतला.

राज कपूरच्या 'जिस देसमे गंगा बहती है' आणि 'आशिक' या अत्यंत यशस्वी चित्रपटांची नायिका पद्मिनी 'अमरदीप' (देव आनंद), 'सिंगापूर' (शम्मी कपूर), 'बिंदिया' (बलराज साहनी)

अशा अनेक चित्रपटांमधून सुरेख अभिनय करून गेली. राज कपूरच्या 'संगम'मध्ये सुद्धा ती कदाचित दिसली असती. पण दरम्यान तिने पण एका डॉक्टरच्या गळ्यात माळ घातली. काही काळ ती चित्रपटसृष्टीला दुरावली. नंतर मस्ताना, नन्हा फरिश्ता, काजल अशा चित्रपटात पद्मिनी दिसली. मग राज कपूरच्या 'मेरा नाम जोकर'ची ती एक नायिका होतीच.

लग्न झाल्यानंतर एका स्टुडिओत उषाकिरणशी गाठ पडल्यावर ती म्हणते कशी, 'मैने भी तुम्हारे जैसा डॉक्टर पती चुन लिया है।'

वैजयंतीमाला राज कपूरच्या 'संगम'मुळे प्रसिद्धीच्या झोतामध्ये असतानाच अचानक आजारी पडली. राज कपूरचे फॅमिली डॉक्टर बाली हे तिच्यावर उपचार करीत होते.

डॉ. बालीसुद्धा विवाहित गृहस्थ होते. त्यांना चार मुलं होती. पण वैजयंतीमालावर त्यांची काय मोहिनी पडली, कुणास ठाऊक! दोघे एकमेकांवर जीव तोडून प्रेम करू लागले. डॉक्टर बाली यांच्या प्रथम पत्नीने वैजयंतीमालाने आपला नवरा पळवल्याची तक्रार नोंदवली. कोर्टकचेरीत मामला दर्ज झाला. डॉ. बाली यांनी प्रथम पत्नीला घटस्फोट देऊन वैजयंतीमालाशी विवाह केला.

लग्नानंतर वैजयंतीमाला चित्रपटांपासून हळूहळू दूर गेली. तिचे नृत्याचे कार्यक्रम मात्र जोरात चालू राहिले. दोघांचा हा संसार सुखाचा झाला.

डॉक्टर नवरा प्रपंचाला योग्य, हे तर या सर्व प्रकरणातून सिद्ध झालंच. शिवाय आजारपणात घरचा डॉक्टर कामाला येतो, हा आणखी एक फायदा!

अभिनेत्री माधुरी दीक्षितने अनेक अफवा, गॉसिप कॉलम्समधली चर्चा या साऱ्यांना धक्का देऊन डॉक्टर श्रीराम नेने या अमेरिकेत स्थायिक झालेल्या डॉक्टरशी विवाह केला. दोन मुलांसह माधुरी-श्रीराम सुखी आणि संपन्न आयुष्य जगत आहेत. माधुरी लग्नानंतरही 'देवदास' आणि 'आ जा नच ले' या चित्रपटांद्वारे व्यग्र आहे.

चित्रपटसृष्टीत आलेल्या डॉक्टरांनी मात्र कुणा नायिकेशी विवाह केल्याचे दिसत नाही. अपवाद फक्त डॉ. श्रीराम लागू-दीपा लागू यांचा!

◆◆◆

शेवटचा पर्याय - चित्रपटनिर्मिती

मुंबईच्या चित्रपटसृष्टीच्या अनावर आकर्षणामुळे कुठून कुठून येऊन कलाकार मुंबईत दाखल होतात. धडपड करतात. कुणाकुणाला भेटतात. काही थोडे यशस्वी होतात. तेवढेच आपल्या डोळ्यांना दिसतात.

एकदा स्टार बनले की, मग मिळालेलं यश टिकविण्याची त्यांची धडपड सुरू होते. गळेकापू स्पर्धेत टिकणं आणि यशाचा काळ लांबवणं, हे फार थोड्यांना जमतं.

अमिताभ-शाहरुख हे दोनच स्टार लंबी रेस का घोडा ठरले. बाकीचे अल्पकाळ यश मिळवून लुप्त झाले.

राजेश खन्नासारखा सुपरस्टार पाच वर्षांत संपून जातो तिथं इतरांची काय कथा!

१९७०चं दशक सुरू होताना अनिल धवन नावाचा नवा नट एकदम क्षितिजावर चमकू लागला. 'चेतना', 'दो राहा'सारख्या यशस्वी चित्रपटांनी त्याचं नाव झालं. चार महिन्यांत त्याने बावीस चित्रपटांचे करार खिशात घातले. पण नंतर त्याची गाडी पार घसरली.

१९८०चं दशक संपताना 'हीरो' चित्रपटामुळे जॅकी श्रॉफ नावाचा स्टार जन्माला आला. नंतर मात्र एवढं मोठं यश त्याला कधीच लाभलं नाही.

अपयश वाट्याला आलं की, हे फ्लॉप स्टार वैतागून चुका करू लागतात. स्वत:च चित्रनिर्मिती सुरू करतात किंवा दिग्दर्शनाच्या प्रांतात मुलुखगिरी करतात.

शम्मी कपूर लठ्ठ होऊन हीरोसाठी कुचकामी ठरल्यावर त्याने पाठोपाठ दोन चित्रपट दिग्दर्शित केले. राजेश खन्नाचा 'बंडलबाज' आणि झीनत अमानचा 'मनोरंजन.' दुर्दैवाने दोन्ही झोपले अन् शम्मी चरित्र अभिनेता बनला.

राजेश खन्नाचं मार्केट डाऊन झाल्यावर त्याने मोठा

गाजावाजा करत 'मजनून' या खर्चिक चित्रपटाची निर्मिती सुरू ठेवली. पण मुहूर्तापलीकडे त्याची काहीच प्रगती झाली नाही.

शत्रुघ्न सिन्हाने बिहारच्या खाणकामगार समस्येवर 'कलकी' या चित्रपटाची निर्मिती केली. समीक्षकांनी वाखाणलेला हा चित्रपट प्रेक्षकांनी मात्र नाकारला.

पाच वर्षांच्या अज्ञातवासानंतर अमिताभ बच्चनने 'एबीसीएल' या स्वत:च्या कंपनीमार्फत 'तेरे मेरे सपने' वगैरे काही सुमार चित्रपट काढले. पण ते चालले नाहीत आणि एबीसीएल गाळात गेली.

जॅकी श्रॉफने 'गर्दिश' हा चित्रपट निर्माण केला. पण ओव्हर बजेट आणि दीर्घ काळ चाललेलं चित्रण यातून तो सावरला नाहीच.

मोहन चोटी हा विनोदी नट. छोट्या-मोठ्या भूमिकांमध्ये रमलेला. पण एकदा डोक्यात किडा आला अन् 'धोती लोटा चौपाटी' ह्या चित्रपटाचा निर्माता बनून त्याने वेगळा मार्ग चोखाळला अन् दुष्टचक्रात अडकला.

उषा चव्हाणची कारकीर्द उतरणीला लागल्यावर 'गौराचा नवरा'सारखे काही चित्रपट तिने निर्मिले, पण यश दुरावलंच!

दिलीपकुमारने एकदाच निर्मितीत हात घातला अन् 'गंगा जमना'सारखा उत्तुंग चित्रपट दिला. 'कलिंगा' हा त्याने दिग्दर्शित केलेला चित्रपट कधी पूर्ण होणार ते तो आणि सुधाकर बोकाडेच सांगू शकतात.

सिल्क स्मिता ही साऊथकडची सेक्स डॉल. कुणी तरी भरीस घातलं म्हणून निर्माती बनली अन् कर्जात पार बुडाली. आत्महत्या करणं, हा अखेरचा पर्याय तिने स्वीकारला.

निर्मिती आणि दिग्दर्शन या गोष्टी सोप्या नाहीतच. ती तर सुळावरची पोळी!

शाहरुख खान-जुही चावला आणि अजिझ मिर्झासारख्यांना अपयश स्वीकारून ड्रीम्स अनलिमिटेड ही कंपनी बंद करावी लागली.

तरीसुद्धा आमीर खान 'तारे जमीं पर'सारखा चित्रपट घेऊन येतोच. अनुपम खेर आणि अरुणा इराणी यांना पण दिग्दर्शन आणि निर्मितीचा मोह आवरत नाही. त्या सगळ्यांना सलाम!

◆◆◆

चेहरा हेच भांडवल, पण व्यंग हेसुद्धा ॲसेट

स्टारचा चेहरा हे त्याचं सगळ्यात मोठं भांडवल. त्यानंतर त्याच्या लकबी आणि अन्य गोष्टींची चर्चा होते.

सगळ्यात नवल वाटतं ते एखाद्या नटाच्या व्यंगाचंसुद्धा महत्त्व ओळखून निर्माते-दिग्दर्शक त्याला पडद्यावर पेश करतात.

दामुअण्णा मालवणकर या मराठी नटाने १९४०च्या दशकात आपल्या तिरळ्या डोळ्यांनी स्वत:ची वेगळी ओळख निर्माण केली. 'ब्रँडीची बाटली', 'ब्रह्मचारी' अशा अनेक चित्रपटांत दामुअण्णा मालवणकर यांनी हुकमी हशे घेत आपल्या अचूक टायमिंगचा प्रत्यय दिला. ते त्या काळात 'स्टार' बनून लोकप्रिय झाले.

राजा गोसावी त्या काळातल्या दामुअण्णांच्या लोकप्रियतेचं भरभरून वर्णन करीत असे.

''पडद्यावर दामुअण्णा दिसले रे दिसले, की प्रेक्षागृहात हास्याची लहर उसळे. नाटक आणि सिनेमा ही दोन्ही माध्यमे त्यांना सहज वश झाली. त्यांना आपल्या लोकप्रियतेची अचूक जाण होती. मला दरमहा फक्त तीस रुपये पगार मिळे. दामुअण्णांना बावीसशे रुपये मिळत.''

१९४९मध्ये राज कपूरच्या 'बरसात'मधून निम्मी ही अपऱ्या नाकाची नवी नटी पडद्यावर आली. आधी तिची फिल्मी वर्तुळात खूप चेष्टा झाली. उत्तर प्रदेशामधल्या ग्रामीण भागातून आल्यामुळे निम्मी तशी गावंढळ वाटे.

पण निम्मीचे बोलके डोळे आणि भूमिकेत घुसण्याची वृत्ती यामुळे तिच्या अपऱ्या नाकाचा विसर पडे.

'आन'मधली तिची भूमिका नायिका नादिरापेक्षा जास्त प्रशंसा घेऊन गेली. मग 'उडन खटोला', 'अमर' अशा अनेक चित्रपटांतून निम्मी समीक्षकांच्या नजरेत भरली. 'बसंत बहार', 'मेरे मेहबूब' अशा अनेक चित्रपटांतून निम्मीने आपल्या सरस

अभिनयक्षमतेचा प्रत्यय दिलाय.

जया भादुरीची बुटकी फिगर तिच्या अभिनयप्रतिभेच्या कधी आड आली नाही.

१९६०चं दशक सुरू होताना 'मुमताज' ही अटकर बांध्याची नकटी पोरगी देमार चित्रपटातून दारासिंगची नायिका बनून पडद्यावर झळकली. 'सॅमसन', 'बागी सिपाही' असे बी ग्रेड चित्रपट करता-करता अचानक व्ही. शांताराम दिग्दर्शित 'बूँद जो बन गई मोती' या चित्रपटात ती जितेंद्रची नायिका बनली आणि एकदम स्टार बनली.

मेहमूदबरोबर सहनायिका म्हणून मुमताज चमकली आणि ए ग्रेड चित्रपट तिच्या वाट्याला येऊ लागले. 'हमराज' अन् 'आदमी और इन्सान'मध्ये व्हॅम्पिश भूमिकेत तिने नायिकांना मात दिली. मग 'खिलौना'साठी चक्क फिल्मफेअर पारितोषिक तिने खेचून आणले.

आपल्या लठ्ठ तब्येतीमुळे गोप (चोरी चोरी) आणि रामावतार (तुमसा नहीं देखा, तिसरी मंझिल, जब प्यार किसीसे होता है) हे नट विनोदवीर म्हणून चमकले.

सहा फूट चार इंच उंचीमुळे अमिताभ बच्चनला 'लॅम्प पोस्ट' म्हणणारे निर्माते त्याच्यासाठी नायिका कुठून आणायची, या फिकिरीत पडले ते त्याच्या 'जंजीर' च्या यशानंतर! तोपर्यंत त्याच्याकडे कुणी वळून बघायला तयार नव्हते. मग तोच अमिताभ 'जंजीर'नंतर लंबी रेसका घोडा म्हणून नावाजला गेला.

तरुण वयात सुरेख टक्कल पडलेला अनुपम खेर 'सारांश' चित्रपटात म्हाताऱ्या माणसाची व्यक्तिरेखा रंगवून सगळ्यांच्या डोळ्यांत भरला. 'राम लखन' 'लम्हे'मधल्या त्याच्या विनोदी भूमिका लोकप्रिय झाल्या. 'कर्मा' आणि 'कहो ना प्यार है'मधला त्याचा खलनायक गाजला. अनुपम खेरचं टक्कल हे त्याच्या व्यक्तिमत्त्वाचा भाग म्हणून स्वीकारलं गेलं.

जॉनी वॉकर आणि केश्तो मुखर्जी हे नट दारुड्याच्या भूमिकांमुळे गाजत राहिले. जॉनी वॉकरने आयुष्यभर दारूला स्पर्शही केला नाही. केश्तो मुखर्जी मात्र नैराश्य येऊन दारूत बुडाला. माणूस व्यंगामुळे किंवा व्यसनामुळे नव्हे, तर त्याच्या चेहऱ्यामुळेच तर ओळखला जातो!

◆◆◆

चित्रपटातली पत्रकार मंडळी

पत्रकारांनी चित्रपट ताऱ्यांची आणि तारकांची कधीच पाठ सोडलेली दिसत नाही. कुणाचं गुफ्तगू सुरू आहे आणि कोण कुणापासून विभक्त होत आहे याची बित्तंबातमी पत्रकारांना असतेच. त्यातून काही वेळा पत्रकारांवर स्टार्सची खप्पा मर्जी होणं, हेही स्वाभाविक.

देवयानी चौबळसारखी धीट अन् धाडसी पत्रकार राजेश खन्ना-डिंपल आणि धरम-हेमा यांच्याबद्दल ठाऊक असेल ते सारं काही शब्दबद्ध करून खळबळ माजवून देत असे.

आजही अगदी बिपाशा बासू-जॉन अब्राहम, दिनो मोरिओ-पासून करिना कपूर-सैफ अली खान, शाहीद कपूरपर्यंत अनेकांच्या आयुष्यातली स्थित्यंतरे सिनेपत्रकार प्रामाणिकपणे आम जनतेपर्यंत पोहोचवण्यासाठी प्रयत्नांची पराकाष्ठा करताना दिसतात.

अमिताभ बच्चनसारखा एखादा स्टार मग प्रेसवर बहिष्कार घालतो. धर्मेंद्र कायदा हातात घेताना दिसतो.

पण काही वेळा फिल्मी मॅगेझिनसाठीसुद्धा स्टारच गेस्ट कॉलम लिहितो किंवा एखाद्या अंकाचा अतिथी संपादक बनलेला आढळतो.

अर्थातच दोघांनाही परस्परांबद्दल आदर वाटतो नि कुतूहलसुद्धा वाटतं!

म्हणूनच अनेकदा चित्रपटाच्या पटकथेत स्टार्स चक्क पत्रकार बनून पडद्यावर आलेले आहेत, याचं नवल नाही वाटत.

१९६३मध्ये 'लीडर' चित्रपटात दिलीपकुमार एका छोट्या वृत्तपत्राचा संपादक बनून पडद्यावर वावरला तो काही आदर्शवादी पत्रकार वगैरे नाहीये. तो सुनीताचा (वैजयंतीमाला) आक्षेपार्ह फोटो आपल्या पेपरमधे छापतो. लगेच सुनीता 'ये मेरा फोटोग्राफ नही, किसीने किसीके नंगे बदन पर मेरे चेहरा चिपकाया है' असा कांगावा करते. प्रेक्षक मनापासून हसतात.

स्टार्स कुठे रंगेहाथ पकडले गेले की असाच बहाणा करतात. तर 'लीडर'मधला विजय (दिलीपकुमार) कुणा आचार्य (मोतीलाल) नामक गांधीवादी पुढाऱ्याच्या सहवासात येऊन आमूलाग्र बदलतो. सट्टेबाज, काळा बाजारवाले या सगळ्यांशी दोन हात करतो. आचार्यांच्या खुन्याला पकडून देतो. तरुणांची, बालकांची संघटना बांधतो आणि आपले ध्येय गाठतो. बदल्यात त्याला सुनीताचे प्रेमपण मिळते.

पण झाडून सगळ्या पत्रकारांनी आपल्या या फिल्मी जातभाईवर कडाडून टीकेची झोड उठवली, हे काही खरं नाही, असं निर्मात्याला नि दिलीपकुमारला वाटलं तर त्यांची काय चूक?

'बहारे फिर भी आयेगी' (१९६६) मध्ये नायिका माला सिन्हा एका वृत्तसमूहाची चीफ एडिटर आहे. पण तिचेही आदर्शवादी नायकाशी (धर्मेंद्र) मतभेद होतात. त्यात काही वावगं नाहीच. पण ती आणि तिची धाकटी बहीण तनुजा दोघीही या आदर्शवादी पत्रकाराच्या प्रेमात पडतात नि कथेचं वांगं होतं. पत्रकारांना (खऱ्या) हे खटकणं नी त्यांनी या फिल्मी पत्रकारितेला पिटून काढणं एकदम दुरुस्त!

'अर्जुन' चित्रपटात डिंपल कपाडिया एकदम सिंपल अवतारात खांद्याला कॅमेरा लटकावून नायकाच्या (सनी देओल) मदतीला धाव घेते.

'पेज थ्री'मध्ये तर पार्ट्या, स्कँडल्स आणि त्यामधे गुंतलेल्या स्त्री पत्रकाराची कुचंबणा अचूक चितारली गेली आहे. अर्थातच 'पेज थ्री'ला सच्च्या पत्रकारांनी उचलून धरले.

'सिंहासन'सारख्या मराठी चित्रपटातली पत्रकार परिषद आणि तिथे मुख्यमंत्र्यांना विचारले गेलेले भंपक प्रश्न एकदम हास्यास्पद वाटतात. इथे मुख्यमंत्र्यांना हार्ट ॲटॅक येऊन गेल्यावर ते पत्रकारांना निमंत्रित करतात.

'तुम्हाला हार्ट ॲटॅक येणं शक्यच नाही, कारण तुम्हाला हार्टच नाही—असे तुमचे सगळे विरोधक म्हणत असतात. यावर तुमची काय प्रतिक्रिया आहे?' या प्रश्नावर थिएटरमधले तमाम प्रेक्षक हसून मोठीच दाद देतात. पण खऱ्या पत्रकारांना हा आचरट विनोद वाटतो! तात्पर्य, स्टार्स नि पत्रकार यांनी आणखी जवळ येणं गरजेचं!!

◆◆◆

स्टार वाइव्हजची दैना

बॉलिवुडचे स्टार्स म्हणजे त्यांच्या चाहत्यांची परम दैवतं. पण त्यांचे पाय मातीचे, हे कुणी लक्षात घेत नाही. चाहत्यांचा संबंध फक्त त्या स्टार्सच्या पडद्यावरच्या अभिव्यक्तीपुरता. त्या स्टार्सच्या घरात काय चालतं, ते फक्त त्या मॅटिनी आयडॉल्सच्या बायकाच सांगू शकतील!

म्हणजे घडतं असं, की देवा-ब्राह्मणांसमक्ष रीतसर हे हीरो विवाहबद्ध होतात किंवा प्रेमात पडून लग्न करतात. काही वर्षे सुखात जातात. मग मतभेदांना सुरुवात होते. निष्ठा डळमळीत होतात. अशा वेळी या स्टार्सच्या धर्मपत्नींना काय काय सहन करावं लागतं, ते कल्पनेपलीकडचं आहे.

राज कपूर-कृष्णा कपूर यांचा विवाह १९४० च्या दशकात झालेला. पण राज कपूर त्याच्या प्रत्येक नायिकेच्या प्रेमात पडायचा हा त्याचा लौकिक. नर्गिसपर्व संपलं. मग पद्मिनी, वैजयंतीमाला— हा सिलसिला सुरू राहिला. कृष्णा कपूर या काळात कुठल्या दिव्यातून गेली असेल, ते तीच सांगू शकली असती. पण तिने आयुष्यभर मौन पाळले.

दिलीपकुमार-सायराबानू यांच्या विवाह यशस्वी झालेला दिसतो. पण तरीही त्यांच्या आयुष्यात 'अश्मा' हे प्रकरण काही काळ घोंघावत राहिलं. तो कसोटीचा काळ सायराबानूने धैर्याने झेलला.

फिरोज खान-सुंदरी आणि संजय खान-झरीन यांच्या वैवाहिक आयुष्यात अनेक वादळे आली आणि गेली. सुंदरीला फिरोजच्या आयुष्यात स्थान उरले नाही, तर संजय-झीनत प्रकरण लवकर संपुष्टात आल्यामुळे संजय-झरीन यांचा विवाह टिकून राहिला, एवढेच!

एकविसाव्या शतकामध्ये या परिस्थितीत फारसा बदल झालेला दिसत नाही.

आमीर खान-रिना यांचा विवाह आमीर स्टार बनण्याआधीच झालेला. पण 'लगान'च्या शूटिंगदरम्यान त्यांच्यात अंतर पडले, ते किरण राव या वेगळ्या अँगलमुळे. आमीर-रिना यांना दोन मुले आहेत. तरीही हे घडलं. ते का, हा प्रश्न पडतो.

कमल हसन-सारिका यांनी प्रेमविवाह केला. पण पंधरा वर्षांत सारिकाने फक्त दात्याची भूमिका बजावली. कमलच्या भल्यासाठी तिने बालाजीला आपले केसही अर्पण केले, ते छायाचित्रही वृत्तपत्रातून प्रसिद्ध झाले. आज दोघे विभक्त झालेत. सारिका दोन मुलींसह मुंबईत नव्याने आयुष्याशी झुंज देत आहे.

रणधीर कपूर (डब्बू) आणि बबिता यांची कहाणी आणखीनच वेगळी! डब्बू राज कपूरचा थोरला सुपुत्र. पण बबिता त्याच्यापेक्षा मोठी स्टार ॲक्ट्रेस होती. लग्नानंतर तिने चित्रपटसंन्यास घेतला. डब्बूची गाडी मात्र रुळावरून घसरली. अपयशी चित्रपटांची मालिका आणि व्यसनाधीनता यातून डब्बू बाहेर पडेना. मग बबिताने हिमतीने करिश्मा आणि करिना यांना वाढवले. स्टारपदापर्यंत पोहोचवले. या मुलींना आईबद्दल जास्त प्रेम वाटले, तर नवल नाही.

प्रेमनाथच्या तऱ्हेवाईक वृत्तीचा, पडद्यावरचा अपयशाचा, हिमालयात संन्यस्त वृत्तीने केलेल्या भटकंतीचा बीना रॉयला केवढा त्रास झाला असेल? ती तर काही काळ मनोरुग्ण बनून गेली.

सैफ अली खान-अमृता सिंग जोडीचा विवाह फसला. अमृताला नव्याने आयुष्याचा विचार करणे भाग पडले.

एकूणच, बड्या स्टारचं पत्नीपद भूषवणं, ही सुळावरची पोळीच ठरते. जया भादुरीलासुद्धा काही काळ मन:स्ताप भोगावा लागला. जया काय-झीनत अमान काय, दोघी स्वत: स्टार ॲक्ट्रेस असूनही त्यांना लग्नानंतर निखळ सुख लाभलं नाही. अमिताभचा अपघात नि आजारपणात जयाचं धीरोदात्त वर्तन आदर्श भारतीय नारीसारखं होतं. झीनतला मात्र मझहर खान हा पती आणि पुत्र दोघांकडून जाच सहन करावा लागला.

मिथुन चक्रवर्ती-निक्की आणि गुलशन ग्रोव्हर, अनुप जलोटा अशा अपवादात्मक प्रकरणांत त्यांच्या सहचारिणी दोषी आढळतील. पण बहुतांशी स्टार वाइव्हज्ना अत्यंत दुर्दैवी अवहेलना सहन करावी लागलेली दिसते.

◆◆◆

प्रेमात पडले, करिअर संपले!

प्रेमाची नशा काही औरच असते. प्रीतिसाफल्यासाठी माणसं काय काय करतील, काही सांगता येत नाही!

बॉलिवुडमधले कलाकार तरी याला अपवाद कसे ठरणार? जीव तोडून प्रेम करताना पैसा, यश, कीर्ती—सारं काही गमावलं तरी त्यांना पर्वा नसते.

पण रुपेरी पडद्यावरचे हीरो नि हिरोइन्स यांच्यापुरती प्रेम ही गोष्ट मर्यादित नाहीय... तर संगीतकारसुद्धा या प्रेमभावनेने पछाडलेले दिसतात!!

अनिल विश्वास हे बंडखोर प्रेमिक म्हणून या बाबतीत अग्रस्थानी आहेत. सदैव रोमँटिक मूडमध्ये वावरणाऱ्या अनिलदांच्या आयुष्यात १९५३ मध्ये एक वेडं वादळ घोंघावत आलं.

'अनोखा प्यार' या चित्रपटात मीना कपूरच्या स्वरात अनिलदांनी एक गाणं ध्वनिमुद्रित केलं आणि मीनाच्या त्या मधुर स्वरांनी त्यांना संमोहित केलं!

'याद रखना चाँद तारो
इस सुहानी रातको'

या गाण्यामधला रोमँटिक मूड मीना कपूरने अगदी अनिल विश्वासना हवा तसा पकडला. पडद्यावर ओरिजिनल साउंड ट्रॅकवर तिच्या स्वरात हे गाणे ऐकू आले. पण तिच्या आजारपणामुळे हे गीत ध्वनिमुद्रित झाले ते लताच्या स्वरात!

'जब कारी बदरियाँ छायेगी,
याद मेरी तडपायेगी!

हे आणखी एक गीत मग अनिल विश्वासनी मीना कपूरच्या स्वरात पेश केलं.

यानंतर कुठलाही निर्माता लता मंगेशकरसाठी आग्रह धरत असला तरी दोन-तीन गाणी मीना कपूरसाठी राखून ठेवण्याचा सिलसिलाच अनिलदांनी सुरू ठेवला.

'परदेसी' या इंडो-रशियन चित्रपटासाठी 'रसिया रे मन बसिया रे' हे गीत त्यांनी मीना कपूरच्या आर्त हळव्या स्वरात पेश केले.

१९६५ मध्ये 'छोटी छोटी बाते' या मोतीलाल निर्मित चित्रपटात 'कुछ और जमाना कहता है' या मीना कपूरच्या गाण्याने घायाळ होणारे अनेक आहेत. स्वत: संगीतकार अनिलदा तर या गाण्यावर बेहद्द खूश असले तर नवल नाही.

१९५७ मध्ये अनिल विश्वास-मीना कपूर विवाहबद्ध झाले. अनिलदांचा हा दुसरा विवाह. अर्थातच प्रत्येक चित्रपटात अनिलदांनी मीनाच्या स्वरांचा आग्रह धरलेला निर्मात्यांना पसंत पडेना. अन्य काही कारणे असतीलही. पण शेवटी अनिलदांनी मुंबई सोडून दिल्लीत स्थायिक व्हायचा निर्णय घेतला आणि हळूहळू त्यांचे संगीतकार म्हणून कर्तृत्व विस्मरणात गेले.

सी. रामचंद्र आणि लता मंगेशकर यांनी 'सरगम', 'अलबेला', 'शारदा', 'बहुरानी', 'स्त्री', 'आजाद', 'पैगाम' या चित्रपटांतून जी गाणी दिली, ती अजरामर झाली. 'धीरेसे आजा री अखियन मे निंदिया', 'ओ चाँद जहाँ वो जाये', 'ये जिंदगी उसीकी है' ह्या लताच्या गाण्यांची नशा आजही उतरलेली नाही. पण लताने सी. रामचंद्र यांच्यासाठी गायचे बंद केले आणि सी. रामचंद्र यांची संगीतप्रतिभा आटत गेली. दोघांमध्ये काय बिनसले, ते कधीच कुणाला कळले नाही.

१९६० च्या दशकात टॉपवर असताना शंकर-जयकिशन जोडीपैकी सिनिअर, शंकर हे शारदा या नव्या गायिकेचा आग्रह धरू लागले. 'तितली उडी उड जो चली' या 'सूरज'मधल्या गाण्यामुळे शारदा प्रसिद्धीच्या शिखरावर जाऊन पोहोचली. 'अराऊंड द वर्ल्ड' आणि 'गुमनाम'मधली तिची गाणी गाजली. पण जयकिशन मात्र लताखेरीज अन्य गायिकेच्या स्वरात गाणे ध्वनिमुद्रित करायला नाखूश असे. शंकर आणि जयकिशन यांच्यात शारदामुळे मतभेद निर्माण झाले. १९७२ मध्ये जयकिशनचे निधन झाले आणि शंकर-जयकिशन या जोडीचे महत्त्व कमी होत गेले. हेमलता-रवींद्र जैन यांचे साहचर्य होते तोवर 'चितचोर'सारखे संगीतमय चित्रपट खूप काही देऊन गेले.

◆◆◆

चार पिढ्यांची हीरोगिरी- पृथ्वीराज-राज-ऋषी-रणबीर

मुंबईच्या चित्रपटसृष्टीचं आगळंवेगळं वैशिष्ट्य कोणतं? सांगा बघू? जाऊ द्या. मीच सांगतो, ऐका.

इथे घराणेशाही रुजली आहे. राजकारणात जशी सत्ता बापाकडून मुलाकडे जणू वारसा हक्काने चालत येते, अगदी तश्शीच इथे हीरोगिरी एका पिढीकडून दुसऱ्या, पुढच्या पिढीकडे आपोआप जणू हस्तांतरित होते!

डॉक्टरचा मुलगा डॉक्टर होणार, अशी अपेक्षा बाळगणाऱ्या या देशात हीरोचा पुत्र सवाई हीरो व्हावा, अशी त्याच्या चाहत्यांची अपेक्षा असणं; यात गैर काय आहे?

कपूर घराणं या बाबतीत शंभर टक्के भाग्यवान म्हणायला हवं.

पृथ्वीराज कपूरनी १९३० आणि १९४०चं दशक गाजवलं. त्यांचा थोरला सुपुत्र राज कपूर १९४०चं दशक संपता संपता हीरो बनला. १९७० च्या अखेरीस राज कपूरचं नायकपद धोक्यात आलं आणि पुढची पिढी त्या पदावर आरूढ झाली.

म्हणजे 'कल, आज और कल'द्वारे रणधीर कपूर आणि 'बॉबी'मधून ऋषी कपूर ही राज कपूरची मुलं स्टार बनली. तर 'राम तेरी गंगा मैली' या चित्रपटात धाकटा राजीव कपूर नायक बनून पडद्यावर आला.

याचा अर्थ कपूर घराण्याच्या तीन पिढ्या हीरोगिरी करत रमल्या आणि २००७ मध्ये ऋषी कपूरचा पुत्र रणबीर 'सावरियाँ' या संजय लीला भन्साळी दिग्दर्शित चित्रपटात हीरो बनलाय! म्हणजे कपूर घराण्याचे नाव रोशन करायला चौथी पिढी सज्ज झाली की नाही?

पृथ्वीराज कपूर म्हणजे पापाजी नाटकांत रमले. 'पृथ्वी थिएटर्स' ही संस्था काढून पैसा, किसान, पठाण, आहुती अशी

अनेक नाटके त्यांनी सादर केली. राज कपूर, शम्मी कपूर या मुलांनाही त्यांनी नाटकात काम करायला भाग पाडले. उमेदवारी करायला लावली. ते स्वत: पदवीधर होते. दुर्दैवाने त्यांच्या पुढच्या पिढीत कुणी एवढे शिक्षण घेतलेले नाही. पण मूकपटापासून बोलपटापर्यंत त्यांचा प्रवास कष्टाचा होता. त्यांनी शेक्सपिअरची नाटके केली. संस्कृत नाटकही केले. कलकत्त्यात मंझिल, प्रेसिडेंट, दुश्मन हे बोलपट पृथ्वीराज कपूरनी केले. 'सिकंदर' ते 'दहेज' मधला 'वधुपिता' हे वैविध्य त्यांच्या अभिनयात दिसले, ते मुंबईत आल्यानंतर.

पापाजींनी राज कपूरला केदार शर्मा यांच्याकडे चवथा असिस्टंट म्हणून काम करायला लावले. 'नीचले दर्जेसे काम शुरू करोगे, तो एक दिन उँचे दर्जे तक पहुँचोगे', असे ते राज कपूरला सांगत.

राज कपूरचा 'अंदाज' ते 'मेरा नाम जोकर' हा प्रवास रोमहर्षक होता. आर. के. स्टुडिओ आणि आर. के. बॅनर हे त्याचे महान कर्तृत्व. नंतर 'खानदोस्त', 'दो जासूस'मधून चरित्र व्यक्तिरेखा त्याने रंगवल्या. निर्माता-दिग्दर्शक म्हणून त्याचे योगदान अफाटच म्हटले पाहिजे.

त्या तुलनेत रणधीर कपूर ऊर्फ डब्बू आणि ऋषी ऊर्फ चिंटू खूप नशीबवान. कारण राज कपूरने त्या दोघांना ब्रेक दिला.

रणधीर कपूर एल. व्ही. प्रसाद यांच्यासारख्या निर्मात्याकडे भरमसाट मोबदला मागायचा. 'एवढी रक्कम तुला का द्यायची?' असं विचारलं की रणधीर म्हणे, 'लोक राज कपूरच्या मुलाला; म्हणजे मला बघायला गर्दी करणार; यात तुमचाच फायदा आहे!'

रणधीर कपूरला हा अनाठायी आत्मविश्वास नडला. अपयश आणि व्यसनाधीनतेमुळे त्याचं करिअर कधी भरकटलं, ते त्याला कळलंच नाही. त्या तुलनेत ऋषी कपूरने 'लव्हर बॉय' म्हणून रुपेरी पडदा वीस वर्षे गाजवला.

पण 'अनमोल' हा त्याचा चित्रपट अपयशी ठरल्यावर मनीषा कोईरालाने 'ऋषी आता जून दिसू लागलाय' या शब्दांत त्याला डिवचले. त्यावर ऋषी म्हणतो कसा, 'तुझी मुलगी हिरोईन होईल, तेव्हासुद्धा तिचा हीरो मीच असेन!'

आता कपूर फॅमिलीच्या चौथ्या पिढीचा प्रतिनिधी रणबीर कुठवर झेप घेतो ते बघायचं!!

◆◆◆

अभिनेता एक - किरदार अनेक

कमल हसन हा प्रतिभावान अभिनेता सतत काही तरी नवं करत असतो. कधी दीड पायाचा 'अपूर्व', 'सहोदर' (हिंदीत अप्पू राजा) बनून येतो. कधी आवाज फाटलेला जाणवावा म्हणून स्वरयंत्रावर शस्त्रक्रिया करून घेतो. आता तर तो दहा भूमिका करतोय एका चित्रपटात. त्या चित्रपटाचे नावच 'दशावतार' आहे!

अर्थात बॉलिवुडला हे नवं नाही. 'डबल रोल' किंवा दुहेरी भूमिकेत अनेक नट चमकले आहेत, अनेक अभिनेत्रीसुद्धा!

'अफसाना' या चित्रपटात जुळ्या भावांच्या भूमिकेत अशोककुमार दिसलाय. एक भाऊ सज्जन, दुसरा दुर्जन. मग बी. आर. चोप्रा यांनी त्याच चित्रपटाचा रीमेक 'दास्तान'मधून १९८० च्या दशकात पेश केला. त्यात दिलीपकुमार डबल रोल करून गेला. 'अफसाना'चं यश 'दास्तान'ला मिळू शकलं नाही, ते सोडा!

अर्थात नागी रेड्डी निर्मित 'राम और श्याम' या १९६७ मध्ये आलेल्या चित्रपटाला प्रेक्षकांनी डोक्यावर घेतले. दिलीपकुमार त्या डबल रोलसाठी फिल्मफेअर ॲवॉर्ड घेऊन गेला.

'राम और श्याम'चं जणू 'फीमेल व्हर्शन' जी. पी. सिप्पी या निर्मात्याने 'सीता और गीता' या नावाने केले. त्यासाठी त्यांनी मुमताजला पाचारण केले होते. पण ती मयूर मध्वानीशी लग्न करून लंडनला गेली. मग हेमामालिनीने ही दुहेरी भूमिका झकास रंगवली. तिलाही ॲवॉर्ड मिळाले.

श्रीदेवीने 'चालबाज'मध्ये डबल रोल करत 'हम भी कुछ कम नहीं' असेच सिद्ध केले.

संजीवकुमार 'राजा और रंक' आणि जितेंद्र 'जिगरी दोस्त' यांनी पण दुहेरी भूमिका करून आपल्या चाहत्यांना खूश करून टाकले.

देव आनंदने १९६२ मध्ये 'हम दोनो'त कॅप्टन आनंद आणि मेजर वर्मा या हमशकल भूमिकेत अभिनयाची बुलंदी गाठली. मेजर वर्माच्या पीळदार मिशा आणि कॅप्टन आनंदचा गुळगुळीत चेहरा हा भेद कायम ठेवणं अवघड होतं. पण काही दृश्यांत विजय आनंदने देवची डमी म्हणून काम करत वेळ मारून नेली.

शम्मी कपूर १९६२ पर्यंत रूपेरी पडद्यावर फक्त 'प्ले बॉय' म्हणून नाचगाण्यात दंग होता. पण 'चायना टाऊन' या चित्रपटात शक्ती सामंत यांनी त्याला दुहेरी भूमिकेत चमकवले. शम्मी कपूरने अजय आणि माईक या दोन्ही भूमिकांत अफलातून कसब दाखवले. त्याला बऱ्यापैकी अभिनय करता येतो, हेच त्याने इथे दाखवून दिले.

अमिताभ बच्चनने 'डॉन', 'द ग्रेट ग्रॅम्बलर' आणि 'सत्ते पे सत्ता' या चित्रपटात डबल रोल केलाय. 'डॉन'मध्ये मात्र दोन अमिताभ पडद्यावर बघायला मिळत नाहीत. दोन वेगवेगळ्या भूमिका तो साकारताना दिसला.

मेहमूदने 'मै और मेरा भाई'मध्ये ही संधी साधली. पण 'हमजोली' चित्रपटामध्ये पृथ्वीराज, राज कपूर आणि रणधीर कपूर यांची सुरेख नक्कल करत त्याने तिहेरी भूमिकेत धमाल उडवून दिली.

दिलीपकुमार आणि अमिताभ बच्चन या दोघांनी अनुक्रमे 'बैराग' आणि 'महान' या चित्रपटांमधून तिहेरी भूमिकेत तीन वेगवेगळ्या पिढ्यांचे प्रतिनिधित्व केले. पण हे चित्रपट प्रेक्षकांनी नाकारले.

आय. एस. जोहरने १९७०मध्ये 'जॉनी मेरा नाम' चित्रपटात इजाराम, दुजाराम, तिजाराम अशा तिहेरी भूमिकेत लोटपोट हसवले.

मराठीत जयश्री गडकर (रंगपंचमी) आणि भावना (पाठलाग) या अभिनेत्रींनी डबल रोल अप्रतिम साकारलाय.

'शर्मिली' चित्रपटात राखीला अशी संधी मिळाली. राजेश खन्नाचा 'हम शकल' अपयशी ठरला.

संजीवकुमारने एक वेगळाच विक्रम नोंदवला. 'नया दिन नई रात'मधे चक्क नऊ वेगवेगळ्या व्यक्तिरेखा रंगवल्या. आता प्रेक्षकांना कुतूहल आहे ते कमल हसनच्या दशावताराचे!

◆◆◆

दाढी-मिशा आणि वेषांतर

पूर्वी राजा-महाराजा, सम्राट आणि बादशाह वेष पालटून प्रजेचे क्षेमकुशल विचारायला रात्री-अपरात्री हिंडत असत. तर बॉलिवुडचे राजे म्हणजे नायक, दाढी-मिशा वाढवून पैसा किंवा नायिका मिळवण्याचा हेतू साध्य करताना दिसतात, एवढाच फरक!

सर्वप्रथम १९५४ मध्ये 'आझाद' या चित्रपटात दिलीपकुमारने 'खानसाहेब' ही व्यक्तिरेखा साकारताना दाढी-मिशा, चश्मा आणि शेरवानी, अचकन अन् हाती काठी घेत धुमाकूळ घातला. प्रेक्षकांनी 'आझाद' डोक्यावर घेतला.

देव आनंद १९५६ आणि १९५७मध्ये 'मुनिमजी' आणि 'पेइंग गेस्ट'मधून वेषांतर आणि दाढी-मिशा या जंजाळात अडकला. 'मुनिमजी'मध्ये फक्त नकली मिशा अन् चश्मा त्याने वापरला. पण 'पेइंग गेस्ट'चा मिर्झा बनून त्याने नूतनची झकास फिरकी ताणलीय! दोन्ही चित्रपटांना अफाट यश लाभलं, हे सांगायला नकोच. हा खानसाहेब पेइंग गेस्ट बनून हंगामा करून गेला.

राज कपूरने १९६३ मध्ये 'दिल ही तो है' या मुस्लिम सोशल चित्रपटात 'खानसाहेब' बनून नूतनला गाणे शिकवले. दाढी-मिशा लावून पडद्यावर गीत साकारणे, ही खूपच कठीण गोष्ट. पण राज कपूर 'लागा चुनरी मे दाग' हे रागदारीवर आधारित गीत गाताना चक्क मन्ना डेच्या स्वरात तराणासुद्धा बेधडक पेश करतो. राज कपूर-नूतन जोडीचा हा शेवटचा चित्रपट रौप्यमहोत्सवी ठरला.

किशोरकुमार हसवणूक देताना 'अब्दुल रहमान' बनून 'भाई भाई' आणि 'मनमौजी'मधून धमाल करून गेलाय. पण 'प्यार किये जा'मधला दाढी-मिशांसकट त्याने घातलेला धुमाकूळ लोटपोट हसवून गेलाय. नंतर 'प्यार किये जा' वर बेतलेल्या

महेश कोठारेच्या 'धुमधडाका'मध्ये अशोक सराफने त्याचा कित्ता मराठीत गिरवला.

देव आनंदच्या सी. आय. डी.मधल्या अफिमबाजांच्या अड्ड्यावर जाताना केलेल्या वेषांतरात नाट्य दडलेलं, तर 'हम दोनों' आणि 'गॅम्बलर'मधल्या मिशांनी त्याचं व्यक्तिमत्त्व बुलंदीला जाऊन पोहोचलं.

'कोहिनूर' या चित्रपटा टुनटुनचे केस कापून दाढीमिशांसाठी वापरताना दिलीपकुमार दिसला. तर नंतर कोहिनूरबाबा बनण्यासाठी मुक्रीच्या नकली दाढी-मिशा तो उधार घेत रमतो. 'चलेंगे तीर जब तन पर' या मीनाकुमारीसह गायलेल्या युगुलगीतामध्ये तो राजबिंडा दिसतो. त्याचा कायापालट अफलातून!

मुळात दाढी-मिशा लावताना पूर्वी सरस किंवा गोंद वापरत. त्यामुळेच त्या उतरवताना प्रचंड वेदना होत. म्हणूनच एखाद्या भूमिकेपुरत्या नायक मिशा वाढवणे पसंत करत. गाईडच्या अंतिम पर्वात देव आनंदने चक्क उपवासही केला अन् दाढी-मिशा पण वाढवल्या. मंगल पांडे चित्रपटासाठी आमीर खानने मिशा आणि केस वाढवल्याचे सर्वश्रुत आहेच.

१९६३ मध्ये 'प्रोफेसर' चित्रपटात शम्मी कपूर दाढी-मिशा-विगसह एक सरस परफॉर्मन्स देऊन गेला. 'जी हाँ बिलकुल' हा तकिया कलाम आणि चश्म्यातली सावध तरी थंड नजर यातून शम्मी कपूरने बुढा प्रोफेसर जिवंत केलाय. नुसत्या दाढी-मिशा कामाला येत नाहीत; अभिनय पण तसाच जानदार असला पाहिजे! 'ये उमर है क्या रंगीली' या गाण्याची झिंग शम्मी कपूरने वेषांतरासह ज्या चुस्त अदाकारीतून पेश केली, ती काबिल-ए-तारीफ होतीच! त्या वर्षी त्याचं फिल्मफेअर पारितोषिक थोडक्यात हुकलं.

खुरट्या वाढलेल्या दाढीचा ट्रेंड राजेश खन्नाने १९७० मध्ये 'दो रास्ते'-मधून पडद्यावर साकारला. 'रेफ्युजी'पासून अभिषेक बच्चन हीच वाट चोखाळतोय, आजपर्यंत!

न्यू मिलेनिअममध्ये जॉन अब्राहम या वाटेवर चालताना दिसतो. पण आता दाढी-मिशा आणि वेषांतर हे नाट्य पडद्यावरून हद्दपार झालेलं दिसतंय. प्रेक्षकसुद्धा आता पूर्वीइतके बालिश राहिलेले नाहीत!

◆◆◆

स्क्रीन मदर्स - पडद्यावरच्या मातृदेवता

रुपेरी पडद्यावरच्या माता म्हणजे अनेक भावच्छटा दाखवणाऱ्या विविध व्यक्तिरेखा!

आजचं बॉलिवुडचं वैशिष्ट्य म्हणजे हीरोचा बाप म्हातारा असला तरी चालता; पण त्याची मायमाऊली मात्र सुंदर, टवटवीत आणि तरुण दिसायला हवी!

काल मात्र असं नव्हतं. आई म्हणजे पांढऱ्या केसांची, वयस्कर, आजारी असायची तेव्हा! 'दाग' (१९५४)मधली दिलीपकुमारची आई ललिता पवार किंवा 'गंगा जमना'मधली लीला चिटणीस (१९६१) कशी आदरणीय वाटायची! 'राम लखन', 'बाजीगर' मध्ये ते भाग्य राखीला लाभलं नाही!

'मैने प्यार किया' (१९८९)पासून हीरोची आई तरुण आणि खूबसूरत असणार, असा पायंडाच पडून गेला.

रिमा लागू आणि सलमान ही माय-लेकरांची जोडी पडद्यावर दिसली मोठी गोड गुलजार! गाजर का हलवा देणारी माय मागे पडून, गुलाबजाम देणारी सफरचंदी गालांची मॉम लोकप्रिय झाली.

'आशिकी'मधली आई पुत्राला लाईटबिल भरायला पाठवते. तो ते विसरून जातो. घरी आल्यावर जेवणाच्या टेबलावर मेणबत्ती पाहून सर्द होतो.

'माँ, आज कॅंडल लाइट 'डिनर किस खुशीमें?' हा त्याचा सवाल रिमा लागूला सैरभैर करतो, यात नवल नाहीच.

मात्र स्मिता जयकर रुपेरी पडद्यावर आली आणि रिमा लागूला स्पर्धा सुरू झाली!

'हम दिल दे चुके सनम' आणि 'देवदास'मधून ऐश्वर्या आणि शाहरुखची 'माँ' बनून स्मिता जयकरने चक्क हिरोइन्सना कॉम्प्लेक्स दिलाय. शी इज रिअली अ ब्युटिफुल मदर!

खरं तर या तरुण, चलाख आयांचे प्रतिनिधित्व

सुलोचनाबाईंनी १९५०चे दशक संपता-संपता सुरू केलं. त्यांना ललिता पवार या अभिनेत्रीने अनुभवातून आलेला शहाजोग सल्ला दिला. 'बाई गंऽऽ जवानी संपून जाईल, कामं मिळणार नाहीत. वेळीच कॅरेक्टर ॲक्ट्रेस बनून जा; भविष्याची तरतूद होईल.'

सुलोचनाबाई मग सुनील दत्त (सुजाता), शम्मी कपूर (दिल दे के देखो) यांच्या मातेच्या भूमिकेत शिरल्या त्या कायमच्या! त्या वेळी कदाचित त्या शम्मी कपूरपेक्षा वयाने लहान असतील!

निरुपा रॉय 'दीवार'मध्ये अमिताभ आणि शशी कपूरची करारी माता म्हणून शोभून दिसते. 'आये दिन बहार के' हा चित्रपट गाजल्यापासून धर्मेंद्र अन्य कुणी नसेल तर, 'अरे सुलोचना दीदीको बुलाओ' असे प्रोड्यूसरला सांगायचा!

'जब प्यार किसीसे होता है' (१९६२) मध्ये सुलोचनाबाई देव आनंदची माँ बनून पडद्यावर दिसल्या.

'मुगल -ए- आझम'मध्ये (१९६०) दुर्गा खोटे जोधाबाई म्हणून ऐतिहासिक व्यक्तिमत्त्वात जणू विरघळल्या. सलीमची (दिलीपकुमार) आई म्हणून त्या शोभल्या.

कालची हिरोईन वय वाढलं की, मातेच्या भूमिका नाइलाजाने करते. नलिनी जयवंत 'नास्तिक'मध्ये अमिताभची आई म्हणून पडद्यावर दिसली. जुन्या 'नास्तिक' मध्ये ती अजितची हिरोइन होती! रेखा (कोई मिल गया—हृतिक रोशन), वहिदा रेहमान (त्रिशूल—अमिताभ बच्चन), हेलन (हम दिल दे चुके सनम—सलमान) या अभिनेत्री माता बनून पडद्यावर आल्या. पण त्यांनी त्यांची डिग्निटी कायम ठेवली आहे!

रत्नमाला एके काळची हिंदी-मराठी चित्रपटांची हिरोइन. पण दादा कोंडके यांच्या सर्व चित्रपटांत त्यांची 'आयेऽऽ' बनून रत्नमालाबाईंनी एक इतिहास घडवला.

आज रती अग्निहोत्री, हेमामालिनी या नव्या वाटेने चालताना दिसतात.

◆◆◆

बरसात में ऽऽ हमसे मिले तुम

हिंदी चित्रपटांनी धुवाँधार ते रिमझिम अशा पावसाच्या सर्वच नखऱ्यांशी नेहमीच जवळीक साधली आहे.

पण त्याची सुरुवात राज कपूरच्या 'बरसात' (१९४९) या चित्रपटाने झाली. तिथे 'ताक धिना धिन'च्या ठेक्यावर भर पावसात समूहनृत्याची मजा 'बरसातमें हमसे मिले तुम सजन तुमसे मिले हम' या रूमानी गीतामधून घेता आली. पण त्यात राज-नर्गिस या हीरो-हिरोइनपेक्षा प्रेमनाथ-निम्मी ही जोडीच जास्त भाव खाऊन गेली.

मुंबईचा दमदार पाऊस आणि गेटवे ऑफ इंडियाचा परिसर १९५९मध्ये आलेल्या 'काला बाजार'मध्ये सुरेख चित्रित झालाय! 'रिमझिमके तराने ले के आयी बरसात' ही देव आनंद-वहिदा रेहमान जोडीची एका छत्रीतली वाटचाल रोमांचक होती. दोघे भर पावसात टॅक्सीची वाट पाहताना खूप दिवसांनी भेटतात. त्यांची दृष्टभेट होत असताना मधे घुसून एक वृद्ध स्त्री त्यांच्यासाठी थांबलेल्या टॅक्सीमधे घुसते अन् प्रेक्षकांत हास्याची लहर दौडते!

त्याआधी 'श्री ४२०' या चित्रपटात राजकपूर-नर्गिस ही 'रोमँटिक पेअर' एका छत्रीत 'प्यार हुआ इकरार हुआ' हे गीत गात पावसात चिंब भिजली. त्या दोघांमधली केमिस्ट्री बॉलिवुडच्या इतिहासाच्या पानोपानी अमर झाली. पण हा पाऊस स्टुडिओमध्ये चित्रित झालाय, एवढंच!

भर पावसातली अनोळखी सुंदरीशी झालेली भेट आणि तिचे अनंत विभ्रम 'बरसात की रात' (१९६०) मध्ये चित्रित झालेत. सौंदर्यसम्राज्ञी मधुबाला आणि भारतभूषण यांची ही नजाकतदार भेट योगायोगाने घडते. पण 'जिंदगीभर नहीं भूलेगी वो बरसातकी रात' ही साहिरची शायरी रसिकांच्या ओठी विसावली, ती कायमची! रफीचे तरल सूर, संगीतकार रोशन यांची प्रतिभा, बारिश आणि बरसात घेऊन आली; चिरंजीव झाली.

मनोजकुमारला तर आपल्या नायिकेला पावसामध्ये चिंब भिजवल्याखेरीज चित्रपट पुरा करताच येत नसे का, अशी शंका येते. 'रोटी कपडा और मकान'मधली 'हाय हाय ये मजबुरी, ये मौसम ये दूरी' म्हणत झीनत अमानची अदा असो वा 'क्रांती'मधली हेमामालिनीची अभिव्यक्ती पाऊस घेऊनच आली आणि रंगली.

'चालबाज'मध्ये श्रीदेवी रेनकोट आणि छत्री यांसह भर पावसात समर सॉल्ट नृत्य करतेय, असा भास हीरो सनी देओलला झाला असणार!

राजेंद्रकुमार-बबिता ही थोडीशी विजोड जोडी 'रिमझिमके गीत सावन गाये भीगी भीगी रातोमें' या गाण्यामध्ये १९६०च्या दशकात रसिकांनी विनातक्रार सहन केली.

'आओ प्यार करे' या चित्रपटाच्या सुरुवातीलाच पडद्यावर जवाँ-मर्द अशी तरुणांची टोळी भर पावसात मरिन ड्राइव्ह परिसरात फुटबॉलच्या खेळात रमलेली पाहिली.

'रिमझिम गिरे सावन सुलग सुलग जाये मन' या गाण्यात घनघोर पावसात भिजत अमिताभ बच्चन-मौसमी चटर्जी ही जोडी मुंबईच्या रस्त्यातून उंडारताना दिसली. नंतर जया भादुरीने बहुधा बच्चनला तिच्याबरोबर काम करायलाच मनाई केली म्हणतात.

'आज रपट जाये तो हमे ना बुलाईयो' ही 'नमकहलाल'मधली अमिताभ - स्मिता पाटील यांची पावसातली मस्ती चाहत्यांनी अशीच डोळे भरून पाहिली.

पण सर्वांगसुंदर असं बरसाती गीत '१९४२- अ लव्ह स्टोरी' या चित्रपटात रुपेरी पडद्यावर दिसलं. 'रिमझिम रिमझिम भीगी भीगी ऋतूमे तुम हम हम तुम' या गाण्यातली अनिल कपूर-मनीषा कोईराला जोडीची समरसता आणि हिमाचल प्रदेशाचा निसर्ग डोळ्यांना सुखावणारा!

अजय देवगण-ऐश्वर्या रॉय या जोडीचा 'रेनकोट' का चालला नाही, हे कळलं का? त्यात पाऊस कुठे होता? नुसती रेनकोटची चर्चा कोण ऐकणार?

◆◆◆

लव्ह ट्रँगल - प्रेमाचा त्रिकोण

एक हिरोइन आणि दोन हीरो यांची उदात्त प्रेमकहाणी हा विषय बॉलिवुडला अनेक वर्षे पुरलाय. अशा कथेवर चित्रपट काढला की तो सुपरड्युपर हिट होणार याची निर्मात्याला खात्री वाटायची. आपण गुंतवलेला पैसा दामदुपटीने परत यावा, अशी तर प्रत्येक निर्मात्याची इच्छा असतेच. हा नवा फॉर्म्युला १९४०चं दशक संपताना मेहबूब खान या कल्पक दिग्दर्शकाला सापडला आणि नंतर सातत्याने हा विषय लोकप्रियतेच्या लाटेवर झुलत राहिला.

१९४९मध्ये 'अंदाज' चित्रपटात नर्गिस, राज कपूर आणि दिलीपकुमार ही त्रयी एकत्र आली आणि त्यांनी इतिहास घडवला. मीना (नर्गिस) श्रीमंत बापाची लाडकी लेक. घोडा उधळून मीनाची जान धोक्यात असताना दिलीप तिला वाचवतो. ती त्याला इस्टेट मॅनेजरचा जॉब देते. पण दिलीप तिच्या प्रेमात पागल होतो. हे एकतर्फी प्रेम आहे, हे त्याला उशिरा कळतं. राज (राज कपूर) हा मीनाचा मंगेतर फॉरिनहून परत आल्यावर दिलीपची घुसमट होते. मीना स्पष्ट शब्दांत त्याला झिडकारते. पण शादीचा समारंभ होईपर्यंत त्याला घर सोडू देत नाही.

राज-मीनाच्या लेकीच्या वाढदिवशी दिलीप हजर होतो. दिवे अचानक जातात. मीना चुकून राजलाच दिलीप समजून 'तुम शादी क्यूँ नहीं करते?' हा सवाल करते.

त्या दोघांबद्दल संशयाचे बीज राजच्या मनात उफाळून येते. मग राज-मीना-दिलीप तिघांची जिंदगी एका वादळात सापडलेल्या नौकेसमान भरकटते. मीना अखेर अतिप्रसंग करू पाहणाऱ्या दिलीपला गोळी घालते. मुलीच्या खेळण्यात सापडलेल्या दिलीपच्या पत्रामुळे हे प्रेम संपूर्ण एकतर्फी असल्याची राजची खात्री पटते आणि तो तुरुंगात शिक्षा भोगणाऱ्या मीनाला भेटायला जातो.

अप्रतिम अभिनय, सुरेल संगीत, हृदयस्पर्शी संवाद यामुळे 'अंदाज' अफाट गाजला. 'टूटे ना दिल टूटे ना', 'तू कहे अगर', 'हम आज कही दिल खो बैठे' आणि 'गाओ खुशी के गीत' या मुकेशच्या गाण्यांमुळे दिलीपकुमारला 'ट्रॅजेडी किंग' म्हणून ओळखले जाऊ लागले.

राज कपूरसारख्या 'शो मॅन'ला 'अंदाज' पुन्हा बनवावा असे वाटले, यात नवल नाही. या कथेतच अशी प्रेरक शक्ती आहे. पण राज कपूरला ही कथा स्वत:च्या मनासारखी पेश करायची होती.

मग १९६४मध्ये 'संगम' हा आर. के.चा भव्य चित्रपट लंडन, रोम, पॅरिसच्या बाह्यचित्रणासह झळकला. नर्गिसच्या रोलसाठी आली वैजयंतीमाला आणि दिलीपकुमारने नकार दिल्यामुळे दुसरा हीरो म्हणून राजेंद्रकुमार दिसला. राज कपूरला पियानोच्या साथीत 'दोस्त दोस्त ना रहा' पेश करता आले. 'ये मेरा प्रेमपत्र पढकर' शीर्षक गीत 'ओ मेहबूबा', 'ओ मेरे सनम' ही गाणी सर्वदूर गाजली. काही काळ राज कपूर-कृष्णा कपूर-वैजयंतीमाला हा त्रिकोण गॉसिप कॉलममधून गाजत राहिला.

'लव्ह ट्रँगल'मध्ये दोन हीरोपैकी कुणाचा तरी मृत्यू ही तर अटळ गोष्ट ठरली. 'अंदाज'मध्ये दिलीपकुमार मरूनही चिरंजीव झाला. 'संगम'मुळे राजेंद्रकुमारचे फिल्मी करिअर मात्र धोक्यात आले. नायक म्हणून तो संपला!

याच काळात श्रीधर दिग्दर्शित 'दिल एक मंदिर' पुनश्च अशीच कथा घेऊन लोकप्रिय झाला. मीनाकुमारी, राजेंद्रकुमार आणि राजकुमार या सर्वांचा अप्रतिम अभिनय आणि शीर्षक गीत, 'यहाँ कोई नही तेरे मेरे सिवा', 'रुक जा रात ठहर जा रे चंदा', 'जुहीसी कली मेरी लाडली' ही गाणी सर्वतोमुखी झाली. त्रिकोणी प्रेमकहाणी यशस्वी होण्यात संगीताचा वाटा मोठा, एवढं नक्की.

१९८०चं दशक संपताना 'साजन' या चित्रपटामध्ये माधुरी दीक्षित, संजय दत्त, सलमान खान ही त्रयी दमदार अभिनय करून दाद घेऊन गेली. नंतरही 'हम दिल दे चुके सनम' (ऐश्वर्या रॉय, सलमान खान, अजय देवगण), 'दिल तो पागल है' (शाहरुख, माधुरी, करिश्मा कपूर) असे लव्ह ट्रँगल गाजले. पण त्यातल्या व्यक्तिरेखा खूप समजूतदार वाटल्या. चालू जमान्यात 'तू नहीं और सही' हाच ट्रेंड चालू आहे की काय, अशी शंका येते. इथे कुणाला मरायला वेळ नाहीय; जो-तो स्पोर्टिंग स्पिरिट दाखवत आपापली जिंदगी पुढे नेतोय!

◆◆◆

स्टारपुत्रांची चलती

रेसकोर्सवर धावणाऱ्या घोड्यांवर पैसे लावताना त्यांची फॅमिली हिस्ट्री लक्षात घेऊन पंटर्स आणि ट्रेनर्स गरजेपुरता धोका पत्करतात. स्टारपुत्रांचं अगदी तसंच आहे!

टॉप स्टार्सची पुढची पिढी जेव्हा जवान होते, तेव्हा अनेक निर्मात्यांचं त्यांच्याकडे लक्ष जातं! कारण उघड आहे. ती निर्मात्यांच्या दृष्टीने सेफ बेट असते. चित्रपटशौकिनांमध्ये नव्या पिढीबद्दल कुतूहल असतं. आपल्या एके काळच्या 'मॅटिनी आयडॉल'चा बेटा कसा दिसतो. कसा बोलतो, हे सगळं त्यांना बघायची उत्सुकता असते! त्याचा चित्रपटाच्या 'फर्स्ट वीक कलेक्शन'साठी फायदा होतो.

पृथ्वीराज कपूरचा थोरला मुलगा राज कपूर 'बावरे नैन'मध्ये चमकला, तेव्हा हेच घडलं. मग राज कपूरने 'कल आज और कल' या चित्रपटाची सगळी सूत्रे डब्बू ऊर्फ रणधीर कपूरच्या हाती दिली. 'बॉबी'मधून ऋषी कपूरला आणि 'राम तेरी गंगा मैली'द्वारे चिंपू उर्फ राजीव कपूरला ब्रेक दिला.

देव आनंदने 'आनंद और आनंद' या चित्रपटाद्वारे आपला पुत्र सुनील आनंद याला पडद्यावर आणलं. पण चित्रपट कोसळला आणि नंतर सुनील आनंदचं नाव कुठे ऐकू नाही आलं. राज कपूरचे तिन्ही पुत्र काही काळ बुलंद यशाची चव चाखत रमले. ते भाग्य देव आनंदच्या वाट्याला आलं नाही!

सुनील दत्तने नर्गिसच्या आग्रहाखातर 'मन का मीत' हा चित्रपट काढून आपला भाऊ सोमदत्त याला हीरो बनवण्याचा प्रयत्न केला. तो चित्रपट चालला. पण पुढे सोमदत्त कुठेच चमकला नाही! पण 'रॉकी'ची अजंठा आर्ट्स या स्वत:च्या संस्थेद्वारे निर्मिती करत संजय दत्तला सुनील दत्तने लाँच केले. ही चाल चांगलीच यशस्वी ठरली. लगे रहो मुन्नाभाई, मुन्नाभाई एम. बी. बी. एस, साजन, सडक, वास्तव हे हिट चित्रपट देत

आज नंबर वन स्टार बनण्याची किमया संजय दत्तने करून दाखवली.

घरचं बॅनर आणि बापाचा पैसा वापरून कुणी पडद्यावर आलं, तर पत्रकारांची व समीक्षकांची काही तक्रार नसते. पण दुसऱ्याचा पैसा उधळून आपलं घोडं विनला आणण्याला मात्र विरोध होतो.

अमिताभ बच्चनचा लाडला अभिषेक बच्चन 'रेफ्युजी' या जे. पी. दत्ताच्या चित्रपटाद्वारे पडद्यावर आला. चित्रपट जेमतेम चालला. नंतरही अभिषेकचे दहा-बारा चित्रपट कोसळले आणि फिल्मी नियतकालिकांनी टीकेचा आसूड ओढायला आरंभ केला! सुदैवाने नंतर अभिषेक बच्चनच्या अभिनयात सुधारणा झाली आणि बॉक्स ऑफिसवर त्याला यश लाभलं.

जितेंद्रचा पुत्र तुषार कपूर 'मुझे कुछ कहना है'मध्ये करिना कपूरबरोबर चमकूनही त्याचं करिअर मार्गी लागायला खूप वेळ जावा लागला. त्या तुलनेत जितेंद्रची कन्या एकताने दूरदर्शन मालिकांच्या माध्यमातून अफाट यश मिळवलं!

दारासिंगचा मुलगा वीरू अनंत खटपटीनंतरही हीरो बनू शकला नाही. 'हिमालय पुत्र'द्वारे विनोद खन्नाने अक्षयला चमकवलं. धर्मेंद्रने सनी देओलसाठी 'बेताब' आणि बॉबी देवलसाठी 'बरसात' हे चित्रपट बनवले. सनीची गाडी चल पडी. बॉबीची रखडली.

कपूर फॅमिलीत मुलींना पडद्यावर आणायची पद्धत नाही. पण बंड करून बबिताने आपल्या दोन्ही कन्या करिश्मा (प्रेमकैदी) आणि करिना (रेफ्युजी) यांना पडद्यावर आणलेच! दोघी यशस्वी झाल्या. करिना, करिश्माने तर अफाट यश मिळवले.

शर्मिला टागोरचा पुत्र सैफ अली खान झगडून 'दिल चाहता है', 'परिणिता' द्वारे अभिनेता बनलाय! फक्त कुठलंही शिक्षण, प्रशिक्षण न घेता हे स्टारपुत्र अलगद सुपरस्टार बनतात आणि 'ॲक्टिंग इज इन माय ब्लड' ही शेखी मिरवतात, याचा नव्या उमेदवारी करणाऱ्या नटांना हेवा वाटतो. फिरोज खानचा पुत्र 'फरदीन', संजय खानचा 'झायेद', मिथुन चक्रवर्तीचा 'मिमोह' ही याच श्रेणीतली आणखी काही नावे! यातले कोण टिकणार, ते काळच ठरवेल.

◆◆◆

ये भारत देश है मेरा

बॉलिवुडच्या चित्रपटांनी कधी युद्धपटातून, कधी ऐतिहासिक कलाकृतींमधून उत्कट देशप्रेम आणि राष्ट्रभक्तीचं मनोज्ञ दर्शन घडवलं आहे. स्वातंत्र्ययुद्धाची चळवळ, इन्किलाबचे नारे, देशप्रेमाने भारलेली कवने रुपेरी पडद्यावर अनेकदा दिसली, ऐकू आली. त्यातून प्रेक्षकांना स्फूर्ती, चैतन्य लाभले.

'वतन की राहमें वतन के नौजवाँ शहीद हो' हे महंमद रफीच्या स्वरातले उदात्त गंभीर सूर 'शहीद' चित्रपटात ऐकताना अंगावर रोमांच उठले. इथे त्याला खान मस्तान या गायकाने साथ दिली.

'आनंदमठ'मधल्या 'वंदे मातरम' या राष्ट्रगीताचे साद-पडसाद लता मंगेशकर आणि हेमंतकुमारच्या स्वरांनी सर्वदूर गुंजत राहिले.

त्याआधी अगदी पारतंत्र्याच्या काळातही 'दूर हटो ए दुनियावालो हिंदोस्तान हमारा है' या गाण्यातून गुलामगिरीला झुगारून देण्याची जिद्द प्रकट झाली. सन १९४६ मध्ये '१८५७' या भारतीय स्वातंत्र्ययुद्धावर आधारित चित्रपटाने लक्ष वेधून घेतले.

भगतसिंग-राजगुरू-सुखदेव या स्वातंत्र्ययुद्धातल्या हुतात्म्यांची कहाणी तर अनेकदा पडद्यावर साकारली. शम्मी कपूर मनोजकुमार, अजय देवगण अशा बॉलिवुडच्या अनेक पिढ्यांनी भगतसिंग साकारलाय.

सोहराब मोदींचा 'झांसी की रानी' आणि 'द रायझिंग - मंगल पांडे' हा केतन मेहताचा चित्रपट. राणी लक्ष्मीबाई आणि मंगल पांडे या १८५७च्या स्वातंत्र्य समरामधल्या व्यक्तिरेखा घेऊन आल्या.

आपल्या भालजी पेंढारकरांनी शिवछत्रपतींवरच्या प्रेमामुळे शिवकाल सतत जागवला; तर १९६२ मधल्या चिनी आक्रमणानंतर भारतीय सैनिकांची शौर्यगाथा पडद्यावरती आणली गेली.

चेतन आनंद (हकीकत), जे. पी. दत्ता (बॉर्डर) यांनी युद्धपटांची निर्मिती केली. 'कर चले हम फिदा जान ओ तन साथियो ऽऽ' ही महंमद रफीच्या स्वरामधली सैनिकांची व्यथा हृदयस्पर्शी ठरली. ही कैफी आझमींची शायरी डोळ्यांत पाणी उभं करणारी! तर 'संदेसे आते हैं' ही जावेद अख्तरची वीराणी, काळजाला स्पर्श करणारी!

म्हणूनच 'गांधी' हा चित्रपट दिग्दर्शित करण्यासाठी भारत सरकारने रिचर्ड ॲटेनबरो या ब्रिटिश दिग्दर्शकाला पाचारण केले याचे बॉलिवुडमधल्या गुणी कलाकारांना वैषम्य वाटले!

भारताची गुणवैशिष्ट्ये सांगणारी, संपन्नतेची ग्वाही देणारी आणि वैभवशाली इतिहासापासून स्फूर्ती देणारी अनेक गीते रुपेरी पडद्यावर चित्रित झाली.

'मेरे देशकी धरती सोना उगले' (उपकार—गुलशन बावरा), 'ये भारत देस है मेरा (सिकंदर-ए-आजम), 'ऐसा देस है मेरा' (वीर-जारा) ही गाणी आज भारतीय स्वातंत्र्यदिन साजरा करताना आठवतात!

'ए मेरे प्यारे वतन' (काबुलीवाला) आणि 'सागरा प्राण तळमळला' (वीर सावरकर) या दोन्ही गीतांमधली मातृभक्ती एकच आहे! देशभक्तीची भावना एकच आहे! 'ए मेरे वतन के लोगो' ही सैनिकांची व्यथा लतादीदींच्या स्वरांत अजरामर झाली.

'१९४२ ए लव्ह स्टोरी'मधून क्रांतिकारकांची चळवळ, तर 'रोजा'मधून काश्मिरी अतिरेक्यांविरुद्ध लढणाऱ्या भारतीयांची कथा समोर आली.

बॉलिवुडच्या चित्रपटांमधून भारतीय समाजाची बदलती मानसिकता ठळकपणे पुढे येत राहिली. 'साथी हाथ बढाना साथी रे' या 'नया दौर'मधल्या साहिर लुधियानवीच्या गीताने सहकार्यातून उद्योग-व्यवसायाच्या प्रगतीची स्वप्ने दिली; तर 'हम हिंदुस्तानी' आणि 'सन ऑफ इंडिया'मधून पंडित नेहरूंचा थोडा सरळ भाबडेपणा व्यक्त झाला. 'छोडो कलकी बातें' आणि 'नन्हा मुन्हा राही हूँ'मधून अहिंसा-बंधुता-साधनशुचिता यांचा उदो-उदो झाला.

पण १९६२मध्ये चिनी आक्रमणानंतर 'सर कटा सकते है लेकिन सर झुका सकते नहीं' ही 'लीडर'मधली शकील बदायुनीची शायरी क्षात्रतेज जागवणारी! काळा बाजार, भ्रष्टाचार या शत्रूंविरुद्ध लढण्याची तयारी 'रोटी, कपडा और मकान' मध्ये दिसली. आता नव्याने 'लगे रहो मुन्नाभाई'द्वारे गांधीगिरी चर्चेत येऊन एक वर्तुळ पूर्ण झाले!

◆◆◆

हिरोइन्सची पळवापळवी

मुंबईतील चित्रपटसृष्टीच्या अनेक वैशिष्ट्यांमध्ये नायिका ढापणे, हा प्रकार खळबळजनक. अगदी एखाद्याची बायको पळवून न्यावी ना, तसा!

पूर्वी एखाद्या नायकासमवेत एखादी नायिका यशस्वी ठरली की, त्याच जोडीला चमकवण्यासाठी निर्मात्यांमध्ये स्पर्धा सुरू व्हायची! मग हीरो जर नामांकित असेल, तर त्या नव्या नायिकेने कोणत्या निर्मात्याच्या चित्रपटात काम करायचे, ते हीरो ठरवायचा! मग या ना त्या मार्गाने त्या नायिकेला फूस लावायचा प्रयत्न सुरू होई. कधी जादा मानधनाचे आमिष दाखवून, कधी भेटवस्तू देऊन तिला आपल्या नव्या चित्रपटासाठी करारबद्ध करण्याचे बेत यशस्वी होत.

सन १९५०च्या दशकामधली नूतन, वैजयंतीमाला आणि वहिदा रहमान ही या पळवापळवीची ठळक उदाहरणं!

'देवदास' आणि 'मधुमती'नंतर दिलीपकुमार-वैजयंतीमाला या जोडीची पडद्यावर झकास केमिस्ट्री जुळते, असा साक्षात्कार निर्मात्यांना झाला. मग 'नया दौर', 'पैगाम' हे त्या दोघांचे आणखी दोन चित्रपट झळकले. नंतर दिलीपकुमारने आपल्या 'गंगा -जमना' या स्वत:च्या निर्मितीमध्ये वैजयंतीमालास प्राधान्य दिले.

या काळात राज कपूर-नर्गिस यांचे उत्कट प्रेम संपुष्टात आले. राज कपूर नव्या नायिकेच्या शोधात होता. 'नजराना' या दाक्षिणात्य चित्रपटात राज कपूर- वैजयंतीमाला जोडी प्रथमच एकत्र आली. दिलीपकुमारला ही गोष्ट खूप खटकली असणार! तरीही राज कपूरच्या 'संगम'मध्ये काम करायला वैजयंतीमालाने मान्यता दिलीच. निदान 'संगम'च्या परदेशात होणाऱ्या चित्रीकरणात तरी तिने भाग घेऊ नये, अशी अपेक्षा दिलीपकुमारने बोलून दाखवली. त्यातले धोके त्याला जाणवले. पण राज कपूरच्या

युनिटसमवेत प्रदीर्घ चित्रीकरणासाठी वैयंतीमाला परदेशी गेलीच. नंतर काय घडले, ते सर्वच जाणतात!

बारिश,पेइंग गेस्ट आणि मंझिल या चित्रपटांच्या मोठ्या यशाने देव आनंद-नूतन जोडीने तरुण पिढीच्या मनावर मोहिनी घातली. त्याच वेळी हृषीकेश मुखर्जी दिग्दर्शित 'अनाडी' (१९५९)मध्ये राज कपूरने नूतनला नायिका म्हणून स्वीकारले. पाठोपाठ 'छलिया', 'कन्हैया'मध्ये ही जोडी रिपीट झाली. मग 'दिल ही तो है'पण रौप्यमहोत्सव साजरा करून गेला.

'लीडर' आणि 'संगम' या चित्रपटात काम करणाऱ्या वैजयंतीमालाच्या 'शूटिंग डेट्स' समस्येमुळे प्रचंड दिलीपकुमार अपसेट झाला. नंतर दोघांत 'संघर्ष'च्या सेटवर कोल्ड वॉर सुरू होते, तर 'राम और श्याम' चित्रपटातून तिला काढून वहिदा रेहमानला घेण्यात दिलीपकुमारने मोठी भूमिका बजावली, असे दिसते. देव आनंदनेपण नवकेतनसाठी 'तेरे घरके सामने'नंतर नूतनला रीपीट केले नाही!

वहिदा रेहमान हे गुरुदत्तचे फाइंड! पण 'नवकेतन'च्या 'काला बाजार' आणि सुनील दत्तच्या 'मुझे जीने दो'मधून गुरू दत्तशी केलेल्या कराराला धुडकावून देत वहिदा रेहमान मुक्त झाली! हा घाव संवेदनशील गुरू दत्तला झेलणे अवघड गेले.

झीनत अमान हे देव आनंदचे फाइंड! 'हरे राम-हरे कृष्णा' गाजला, पण इश्क इश्क इश्क' प्रचंड अपयशी ठरला. झीनत आधी संजय खानच्या 'अब्दुल्ला' आणि फिरोज खानच्या 'कुर्बानी'मध्ये चमकली, तर राज कपूरच्या 'सत्यम् शिवम् सुंदरम्' मध्ये तिने अंगप्रदर्शन करण्यात कुचराई केली नाही. या काळात देव आनंद मोठाच धडा शिकला. तरीही टीना मुनीम ही 'मनपसंद'ची त्याची नायिका अन्य निर्मात्यांनी पळवलीच!

आर. के. बॅनर इतरांच्या हिरोइन्स पळवून नेण्यात माहिर, ही गोष्ट गॉसिपवाल्या मासिकांनी आणखी जगजाहीर केली. पण 'बॉबी'ची नायिका डिंपल कपाडिया अचानक राजेश खन्नाशी लग्न करून चित्रसंन्यास घेत दूर गेली. 'राम तेरी गंगा मैली'ची मंदाकिनी करार तोडून मुक्त झाली, तेव्हा हाच कडू घोट आर. के. कॅम्पला गिळावा लागला. असाच उद्वेग मनीषा कोईराला, माधुरी दीक्षितमुळे सुभाष घईच्या वाट्याला आला. 'मैने उन्हे ब्रेक दिया मगर मेरी पिक्चरमें काम करने के लिये उनके पास डेट्स नही है' हे त्याचे बोल, हीच व्यथा सांगतात.

◆◆◆

तुमसे बढकर कौन? गणपतीबाप्पा मोरया ८८

बॉलिवुडच्या चित्रपटांत अनेक देव-देवतांना पूजेतल्या दैवताचे स्थान लाभले आहे. पण गणपतीबाप्पा मोरयाची बातच अलग! आज अमिताभ सिद्धिविनायकासाठी पायपीट करतो. या गजवदनाला वंदना देताना मुंबईची चित्रपटसृष्टी रंगून गेली आहे नेहमीच! मग रजतपटावर श्रींचे दर्शन घेता-घेता कलाकारांच्या वास्तव जीवनातही गणरायाने प्रवेश केला!! दगडू हलवाई गणपतीच्या दर्शनाला हेमामालिनी येते!

आमच्या पिढीने सर्वांत प्रथम गणपतीबाप्पाला रुपेरी पडद्यावर पाहिले ते अर्थातच १९५४मध्ये आलेल्या 'बहुत दिन हुए' या चित्रपटात. एस. एस. वासन दिग्दर्शित या कलाकृतीमध्ये मधुबाला होती. छोट्या रतनकुमारने केलेल्या गणरायाच्या प्रार्थनेनंतर हत्तींचा कळप दुगुना होत दुष्मनांचे पारिपत्य करतो, ते बघताना त्यातला थरार अनुभवला! नंतरच्या काळात फिल्म इंडस्ट्री गणरायांना विसरली की काय, अशी शंका येत राहिली.

पण सुनील दत्तच्या हातामध्ये 'दर्द का रिश्ता' चित्रपटात गणपतीची मूर्ती दिसली. पत्नी आसन्नमरण अवस्थेत असताना साश्रुनयनांनी गणपतीच्या विसर्जनासाठी गर्दीने फुललेल्या मुंबईच्या समुद्रकिनाऱ्यावर नायक अंतर्यामी खिन्न होऊन दाखल झालाय! संकटकाळीसुद्धा त्याची श्रद्धा डळमळत नाही!

मग सुपरस्टार अमिताभ बच्चन कसा मागे राहणार? पांढऱ्या शुभ्र वेषामध्ये हातात भलीमोठी गणेशमूर्ती पेलत 'देशप्रेमी' चित्रपटात अमिताभ डोळे भरून पाहिला त्याच्या लाखो चाहत्यांनी! सलमान खानच्या घरी गणपती बसतो, विसर्जित होतो.

याच विसर्जन मिरवणुकीत चौपाटीवरच्या प्रचंड समुदायाच्या साक्षीने खलनायकाचा खातमा होताना अनेक चित्रपटांत चित्रित झाला. त्यामधे 'सत्या' चित्रपटातला प्रसंग चित्तथरारक होता.

'हमसे बढकर कौन' या शीर्षक गीताच्या ऱ्हिदमवर

सार्वजनिक गणपतीच्या मंडपात डॅनी डेंन्झोपा आणि मिथुन चक्रवर्ती जोशात नाचताना दिसले. त्यांना नंतर अमजद खानने पण मोठ्या मस्तीत सामील होत साथ दिली!

मग मुंबईच्या सार्वजनिक गणेशोत्सवात काही समाजविघातक शक्ती घुसल्याचा गवगवा होत राहिला. चित्रपटव्यवसायातल्या माणसांकडून, कलाकारांकडून खंडणी उकळायची आणि गणेश मंडळांना भरपूर पैसे द्यायचे, हा प्रकार दाऊद इब्राहिम, छोटा शकील अशा कुख्यात स्मगलरांकडून झाल्याची नोंद पोलीस खात्याने घेतली.

सचिन पिळगावकरच्या 'अष्टविनायक' या मराठी चित्रपटाने महाराष्ट्रभर पसरलेल्या अष्टविनायकाचे रुपेरी पडद्यावर झोकात दर्शन घडवले. त्या चित्रपटाला, त्यातल्या गणेशदर्शनाला प्रेक्षकांनी भरभरून प्रतिसाद दिला.

गणेशस्तवन, आरत्या यांच्या कॅसेट्सनी काही काळ हिंदी चित्रपटगीतांच्या कॅसेट्सपेक्षा प्रचंड व्यवसाय केला आणि गणराय उत्सव पूर्ण कमर्शियल झाल्याचे चित्र दिसले. आजही 'साम मराठी' वाहिनीतर्फे गणेश गीत स्पर्धा आयोजित करण्यात आलेली आहे. बक्षीसपात्र गीते अशोक पत्की संगीतबद्ध करणार आणि सुरेश वाडकर गाणार; मग उगवत्या कवींची प्रतिभा का फुलणार नाही? सचिन आणि सुरेश वाडकर दोघेही बॉलिवुडचे प्रतिनिधी आहेतच!

गणपतीबाप्पांचा आगळावेगळा साक्षात्कार घडताना दिसला तो यश चोप्रा दिग्दर्शित 'दिल तो पागल है' या प्रेमकहाणीमध्ये!

पूजा (माधुरी) आणि राहुल (शाहरुख) एकमेकांचे मित्र आणि व्यवसायातले सहकारी. त्यांच्यात काही गुफ्तगू सुरू आहे, हे मौसीच्या लक्षात येते. ही मौसी (अरुणा इराणी) पूजा आणि राहुलला एकेकटे गाठून गणेशाची छोटी सुवर्णमूर्ती भेट देते. 'ये है गणपती बाप्पाऽऽ उनके भरोसे तुम्हारे सब प्रॉब्लेम छोड दो. तुम्हारी मनोकामनाएँ पुरी होगी. सिर्फ उन पर श्रद्धा रखो.' त्यांचे प्रेम सफल झाले आणि यश चोप्रांवरपण गणराय प्रसन्न झाले, हे सांगायला नकोच! तसेच ते तुम्हा-आम्हाला पावतील; फक्त प्रार्थना करा आणि श्रद्धा असू द्या!!

◆◆◆

अभिनेते आणि राजकारण

चित्रपट अभिनेते आणि राजकारणाचे संबंध खूप जुने आहेत. आज आंध्र प्रदेशामध्ये अभिनेता आणि तेलगू सुपरस्टार चिरंजीवी याने स्वत:चा नवा पक्ष स्थापून राजकारणात उडी घेतल्यामुळे मोठीच खळबळ उडाल्याचे दिसते. पण बॉलिवुडला हे नवे नाहीय!

बलराज साहनी हा चरित्र अभिनेता १९५०च्या सुमारास भारतीय कम्युनिस्ट पार्टीचा क्रियाशील सदस्य होता. सरकारी खाक्यामुळे बलराज साहनीला कारावास घडला. निर्माता के. असिफ यांच्या 'हलचल' या चित्रपटाच्या चित्रीकरणासाठी पोलीस व्हॅन त्याला सेटवर घेऊन येत असे. तर, संगीतकार सलील चौधरीसुद्धा कम्युनिस्ट पार्टीसाठी लिखाण केल्यामुळे काही काळ भूमिगत झाले होते. 'मधुमती' (१९५७) चित्रपटाचे त्यांचे संगीत गाजले अन् त्यांच्याकडे निर्मात्यांची रीघ लागली. पण संगीतकार सलीलदांचा कुठे ठावठिकाणाच लागेना. कालांतराने त्यांच्यावरचे अटक वॉरंट मागे घेतले गेले अन् ते पुन्हा जोमाने संगीत देऊ लागले.

इंदिरा गांधींच्या सान्निध्यात आल्यावर अभिनेत्री नर्गिस राज्यसभेची स्वीकृत सदस्य—खासदार बनली. सुनील दत्तने तर काँग्रेस पक्षातर्फे निवडणूक लढवत ईशान्य मुंबई आणि दक्षिण मुंबई मतदारसंघातर्फे चार वेळा खासदारकी भूषवली. त्यापासून स्फूर्ती घेऊन अभिनेता गोविंदा काँग्रेसतर्फे वसई-विरार मतदारसंघातून २००३ मध्ये विजयी झाला.

त्याआधी देव आनंद, प्राण अशा अनेकांनी १९७७ च्या आणीबाणी पर्वात एकत्र येत नवा पक्ष स्थापन केला होता; जो कालांतराने जनता पार्टीत विलीन झाला.

१९७० च्या दशकात द्रविड मुन्नेत्र कळघम या पक्षाच्या झेंड्याखाली साऊथचे तमिळ पटकथालेखक अण्णादुराई आणि

अभिनेता एम. जी. रामचंद्रन एकत्र आले. मद्रास राज्याचे तमिळनाडू हे नामकरण त्यामुळेच होऊ शकले. एम. जी. आर. आणि नंतर त्यांच्या वारसदार जयललिता तामिळनाडूच्या मुख्यमंत्रिपदी विराजमान झाल्या.

राजीव गांधींच्या शब्दाखातर १९८४ मध्ये अभिनेता सुपरस्टार अमिताभ बच्चन अलाहाबादमधून निवडणूक लढवत काँग्रेस पक्षाचा खासदार बनला. बोफोर्स प्रकरणात दोषारोप झाल्यामुळे त्याने खासदारकीचा राजीनामा दिला. त्याच वेळी त्याचे चित्रपटही अपयशी ठरू लागले अन् गोविंदावर पण तीच वेळ आली आहे, असे दिसते.

अभिनेता रमेश देवने कोल्हापूर मतदारसंघ २००३ मध्ये लढवला. पण तो पराभूत झाला. मात्र 'वासुदेव बळवंत' या चित्रपटाची निर्मिती करताना त्याला महाराष्ट्र सरकारचे आर्थिक साह्य लाभले. शाहीर दादा कोंडके काही काळ शिवसेनेच्या निवडणूक प्रचारात मोठ्या उत्साहाने सामील झाले होते. २००३ च्या निवडणुकीत भारतीय जनता पक्षाने विनोद खन्ना (पंजाब) आणि धर्मेंद्र (राजस्थान) यांना खासदारकीचे तिकीट दिले. दोघे प्रचंड बहुमताने निवडून आले. शत्रुघ्न सिन्हा आणि विनोद खन्ना १९९८च्या निवडणुकीद्वारे प्रथमच खासदार बनले आणि त्यांना मंत्रिपदही भूषवता आले.

'रामायण' मालिका दूरदर्शनवर गाजत असताना अरुण गोविल (राम) आणि दीपिका (सीता) यांनी लोकसभा निवडणूक लढवली. 'राम' पराभूत झाला, पण 'सीता' आणि 'रावण' (त्रिवेदी) मोठ्या मताधिक्याने विजयी झाले.

पृथ्वीराज कपूर, शबाना आझमी राज्यसभेवर स्वीकृत सदस्य म्हणून कार्यरत होते. अभिनेत्री जयाप्रदा आधी 'तेलुगू देसम'तर्फे आणि आता समाजवादी पक्षातर्फे निवडणूक लढवून खासदार बनली. दूरदर्शन मालिका गाजवणारी स्मृती इराणीसुद्धा भाजपची खासदार बनली.

अभिनेता राज बब्बर आधी समाजवादी पक्षातर्फे निवडणुकीच्या रिंगणात उतरला; आता तो काँग्रेसवासी झाला आहे. तमिळ अभिनेता रजनीकांतचे सध्या तळ्यात-मळ्यात सुरू आहे. तो चिरंजीवीपासून स्फूर्ती घेतो की काय, ते बघायचे!

◆◆◆

एकसे भले दो, अर्थात दोन-दोन हीरो

चित्रपटांचे मार्केटिंग करताना बॉलिवुडने अनेक नव्या नव्या कल्पना अमलात आणलेल्या दिसतात. काही वेळा कथेची मागणी म्हणून एकाच चित्रपटात दोन दिग्गज नायक दिसले. कधी बिझिनेस चांगला व्हावा म्हणून, कधी हितसंबंध टिकवण्यासाठी नायकांच्या जोड्या पडद्यावर पेश केल्या गेल्या.

सन १९४० आणि १९५०च्या दशकात दोन नायक एकत्र आले की त्याचा निर्मात्यांना, दिग्दर्शकांना त्रास व्हायचा. कारण दोघांची मर्जी सांभाळावी लागायची. प्रत्येकाला पडद्यावर व्यवस्थित फूटेज देण्याची कसरत अपरिहार्य होई. शिवाय त्या नायकांमध्ये जर व्यावसायिक स्पर्धा असेल, दोघांचे इगोज प्रखर असतील; तर चित्रपटच रेंगाळण्याची भीती असायची.

सन १९४९ मध्ये 'अंदाज' हा मेहबूब खान यांचा चित्रपट राज कपूर-दिलीपकुमार असे दोन तगडे लोकप्रिय नायक घेऊन पडद्यावर आला. चित्रपट यशस्वी झाला. पण आपल्याला मेहबूब मियाँनी पुरेसा न्याय दिला नाही, ही अढी राज कपूरच्या मनात कायमची राहून गेली. दिलीपकुमारला जास्त वाव मिळाला, अशी त्याची समजूत झाली. ही तेढ, स्पर्धा नंतर वाढतच गेली. 'संगम'साठी राज कपूरने आधी दिलीपला ऑफर दिली होती, पण ती दिलीपकुमारने नाकारली. 'अंदाज'नंतर दोघे कधी एकत्र आले नाहीत.

'जेमिनी' या मद्रासच्या संस्थेने १९५६मध्ये 'इन्सानियत' मध्ये दिलीपकुमार- देव आनंद या दोघांना पेश केले. या वेळी दिलीपकुमारने दिग्दर्शकाला घोळात घेऊन दोन्ही नायक पडद्यावर मिशा ठेवून वावरतील याची काळजी घेतली, असे सांगतात. या चित्रपटात देव आनंद मिशा वाढवून किती हास्यास्पद वाटला, ते सांगायला नकोच! चित्रपट चालला. पण सर्वांत चांगला अभिनय त्यातल्या माकडाचा होता, असा समीक्षकांनी एकमुखी

अभिप्राय दिला. दिलीप-देव पुन्हा कधी एकत्र येऊ शकले नाहीत.

सन १९६०च्या दशकातील 'आयी मिलन की बेला' चित्रपटात राजेंद्रकुमार-धर्मेंद्र एकत्र आले. निर्माता-दिग्दर्शक मोहनकुमारनी धर्मेंद्रला ब्रेक दिला होता. त्यामुळे ते आपल्याला व्यवस्थित हाताळतील, ही धर्मेंद्रची अपेक्षा होती. प्रत्यक्षात तो कथेमधला व्हीलन ठरला. चित्रपट हिट झाला. पण नंतर मोहनकुमारच्या चित्रपटात धरम दिसला नाही.

'दिल एक मंदिर'मध्ये राजेंद्रकुमार-राजकुमार एकत्र आले. त्याआधी दोघांनी 'जिंदगी', 'घराना'मध्ये काम केलेले. राजकुमारला 'बेस्ट अॅक्टर इन पॅरलल रोल' म्हणून अॅवॉर्ड मिळाले. पण आपणच या चित्रपटाचे नायक आहोत, असा दावा करत राजकुमारने अॅवॉर्ड नाकारले.१९७० आणि १९८०च्या दशकामधले नायक त्या मानाने हुशार आणि पूर्ण व्यावसायिक वाटतात. 'आनंद' आणि 'नमकहराम'मधून राजेश खन्ना आणि अमिताभ बच्चन अभिनयाची जुगलबंदी खेळले! मग राजेश खन्नाचं सुपर स्टारपद अमिताभने हिसकावून घेतले.

शशी कपूर मोठा धोरणी आणि पक्का व्यावसायिक. त्याने अमिताभ बच्चनच्या चित्रपटात दुसरा नायक म्हणून थोडी दुय्यम भूमिका स्वीकारत आपली कारकीर्द सतत पुढे जाईल याची काळजी घेतली. 'दीवार', 'त्रिशूल', 'कभी कभी', 'दो और दो पाँच', 'नमक हलाल', 'सुहाग', 'काला पत्थर', 'शान' अशा अनेक चित्रपटांत दोघे रमले. चित्रपटही गाजले. फिल्मी पत्रकार शशी कपूरला तर बच्चनची नायिका म्हणत. ही हुशारी विनोद खन्ना आणि शत्रुघ्न सिन्हा या दोघांना जमली नाही. 'परवरिश' 'खून पसीना', 'मुकद्दर का सिकंदर'मध्ये विनोद खन्ना-अमिताभ जोडीने निर्मात्यांचे उखळ पांढरे केले. पण विनोद खन्नाला 'सोलो हीरो' बनण्याची घाई झाली.

शत्रुघ्न सिन्हा-अमिताभ 'दोस्ताना', 'नसीब', 'काला पत्थर' अशा चित्रपटांत अभिनयाची बुलंदी दाखवत असतानाच ही जोडी फुटली. शत्रू या बाबतीत अमिताभला दोष देतो. धर्मेंद्र-अमिताभ 'चुपके चुपके' आणि 'शोले'मध्ये आमने-सामने आले. पण 'शोले'मध्ये सलीम-जावेद जोडीने संवादातले पंचेस अमिताभला दिले याची धरमला जाणीव झाली अन् ही जोडी परत कधी एकत्र आली नाही.

आज मात्र गोविंदा-संजय दत्त, अनिल कपूर-जॅकी श्रॉफ, सलमान-संजय, अक्षयकुमार-सलमान अशा अनेक जोड्या एकत्र आलेल्या दिसतात. दोन नायक ही काळाची गरज आहे.

◆◆◆

गेस्ट ॲपिअरन्स याने पाहुणा कलाकार

आपल्या चित्रपटाचं आकर्षण वाढवण्यासाठी निर्माते, दिग्दर्शक आणि वितरक नानाविध क्लृप्त्या शोधून काढतात. त्यामधे एखाद्या नामांकित अशा कलावंताला छुटपुट दोन-चार दृश्यांपुरता पडद्यावर आणून प्रेक्षकांना थिएटरकडे खेचून आणण्याचा प्रघात सर्वांनी वापरलेला दिसतो आणि तो लोकप्रिय व यशदायी पण ठरलाय!

अगदी चट्‌कन आठवावं असं उदाहरण देता येईल ते 'अंदाज' या १९७२ मध्ये आलेल्या चित्रपटाचं! राजेश खन्ना त्या वेळी सुपर स्टार बनून हिंदी चित्रपटसृष्टीवर राज्य करत होता. 'अंदाज'मध्ये शम्मी कपूर-हेमामालिनी ही जोडी नायक-नायिका म्हणून चमकली. शंकर-जयकिशन यांचे संगीतही लोकप्रिय ठरलं. पण निर्माते जी. पी. सिप्पी, दिग्दर्शक रमेश सिप्पी आणि पटकथाकार सलीम-जावेद या तिघांना चित्रपटात काही तरी कमतरता जाणवली. शम्मी कपूरची लोकप्रियता त्या सुमारास ढासळलेली.

मग हेमामालिनीच्या पहिल्या प्रियकराच्या छोट्या भूमिकेत राजेश खन्नाला चमकवण्यात आले. जी. पी. सिप्पी हे त्या काळीसुद्धा बडे निर्माते समजले जात. त्यामुळे हा गेस्ट ॲपिअरन्स करायला राजेश तयार झाला असणार!

'अंदाज' थिएटर्समध्ये झळकला आणि राजेश खन्नाच्या अदाकारीचीच सर्वदूर चर्चा सुरू झाली. त्याची हेमामालिनीला मागे बसवून केलेली तुफान वेगातली मोटार सायकलसफर प्रेक्षकांना प्रचंड आकर्षित करून गेली.

'जिंदगी इक सफर है सुहाना' या गाण्याचे सूर, वेगवान चित्रीकरण, किशोरकुमार आणि आशा भोसले यांचे चुंबकीय हास्य आणि राजेश खन्ना-हेमामालिनी यांची अदाकारी यातून या गाण्याने लोकप्रियतेचा चार्ट उंचावत गेला. राजेश खन्नाची ही

पाहुणा कलाकार म्हणून केलेली कलाबाजी अख्ख्या चित्रपटावर स्वत:ची छाप उमटवून गेली. राजेश खन्नाचा तो नाकावर उतरलेला गॉगल तर तरुणाईने लगेच स्वीकारला.

अर्थातच 'पाहुणा कलाकार' ही योजना त्याआधी अनेक चित्रपटांमधून यशस्वी झालेली होती. विशेषत: संजीवकुमार आणि जितेंद्र यांनी तर एकमेकांच्या चित्रपटांमधून 'गेस्ट ॲपिअरन्स' देण्यात विक्रमच केलेला दिसतो.

जितेंद्र नायक असलेल्या 'धरती कहे पुकार के', 'परिचय' आणि 'जीने की राह' या चित्रपटातून संजीवकुमार पाहुणा कलाकार म्हणून चमकला; तर संजीवच्या 'खिलौना'मध्ये जितेंद्र पाहुणा म्हणून येऊनही बराच काळ पडद्यावर दिसतो. तिथे त्याच्यावर एक गाणं पण चित्रित झालंय!

'गोलमाल' या हृषीकेश मुखर्जींच्या चित्रपटात अमिताभ बच्चन केवळ एका दृश्यापुरता हजेरी लावून जातो. 'गुड्डी'मध्ये अशाच एका दृश्यापुरते दिलीपकुमार नि मुमताज दिसले, त्या वेळी चित्रपटाच्या सेटवर प्रचंड गर्दी उसळली. दिलीपकुमारला ही गोष्ट आवडली नाही. त्याने हृषीदांना ही गर्दी हटवायला सांगितले. पण 'आप आये है तो लोग भी आयेंगे ना-' या शब्दांत हृषीकेश मुखर्जींनी असमर्थता व्यक्त करत शॉट उरकून घेतला.

'साधू और शैतान' या मेहमूदच्या चित्रपटात पाहुण्या कलाकारांच्या संख्येचा विक्रमच झालेला दिसतो. प्राणचा मृतदेह मेहमूदच्या टॅक्सीत पडून आहे, पण ते त्याला माहीत नाही. अनेक प्रवासी जोड्या त्याच्या टॅक्सीतून प्रवास करताना दिसतात. तिथे नामवंत फिल्मी कलाकारांचा हुशारीने वापर करून घेतलेला दिसतो.

पूर्वी शक्ती सामंता यांच्या प्रत्येक चित्रपटात त्यांना अशोककुमार हवाच असायचा. मग 'आराधना'मध्ये अशोककुमार पाहुणा म्हणून आला. सुभाष घईच्या चित्रपटात जॅकी श्रॉफला भूमिका हवी असे. म्हणूनच 'सौदागर'मध्ये तो छोट्या भूमिकेत दिसला. आपल्या एका मराठी चित्रपटात निर्मात्यांनी अमिताभ-जयाला चमकवले. 'अक्कासाहेब'मध्ये ते गेस्ट म्हणून आले. सलमान खान (बागबान), अक्षयकुमार (दिल तो पागल है) ही अनेक उदाहरणे चट्‌कन स्मरतात. कलाकार पण कधी आवडीने, कधी व्यावसायिक कारणांसाठी पाहुणा कलाकार बनायला तयार होतात.

◆◆◆

स्टार्स आणि सुपर स्टार्स

बॉलिवुडमधे 'तारे-सितारे' अनेक, पण 'सुपर स्टार' एका वेळी एकच असू शकतो. त्याची प्राइस अर्थातच 'स्काय हाय' असते. त्याच्या घरासमोर निर्मात्यांच्या रांगा लागतात. कुठल्या आणि कुणाच्या चित्रपटात काम करायचं, ते हा सुपर स्टार ठरवतो. हिरोइनपासून संगीतकारापर्यंत प्रत्येकाची निवड होताना या सुपरस्टारचा अपरहँड असतो. तो काम करतोय, त्या चित्रपटाला फायनान्सर सढळ हाताने पैसे देत राहतो. त्या सुपर स्टारच्या नावावर वितरक जुगार खेळतात. तो एखाद्या चित्रपटात काम करतोय, हे जाहीर होताच अल्पावधीत त्याचा चित्रपट विकलासुद्धा जातो.

१९६०च्या दशकापर्यंत ट्रॅजेडी किंग दिलीपकुमार आणि त्याच्या आधी अशोककुमार असे फिनॉमिनन बनून गेले. पण तेव्हा सुपर स्टार ही संकल्पनाच कुणाच्या डोक्यात आली नव्हती.

अशोककुमारचे 'बंधन', 'कंगन', 'झूला' गाजले आणि त्याच्या नावावर चित्रपट विकले जाऊ लागले. ही त्याची खेळी १९४९ च्या 'महल', 'समाधी' या चित्रपटांपर्यंत टिकून राहिली.

१९४९मध्ये 'अंदाज'पासून दिलीपकुमारची क्रेझ सुरू झाली; ती मेला, आन, आझाद, देवदास, इन्सानियत, यहुदी, पैगाम, कोहिनूरपर्यंत (१९६०) अबाधित राहिली.

नंतर काही काळ बॉलिवुडला करिश्मॅटिक हीरोच नव्हता. शम्मी कपूर, धर्मेंद्र, राजेंद्रकुमार, जितेंद्र यशस्वी झाले; पण त्या यशात सातत्य नव्हतं आणि त्यांना कुणी कधी अभिनेता म्हणून गौरवलंपण नाही! चौघे हळूहळू फेडअप होत गेले. अपवाद फक्त धर्मेंद्रचा!!

शक्ती सामंता यांचा 'आराधना' १९६९ मध्ये सुवर्णमहोत्सवी ठरला आणि राजेश खन्ना हा सुपर स्टार जन्माला आला. सुपरस्टार हे बिरूद त्याच काळात पत्रकारांनी जन्माला

घातलं!

दो रास्ते, अमर प्रेम, कटी पतंग, सच्चा झूठा, मेरे जीवनसाथी, हाथी मेरे साथी हे सगळे चित्रपट सुपरड्युपर हिट झाले. मात्र या मालिकेमधला राजेश खन्नाचा शेवटचा चित्रपट 'दाग' ठरला. अपयशाने त्याला झाकोळलं! पाच वर्षांचं त्याचं सुपर स्टारपद अमिताभ बच्चनने हिसकावून घेतलं.

आनंद, नमकहराम या चित्रपटांतून अमिताभने आधी राजेश खन्नाशी यशस्वी सामना केला. मग जंजीर, अभिमान, दीवार, मजबूर, बेनाम, नमकहलाल, लावारिस, शराबी ही त्याची घोडदौड सुरूच राहिली. राजेश खन्ना आणि अमिताभ यांच्या सुपर स्टार कारकिर्दीत अनेक स्टार्स पार विझून गेले. टिकले फक्त दोन स्टार्स—धर्मेंद्र आणि देव आनंद. जितेंद्रने दक्षिणी चित्रपटातून आपली यशस्वी कारकीर्द पुढे नेली. बाकी फिरोज खान, संजय खान यांनी निर्मितीत लक्ष घातल्यामुळे ते टिकून राहिले.

अमिताभ बच्चनचे सुपर स्टारपद सलग वीस वर्षे टिकले. 'मर्द'चा अपघात आणि राजकारणातले अपयश त्याच्या उतरणीला कारण ठरले. पण त्याचे सुपर स्टारपद धोक्यात आले तरी नवा सुपर स्टार मात्र जन्माला आला नव्हता.

शाहरुख खानने १९९०चे दशक 'बाजीगर' ते 'दिलवाले दुल्हनिया ले जायेंगे'द्वारे आपल्या नावे केले. पण काजोल ही हिरोइन लग्न करून दूर जाताच त्याच्या कारकिर्दीला ग्रहण लागले. बादशाह, अशोका, फिर भी दिल है हिंदुस्थानी हे त्याचे चित्रपट त्याची क्रेझ संपवून गेले.

आज सुपर स्टारपद रिकामेच आहे. प्रत्येक आठवड्यात एक नवा चित्रपट मल्टिप्लेक्स थिएटर्समधून लागतो. नवा यशस्वी स्टार जन्माला येतो. गदर (सनी देओल), लगान (आमीर खान) या चित्रांनी हवा केली. पण त्यांचे पुढचे चित्रपट ढेपाळले. आज टीव्ही चॅनेल्सनी हृतिक रोशनला पस्तीस कोटी, अक्षय खन्नाला पंचवीस कोटी देऊन तीन-तीन चित्रपटांसाठी करारबद्ध केल्याचे आपण वाचतो. पण म्हणून काही ते सुपर स्टार ठरत नाहीत!

◆◆◆

खानेवाले और खिलानेवाले - रुपेरी पडद्यावरचा चवदार हंगामा

सध्या सण नि उत्सवाचे दिवस आहेत. गोडधोड मिठाई आणि नमकीन हे सारे पदार्थ घराघरांतून बनताहेत. हिंदी चित्रपटांत या खाद्यपदार्थांचा हंगामा वर्षांनुवर्षे सुरू आहे. त्याची झलक अनुभवायला हवीच. हा हंगामा कधी गाण्यातल्या उल्लेखातून आलाय, कधी हे खाद्यपदार्थ प्रत्यक्ष कलाकार खाताना आपण पाहिले.

आपल्या शिरीष कणेकरांनी हिंदी चित्रपटातल्या मायलेकरांचा 'गाजर का हलवा' इतक्या वेळा उद्धरला, तरी ही मंडळी सुधारायला तयार नाहीत! अगदी 'मैने प्यार किया' मध्येसुद्धा रीमा लागू सलमान खान या आपल्या पडद्यावरच्या पुत्राला गाजर का हलवाच देते.

'भाभी' चित्रपटात, जगदीपला खिजवताना नंदा एका गाण्यात 'रसगुल्ला खा के माना बन गये जनाब हीरो' म्हणते, तेव्हा बंगालीबाबू नक्कीच खूश झाले असणार. त्याआधी आचार्य अत्रे यांच्या 'श्यामची आई' चित्रपटात श्यामचे वडील त्याच्यासाठी खरवसाची बोगणी घेऊन गेल्याचे दिसले. चित्रीकरणाच्या वेळी खरवस कुठे मिळेना, म्हणून दुधात पाव कुसकरून खरवसाचा आभास निर्माण केला गेला, असा किस्सा सांगतात.

'अनाडी' चित्रपटात राज कपूर नायिका नूतनला अंड्याचे आम्लेट कसे बनवायचे, ते शिकवताना दिसला. यश चोप्रा दिग्दर्शित 'दास्तान'चे शूटिंग सुरू असताना यशजी आणि दिलीपकुमार यांच्यात उकडलेली अंडी खाण्याची स्पर्धा लागली; ती दिलीपकुमारने तेवीस अंडी खाऊन जिंकल्याची नोंद आहे. तुम्हाला हे जमेल?

'दिल एक मंदिर' चित्रपटात राजेंद्रकुमारची आई त्याच्यासाठी रबडी घेऊन येते. डॉक्टरांच्या परवानगीने ती रबडी राजकुमार संपवतो!

ही समृद्धी एकीकडे आनंददायक, तर 'मदर इंडिया'

चित्रपटात घरात अपुरे अन्न शिजलेले असताना आपल्या ताटातला भाताचा शेवटचा घाससुद्धा बिरजूला भरवणारी आणि उरलेली चार शिते गोळा करून तोंडी घालत पाण्याचे भांडे तोंडाला लावणारी नर्गिस ही आदर्श माता डोळ्यांत पाणी उभं करणारी!

'उजाला' चित्रपटात झोपडपट्टीमधील मुलांसमवेत गीत गाणारा शम्मी कपूर 'खयाली पुलाव' पकवताना 'सूरज, जरा आ, पास आ, आज सपनोंकी रोटी पकायेंगे हम म्हणतो. 'आलू टमाटरका साग, गरमागरम रोटीयाँ, इमली की चटनी बने' ही गरिबांची भुकेपोटीची स्वप्ने शैलेंद्रच्या संपन्न शायरीतून आणि मन्ना डेच्या आर्त स्वरातून व्यक्त झाली.

'राम और श्याम' चित्रपटात श्याम हॉटेलमध्ये स्थानापन्न झाल्यावर वेटरने (राजकिशोर) चिकन बिर्यानी, चिकन तंदुरीपासून भलीमोठी यादीच तोंडपाठ म्हणून दाखवली. 'सब एक एक लाव' म्हणत दिलीपकुमार भरपेट खाऊन ढेकर देतो. श्याम निसटतो आणि न खालेल्ल्या भोजनाचे बिल मात्र बिचाऱ्या रामला द्यावे लागते. पण खिशात पैसे नसल्यामुळे त्याला फक्त मारच खावा लागतो.

'तीन देवीयाँ'मध्ये देव आनंद आणि नंदा गरमागरम भुट्टा म्हणजे मक्याचे कणीस खाताना रमले, तर 'मदर इंडिया'मध्ये बिरजू (मा. साजिद) केवळ आईने सांगितले म्हणून सुखीलालने (कन्हैयालाल) दिलेले चणे, स्वत:ला भूक लागलेली असतानाही चिखलात फेकून देताना आपण पाहिला.

'हम आपके है कौन'मध्ये चॉकलेट-आइस्क्रीम चक्क गाण्याच्या बोलांमधून अनुभवता आले. तर 'माया' चित्रपटात हीरो देव आनंद चक्क 'जिंदगी है क्या सुन मेरी जा' हे गाणे गात लहान मुलांना फुकट 'आइसकँडी' खिलवताना दिसलाय!

'बर्थ डे केक'शिवाय तर हिंदी चित्रपटातले वाढदिवस कधीच साजरे होत नाहीत. पण 'राम और श्याम'मध्ये गजेंद्रबाबूला (प्राण) श्याम जबरदस्तीने केक खायला लावतो, तो प्रसंग लक्षात राहून गेलाय! 'चीनी कम'मध्ये हीरो अमिताभ चक्क हॉटेल चालवतो आणि किचनमध्ये जाऊन ट्रेनिंगपण देतो. हा आधुनिक बल्लव एकीकडे आणि १९६०च्या दशकात सुलोचनाबाई 'अन्नपूर्णा' चित्रपटात साक्षात अन्नपूर्णा बनून गेलेल्या पाहिल्या.

'संगम'मध्ये सफरचंद खाणारी राधा (वैजयंतीमाला), दादा कोंडके यांच्या चित्रपटातली मुंबईची केळेवाली (उषा चव्हाण) आणि 'पैसा या प्यार'मधली 'बेर लेव बेर लेव, मेवा गरिबोंका' म्हणत बोरं विकणारी तनुजा लक्षात राहून गेली.

◆◆◆

नायिकाप्रधान चित्रपट - उदय आणि अस्त

काही चांगल्या गोष्टींचं आपल्या चित्रपटसृष्टीला विस्मरण होत चाललंय, हे काही बरं लक्षण नाही! बॉलिवुडने अनेक नायिकाप्रधान चित्रपट देत रौप्यमहोत्सवी कलाकृती निर्माण केल्या; ती परंपरा आज खंडित झालेली दिसते!

१९५०च्या दशकात हिरोइन ओरिएंटेड फिल्म्स्नी अक्षरशः धुमाकूळ घातला. त्याआधीसुद्धा ही परंपरा मोठ्या श्रद्धेने निर्मात्यांनी जपली होती. अगदी मूकपटांच्या जमान्यातसुद्धा 'फिअरलेस नादिया' ही नटी स्टंटपटांच्या माध्यमातून एकटीच्या अभिनयकर्तृत्वावर अख्खा चित्रपट पेलत असे. बोलपटांनी भावदर्शी नि हृदयस्पर्शी कथानके पडद्यावर आणली.

सन १९५७ मध्ये झळकलेला मेहबूब खान दिग्दर्शित 'मदर इंडिया' हा चित्रपट चट्कन डोळ्यांपुढे येतो. नर्गिसला चित्रपटसृष्टीत नाव मिळवून दिले ते राज कपूरच्या चित्रपटांनी! पण तिच्या भूमिका दुय्यम वाटायच्या. 'राधा' ही 'मदर इंडिया'ची नायिका मोठ्या सत्त्वाची भूमिका घेऊन आली. लग्न होऊन सासरी आलेली सुवासिनी, सासूच्या कटू बोलांना तोंड देणारी सून, आदर्श पत्नी अन् आदर्श माता अशा अनेक छटा या व्यक्तिरेखेत नर्गिसला साकारता आल्या. या भूमिकेचं आव्हान मोठं. नर्गिसने ते सहज पेलत सर्वांगसुंदर अभिनयाचा आविष्कार दाखवला. तिने अनेक ॲवॉर्ड्स जिंकली यात नवल नाही. महत्त्वाकांक्षी अभिनेत्रींना अशा भूमिकेची वाट बघावी लागते. मीनाकुमारीला अशी संधी दोन वेळा मिळाली. १९५० च्या दशकातील 'परिणीता'मध्ये आणि १९६० च्या दशकातील 'दिल अपना प्रीत पराई' या चित्रपटात.

'घुंघट' या जेमिनीच्या चित्रपटात बीना रॉयला १९६० मध्ये अशी संधी लाभली. त्याचा पूर्ण लाभ उठवत तिने जबरदस्त अदाकारी पेश करून त्या वर्षीचे फिल्म फेअर पारितोषिक

पटकावले.

जया भादुरी ही अभिनेत्री या सगळ्या अभिनेत्रींमधे भाग्यवान म्हटली पाहिजे! 'उपहार', 'गुड्डी' हे तिचे सुरुवातीचे चित्रपट नायिकाप्रधान होते. 'उपहार'मध्ये तिचा अंदाज थोडा आक्रमक वाटला, तर 'गुड्डी'मध्ये ती बालिश शाळकरी मुलगी होती. पण तिला वगळलं, तर या चित्रपटात काहीच उरत नाही, असं कर्तृत्व तिने गाजवलं. 'मिली'मध्ये तर 'आनंद' या चित्रपटाचा 'फिमेल व्हर्शन' आपण बघतोय, असा भास प्रेक्षकांना झाला. मात्र या सर्वच चित्रपटांनी भरपूर गल्ला गोळा केला.

आपल्या मराठी अभिनेत्रींनीसुद्धा नायिकाप्रधान चित्रपटाद्वारे स्वत:ला सिद्ध केलंय. उषाकिरण (शिकलेली बायको, कन्यादान) आणि सुलोचना (स्त्रीजन्मा ही तुझी कहाणी, एकटी, मोलकरीण) यांचे यश अभूतपूर्व होते. मग रंजना (सुशीला, अरे संसार संसार, चानी) आणि अलका कुबल (माहेरची साडी), जयश्री गडकर (मानिनी, रंगपंचमी), सीमा (सुवासिनी) यांची नावे घ्यावी लागतील.

रोमँटिक हिरोइन म्हणून नूतन गाजली तशीच ऑफ बिट रोलमध्येही प्रभावी ठरली. बंदिनी, सीमा, मै तुलसी तेरे आंगनकी, सरस्वती चंद्र हे तिचे सारेच चित्रपट याची साक्ष देतात.

राखीला १९७०च्या दशकात 'तपस्या' मध्ये नायिकाप्रधान भूमिका मिळाली. 'आराधना'मध्ये शर्मिला टागोरला अठरा ते साठ वयापर्यंतचा प्रवास रंगवता आला. पण राजेश खन्नाच्या दुहेरी भूमिकेपुढे तिचे कर्तृत्व प्रेक्षकांच्या लक्षात आले नाही. 'रुदाली'मध्ये राखी आणि डिंपल दोघींचा भ्रमनिरास झाला.

रेखा (खून भरी माँग), जख्मी औरत (डिंपल), स्मिता पाटील (चक्र) यांना नायिकाप्रधान चित्रपटांमुळे प्रशंसा पारितोषिके लाभली. हॉलिवुडच्या चित्रपटात एलिझाबेथ टेलर (क्लिओपात्रा), ऑड्रे हेपबर्न (साऊंड ऑफ म्युझिक), सोफिया लॉरेन्स (टू वुमेन) यांना नायिकाप्रधान भूमिका मिळाल्या. बॉलिवुड असो की हॉलिवुड; या घडीला मात्र हा ट्रेंड आपलं अस्तित्व गमावून बसणार, अशी भीती वाटते.

◆◆◆

दीपोत्सव - दिवाळी - चित्रपटातली

दीपावली म्हणजे वर्षातला सर्वश्रेष्ठ सण! बालकांपासून ते वयोवृद्ध आजोबांपर्यंत सारे या उत्सवाची वाट बघत असतात. हा खरं म्हणजे दीपोत्सव!

'जगमग जगमग दिया जलाव' या तानसेन चित्रपटातल्या कुंदनलाल सैगलच्या गाण्यापासून थेट 'दिया जले जान जले नैनो तले' या 'दिल से'मधल्या लता मंगेशकरने गायलेल्या गीतापर्यंत हे दीपगान अखंड सुरूच आहे.

'कहीं दीप जले कहीं दिल' ही एका अतृप्त प्रेमिकेची पुकार 'बीस साल बाद' चित्रपटात पुन्हा लतादीदींच्या स्वरात आपण ऐकली. 'दिव्या दिव्याची ज्योत सांगते तुझी नि माझी प्रीती' ही 'भाऊबीज' चित्रपटामधली आशा भोसले यांची रसिली गुंज वेगळ्या वळणावरची!

'लखलख चंदेरी तेजाची न्यारी दुनिया' ही 'शेजारी'-मधली मशालनृत्याची मौज वेगळी. 'दिवाळी दिवाळी' हा पुकार 'माणूस' चित्रपटातला चायवाला पोऱ्यासुद्धा करताना दिसला.

छोटा (राम मराठे) अभिनित पण फिल्म इंडस्ट्रीमधल्या स्टार्सची दिवाळी म्हणजे अर्थातच लक्ष्मीपूजन!

एका जमान्यात ऋषी कपूर, जितेंद्र आणि राकेश रोशन (हृतिकचे पिताजी) लक्ष्मीपूजनाच्या रात्री पत्त्यांचा जुगार खेळत असत. जितेंद्र सांगतो, 'त्या रात्री जो हरत असे, त्याचे त्या वर्षी जास्तीत जास्त चित्रपट प्रदर्शित होऊन हिट व्हायचे, हा आमचा अनुभव.' त्या काळच्या आघाडीच्या नायिकांना मात्र हिऱ्यांचे हार खरेदी करण्यात जास्त आनंद होई.

पूर्वी दिवाळीच्या आधी आपला नवा चित्रपट थिएटरमध्ये झळकावा, अशी अनेक निर्मात्यांची इच्छा असायची. आजही ती क्रेझ कायम आहे. दीपावलीच्या दिवसांत प्रेक्षक आपल्या आप्तेष्टांना घेऊन नव्या चित्रपटाला गर्दी करणार, असा विश्वास निर्मात्यांना

वाटायचा. यंदा हिमेश रेशमियाचा 'कर्ज' झळकला. सन १९५७ आणि १९५८ मध्ये 'मधुमती' आणि 'काला पानी' हे चित्रपट दिवाळीच्या सुमारास झळकल्याचे स्मरते.

हे दोन्ही चित्रपट नरक चर्तुदशीच्या आदल्या रात्री पुण्यातल्या डेक्कन आणि प्रभात चित्रपटगृहात बघून आम्ही रात्र जागवली होती. आज जसे 'दिवाळी पहाट' कार्यक्रम होतात तसे दिवाळी पूर्वसंध्येला त्या जमान्यात विशेष कार्यक्रम होत असत.

फटाके आणि आतषबाजीशिवाय दिवाळी साजरी होऊच शकत नाही. भुईनळे आणि भुईचक्र यांची मजा काही वेगळीच!

पण फटाके उडवण्यातले धोके लक्षात घेणे गरजेचे! पेटता भुईनळा हातात घेऊन उडवताना अमिताभ बच्चनचा संपूर्ण उजवा हात भाजल्याची घटना १९८० च्या दशकात घडली. मग कॅमेऱ्यासमोर उजवा हात खिशात घालून वावरण्याची वेळ अमिताभवर आली. पेटता भुईनळा हातात फुटल्यामुळे ही दुर्घटना घडली.

'नजराना' चित्रपटात राज कपूरसाठी मुकेशने गायलेले दर्दभरे गीत एका वेगळ्याच मूडमध्ये घेऊन गेलं. 'इक वो भी दिवाली थी इक ये भी दिवाली है' या गाण्याचे सूर आजही अस्वस्थ करतात.

'पैगाम' हा दिलीपकुमार-वैजयंतीमालाचा चित्रपट असाच १९५९ च्या दिवाळीत झळकला. त्यातली दिवाळी आणि पणत्यांची रोषणाई आणि 'किसीकी दिवाली किसीका दिवाला' या सी.रामचंद्र यांच्या धूनची गूंज आजही स्मरणात ताजी आहे. आजही ही 'आहे रे' आणि 'नाही रे' या दोन वर्गांमधली विषमता तेवढीच क्लेशदायक आहेच!

म्हणूनच जॉनी लिव्हर एका चित्रपटात दिवाळी नसताना फटाके उडवतो; तर शेजारी विचारतात, 'आज तो दिवाली नहीं है', तर जॉनी म्हणतो, 'जिस दिन जेबमें पैसा है वही हमारे लिये दिवाली!' ये बात सही है!!

◆◆◆

चष्मेवाला हीरो आणि चष्मेवाली हिरोइन

एक जमाना होता— कुणाही तरुण पोराला चश्मा अगदी नकोसा वाटायचा. एक तर हालचालींवर मर्यादा येतात. खेळ खेळताना तर चश्मा फुटेल, ही भीती. तरुण, देखण्या पोरीसुद्धा चश्मेवाल्यावर भाळण्याची शक्यता नसे. त्यातच जवळचे शत्रू आणि मित्र वेळोवेळी 'ए ढापण्याऽऽ' असा उद्धार करून पार खच्चीकरण करायचे!

पण बॉलिवुडच्या हीरोंची बातच अलग, एकदम वेगळी! दिलीपकुमारने 'आझाद' चित्रपटातला खानसाहेब रंगवताना दाढी-मिशांच्या जंजाळासह चश्मा वापरून मीनाकुमारीसमोर परिपक्व प्रौढत्वाचा आब मिरवला.

मग देव आनंद कसा मागे राहू शकेल? 'पेइंग गेस्ट'-मध्ये नूतनच्या घरात चक्क 'भाडेकरू पाहुणा' बनताना देव आनंद चश्मेबहाद्दर बनून गेला. तर 'श्रीमान सत्यवादी' चित्रपटात नायिका शकिला राज कपूरला 'चश्मा उतारिये' असा हुकूम सतत देत त्याच्या चश्म्याबद्दलचा तिटकारा व्यक्त करताना दिसली.

नायक भारदस्त दिसायला हवा असेल, तर त्याच्या नाकावर चश्मा हवाच, अशी बहुधा त्या काळातल्या निर्माते-दिग्दर्शकांची मानसिकता तयार झाली असावी! 'भाभी'चा खरा हीरो बलराज साहनी मग चश्मा लावून पडद्यावर आला. वकील आणि न्यायाधीश यांना तर चश्मा हवाच. त्याशिवाय त्यांची विद्वत्ता कशी सिद्ध होणार? मग राजेंद्रकुमार 'संगम' चित्रपटात कायद्याची पुस्तके हाताळताना आणि वृत्तपत्रे वाचताना डोळ्यांवर 'आरशी' चढवून वावरला. 'कानून'मधला अशोककुमार जज्ज म्हणून चश्म्यासह परफेक्ट लॉयर वाटतो!

शम्मी कपूर एरवी एल्विस प्रिस्ले बनून 'रॉक एन् रोल' नृत्यात रमला तरी 'प्रोफेसर' चित्रपटात 'बूढा प्रोफेसर' बनताना

ओल्ड फॅशनचा चश्मा त्याच्या मदतीला आला. त्याची नजर चश्म्यातून इतकी प्रामाणिक आणि सज्जन वाटली की, तो ही भूमिका जगतोय, असा भास होत राहिला!

बाकी स्कूल मास्टर, प्राध्यापक आणि हेडमास्तर किंवा प्रिन्सिपॉल म्हणून पडद्यावर यायचं तर भलामोठा चश्मा डोळ्यावर हवाच! 'इम्तिहान' चित्रपटात विनोद खन्नाचा 'लुक' चश्म्यामुळे केवढा बदलून गेला, ते आपण सर्वांनी पाहिलंय. विश्वास बसू नये इतका विनोद खन्ना या भूमिकेशी समरस झाला. मग 'कस्मे वादे' चित्रपटामध्ये अमिताभ बच्चन चश्मा लावून प्राध्यापकी करताना आपण पाहिला. त्याआधी 'संजोग' चित्रपटातला अमिताभचा कारकून, बॉस माला सिन्हाच्या व्यक्तिमत्त्वापुढे नरमतो यात नवल नाही! अमिताभची चश्म्यातली नजर दुबळी, असहाय्य नक्कीच वाटते. हा अमिताभचा सरस परफॉर्मन्स दुर्लक्षित राह्यलाय!

सगळ्यात प्रथम १९६०मध्ये 'ससुराल' चित्रपटात 'तेरी प्यारी प्यारी सूरतको... चश्मेबद्दूर' या हसरत जयपुरीच्या गाण्यामुळे मराठी माणसाला 'चश्मेबद्दूर' हा शब्द ऐकू आला. चश्मेबद्दूर म्हणजे काय माहीत आहे? खरं तर 'चश्मेबद्दूर' या उर्दू शब्दाचा अर्थ आहे आशीर्वाद किंवा तुला कुणाची बुरी नजर लागू नये! पण आपण सगळ्या चश्मेवाल्यांना उद्देशून चश्मेबद्दूर हा शब्द वापरायला आरंभ केला. उत्तर प्रदेशात त्यामुळे काही कोर्टखटले झाले म्हणतात! तेव्हा चश्मा नि चश्मेबद्दूरचा काही संबंध नाही, हे लक्षात घ्या.

सुनील दत्त (वक्त, साधना), राजकुमार (बुलंदी), शाहरुख खान (मोहब्बतें), राजेश खन्ना (अमर प्रेम), धर्मेंद्र (दिल्लगी), जितेंद्र (जस्टिस चौधरी) या सगळ्यांनीच काही दृश्यांपुरता डोळ्यांवर चष्मा चढवलाय.

आजची पोरं मात्र स्मार्ट आहेत. झीरो नंबरचा चश्मा केवळ फॅशन म्हणून किंवा बाईकवरून रुबाब गाजवायला वापरला जातो. गॉगल तर फेमस आहेच. अमिताभ (दीवार, द ग्रेट गॅम्बलर), राजेश खन्ना (अंदाज, रेड रोझ), दिलीपकुमार (दास्तान) यांनी काळा गॉगल लोकप्रिय केला.

साधना 'लव्ह इन सिमला'मध्ये बावळट चश्मेवाल्या तरुणीच्या रोलमधून चमकली. झीनत अमान 'हरे राम हरे कृष्णा' मधल्या मॉड व्यसनासक्त तरुणीच्या भूमिकेत, तर रेखा 'इजाजत'मध्ये चश्मा लावूनही सेक्सी दिसली. माधुरी दीक्षितला मात्र चश्मा मुळीच शोभत नाही, हे कुणी तरी तिला सांगायला हवे!

◆◆◆

चित्रपट आणि कलाकारांचे अपघात

बॉलिवुडचं एक वेगळं वैशिष्ट्य म्हणजे स्टार सिस्टीम! टॉप स्टार हे मुंबईच्या चित्रपटसृष्टीचा कणा समजले जातात. त्यांच्या नावावर आज लाखो-करोडोंची उलाढाल चालते. पूर्वी ती लाखोंच्या घरात चाले; आज करोडोंच्या भाषेत चालते.

मग कलाकार हीसुद्धा शेवटी माणसेच आहेत, ही गोष्ट विसरली जाते. सर्वसामान्य आम आदमीप्रमाणेच अपघात आणि आजारपण कलाकारांच्या वाट्यालासुद्धा येणं स्वाभाविक! असे आजारपण किंवा अपघात घडल्यानंतर चित्रपटसृष्टीत खळबळ माजली नाही, तरच नवल!

'कूली' च्या सेटवर अमिताभ बच्चनला पुनीत इस्सारबरोबर मारामारीची दृश्ये देताना अपघात झाला आणि तो बेशुद्ध झाला. त्याला नेमकं काय झालंय, ते कळेपर्यंत मोठाच गोंधळ उडाला. त्याच्या सेटवरच्या चित्रपटांची संख्या आणि त्यामध्ये गुंतलेली करोडोंची रक्कम याची सर्वदूर चर्चा सुरू झाली. ते आकडे ऐकून हॉलिवुडच्या प्रतिनिधींनी अमिताभ हा 'वन मॅन इंडस्ट्री' आहे, असा शेरा मारला. सुदैवाने काही महिने उपचार घेऊन संपूर्ण बरा होऊन अमिताभ पुन्हा कार्यरत झाला. पण तोपर्यंत बॉलिवुडमधल्या निर्मात्यांच्या तोंडचे पाणी पळाले होते!

अर्थात इंडस्ट्रीत त्याआधी असे अपघात, आजारपण अशा घटना घडलेल्या होत्याच. त्या घटनांचे स्वरूप वेगळे होते, एवढेच!

सन १९५०मध्ये श्याम हा नामांकित नट एका चित्रपटात घोडदौड करताना घोड्यावरून पडला आणि मृत्युमुखी पडला होता. श्याम देखणा अभिनेता. बेछूट वागणे आणि अहंकार ही त्याची वैगुण्ये. त्याला शत्रू अनेक. त्यामुळे श्यामला अनेकांनी एकत्र येऊन मारला, अशी चोरट्या आवाजात चर्चा सुरू झाली. 'दिल्लगी' मधील गाण्यामध्ये आवाज श्यामकुमारचा. श्यामचा

अचानक अंत अनेकांना चुटपुट लावून गेला.

स्टंट दृश्ये स्वत: देण्याच्या अट्टहासातून अभिनेता प्राणवर एकदा बिकट प्रसंग ओढवला. पंधरा फूट उंचीवरून उडी मारण्याचे साहस करताना प्राणचा पाय मोडला. प्लॅस्टर घालून प्राणला सक्तीची विश्रांती घ्यावी लागली. अनेक चित्रपटांचे शेड्युल बिघडले. लांबणीवर पडले.

'चल छैयाँ छैयाँ' हे आगगाडीच्या टपावर केलेले नृत्य शाहरुखच्या पाठीवर शेकले. 'दिल से' मधल्या या नृत्यगीतामुळे शाहरुख खानला पाठदुखीने सतावले. त्याला त्यासाठी ऑपरेशनही करून घेणे भाग पडले. 'आझाद'मधल्या घोडदौडीमुळे धर्मेंद्रला स्लिप डिस्क व्याधीने सतावले. सनी देओल 'ही-मॅन' धर्मेंद्रचा सुपुत्र. तो पण बापाच्या पावलावर पाऊल ठेवत स्टंट दृश्यात डमी वापरत नसे. त्याला पण त्याचे परिणाम भोगावे लागले. पाठदुखीने त्याला हैराण केले.

लठ्ठ होणे हे काही आजारपण नव्हे. वयपरत्वे नट-नटी स्थूल होणारच ना! पण त्यामुळे करिअर संपून जाते, त्याचं काय? शम्मी कपूर १९६०चं दशक संपता-संपता चहू अंगाने सुटला. नेमका त्याच वेळी राजेश खन्ना नामक सुपर स्टार उदयाला आला, हा कदाचित योगायोग असू शकेल!

नृत्याच्या धुंदीत शम्मी कपूरने अनेकदा पाय आणि गुडघे मोडून घेतले, पण नाचणे सोडले नाही. १९६५मध्ये 'जानवर'च्या सेटवर तो बेशुद्ध झाल्याची बातमी वृत्तपत्रात वाचल्याचे स्मरते.

१९९०च्या दशकात 'मुहब्बते'ची एक नायिका प्रीती जांगियानी यशस्वी कारकिर्द सुरू होतानाच एन्फ्लुएन्झाने आजारी पडली आणि अनेक चित्रपट तिच्या हातातून गेले. याखेरीज स्मिता पाटील बाळंतपणानंतर विश्रांती न घेता होम प्रॉडक्शनचे चित्रीकरण करताना मृत्युमुखी पडली. तिचा अकाली अंत हा चाहत्यांवर मोठाच आघात ठरला.

❖❖❖

सुपर स्टार्सची जुगलबंदी

दोन दिग्गज अभिनेते एखाद्या चित्रपटात एकत्र येतात तेव्हा प्रेक्षक तो चित्रपट प्रदर्शित होण्याची मोठ्या उत्सुकतेने वाट बघतात. कोण कुणावर मात करतो, हे तर सर्वांत मोठं कुतूहल प्रत्येकाच्या मनात जागं होतं.

सिकंदर (१९४१) या चित्रपटात पृथ्वीराज कपूर आणि सोहराब मोदी हे टॉप स्टार्स अनुक्रमे जगज्जेता सिकंदर आणि राजा पौरस या भूमिकेत रमले. 'सिकंदर' देखणा दिसला, पण 'पौरस' बाजी मारून गेला, असं प्रेक्षकांचं मत पडलं!

'दीदार' (१९५१) मध्ये अशोककुमार आणि दिलीपकुमार एकत्र आले. 'अंदाज'च्या अनुभवामुळे दिलीप टेन्स होता. अशोककुमार शांतपणे आपला शॉट देई. पण दिलीपकुमार दोघांच्या एकत्र दृश्यांचे इतके रीटेक्स घ्यायला भाग पाडायचा, की दादामुनी ऊर्फ अशोककुमारचा संयम आणि समजूतदारपणाची कसोटी लागायची. अशोककुमारच्या अभिनयाची सहजता ही खासियत होती, तर इन्टेन्सिटी आणि अतिवास्तवता ही दिलीपकुमारची जमेची बाजू! दिलीपने रीटेक्स घेऊन भूमिका साकारली तरी तो समाधानी नव्हता. प्रत्यक्षात एडिटिंग टेबलवर दिलीपला झुकते माप मिळाले. चित्रपट यशस्वी झाला, पण अशोककुमार-दिलीपकुमार पुन्हा कधी एकत्र आले नाहीत. दिलीपच्या वास्तवदर्शी अभिनयाची टर उडवायची संधी अशोककुमार कधी सोडत नसे.

'किसी फिल्म में मरनेका दृश्य है तो दिलीप सचमुच मरके दिखाएगा क्या?' हा अशोककुमारचा उपरोधिक सवाल खरोखर विचार करायला लावतो!

'संगम' चित्रपटासाठी राज कपूरने दिलीपकुमारला गोपालच्या भूमिकेची ऑफर दिली होती. पण दिग्दर्शक राज कपूर असणार, हे निश्चित झाल्यावर दिलीपकुमारने नकार कळवला. मग ही

भूमिका राजेंद्रकुमारकडे गेली. त्याने ती स्वीकारू नये, असा त्याला सल्ला मिळाला होता. पण राजेंद्रकुमारने हट्टाने राज कपूरच्या दोस्तीखातर 'संगम'मध्ये काम केले. राज कपूरच्या चित्रपटात कॅमेरा राजवरच केंद्रित होणार, हे उघड होते. राजेंद्रकुमारची भूमिका अगदीच दुबळी, कमकुवत आणि कणाहीन ठरली. 'संगम'नंतर आलेले राजेंद्रकुमारचे 'अमन' वगैरे चित्रपटही कोसळले.

'आनंद'नंतर राजेश खन्ना आणि अमिताभ बच्चन 'नमकहराम'मध्ये एकत्र आले. पण तोपर्यंत 'जंजीर'मुळे अमिताभचे नशीब फळफळले. 'नमकहराम'च्या वितरकांनी अमिताभला जास्त फूटेज मिळावे, असा हृषीकेश मुखर्जी यांच्याकडे हट्टच धरला. 'नमकहराम' पाहताना अमिताभ आणि राजेश खन्ना जिथे जिथे एकत्र आले, तिथे अमिताभवर कॅमेरा जास्त वेळ रेंगाळतो आणि संवाद पण त्याचेच प्रभावी ठरले, हे स्पष्ट जाणवलं. तरी एका समीक्षकाने केलेली टिप्पणी लक्षात राहून गेली. तो म्हणतो, 'अशाच नव्या स्टोरीमधे राजेश आणि अमिताभने भूमिकांची अदलाबदली केली, तरच कोण श्रेष्ठ ते ठरवता येईल.' त्याच्या म्हणण्याप्रमाणे रईसजादा अमिताभ, गरीब कामगार म्हणून मुळीच शोभला नसता!

'शक्ती' (१९८०) या चित्रपटात दिलीपकुमार-अमिताभ बच्चन यांची जुगलबंदी रंगली. पोलीस कमिशनर पित्याची मानसिक कोंडी करणारा अमिताभ त्याच्या चाहत्यांना पसंत पडला. पण दिलीपकुमारच्या इन्टेन्स अभिनयाचीसुद्धा तारीफ झाली. सामना बरोबरीत सुटला, असं समीक्षकांचं मत पडलं! तर काही अति उत्साही टीकाकारांनी 'इथे सत्प्रवृत्तींनी दुष्ट शक्तींचा पाडाव केला', असे मत नोंदवले.

'पैगाम' चित्रपटात १९५९ मध्ये एकत्र आलेले दिलीपकुमार-राजकुमार त्यानंतर सुभाष घईच्या 'सौदागर'मध्ये दिसले. दोघांत सेटवर बातचित होत नसे. दोघांचा इगो जबरदस्त. पण होळीची दृश्ये रंगवताना दोघांत दिलजमाई झाली. सुभाष घईने दोघांचा अहंकार कुरवाळताना सुरेख अभिनय त्यांच्याकडून काढून घेतला. पण आवाजाची बुलंदी गमावलेला सिंह आणि अभिनयातली एकाग्रता हरवलेला वाघ यांची ही जुगलबंदी रंगली मात्र नाही. यश चोप्रा यांच्या 'मुहब्बते'मधला अमिताभ-शाहरुख हा सामना असाच सपक वाटला. यापुढे अशी मैफल रंगणे अवघड दिसते!

◆◆◆

फॅन्स आर क्रेझी

रुपेरी पडद्यावरच्या आपल्या आवडत्या अभिनेत्याचे किंवा अभिनेत्रीचे रूप दिवसरात्र डोळ्यांत साठवून ठेवणारे चाहते लाखो असतील! काहींना स्वप्ने पडतात, तीसुद्धा त्या स्टार्सचीच!

आता एखाद्याला आपल्या अंत:करणात स्थान दिलं की त्याचं अनुकरण अटळच! मग त्या नटाचे कटाक्ष, नटीची हेअर स्टाईल, कपड्यांची निवड हे सगळं सामान्य प्रेक्षकाला भुरळ घालतं, यात नवल नाही!

असा स्टाईलबाज अभिनेता होता शम्मी कपूर. त्याने शार्क स्किन कलरची पँट 'तुमसा नहीं देखा'मधल्या 'जवानीयाँ ये मस्त मस्त बिन पिये' या गाण्यासाठी वापरली आणि तशा पँटची एकदम क्रेझ निर्माण झाली तरुण पिढीमध्ये!

दिलीपकुमारच्या कपाळावर झुलणारी जुल्फे आणि देव आनंदचा केसांचा कोंबडा यांचे सर्रास अनुकरण १९५० च्या दशकात तरुणाईकडूनच नव्हे तर शाळकरी पोरांकडूनही होत असे.

जितेंद्रने १९६०च्या दशकामध्ये पांढऱ्या रंगाचे बूट रुपेरी पडद्यावर वापरले आणि ते तरुण पिढीने चट्‌कन स्वीकारले. त्यानेच शम्मी कपूर स्टाईलने हातावरच्या मनगटाला सोनेरी साखळीने शोभिवंत केले. ती स्टाईलही खूप जणांनी उचलली!

एकदा 'नवकेतन'च्या डबिंग स्टुडिओत जितेंद्र ही आपली लकी साखळी विसरला. खूप शोधूनही ती त्याला परत नाही मिळाली. त्या घटनेनंतर त्याचे चित्रपट अयशस्वी ठरू लागले, असे तो सांगतो. अर्थात ही फॅशनही मागे पडली.

राजेश खन्ना १९७१ मध्ये सुपर स्टार म्हणून अवतरला. मग 'अंदाज' या जी. पी. सिप्पी यांच्या चित्रपटात तो पाहुणा कलाकार म्हणून दिसला. नाकाच्या शेंड्यापर्यंत उतरलेला राजेश

खन्नाचा गॉगल आणि त्याची मोठी फ्रेम, हीच एक क्रेझ बनून गेली. राजेश खन्नाने मानेवर रुळणाऱ्या लांब केसांची आणि चपट्या भांगाची नवी हेअर स्टाईल लोकप्रिय केली. गावोगावी तरुण पोरं बेलबॉटम पँट आणि त्याच्यासारखं जाकीट घालून मिरवत राहिली.

देव आनंदने १९६०च्या दशकात 'ज्युवेल थीफ' चित्रपटात एक 'पी कॅप' वापरली. ती अफाट गाजली नि लोकप्रिय झाली. त्याच्या 'गॅम्बलर' चित्रपटात लांब वाढवलेल्या मिशीचे आणि सिगारचे अनुकरण नंतर राजेश खन्नाने 'दाग' चित्रपटाच्या मध्यंतरानंतरच्या प्रसंगात केल्याचे दिसले. डोळे मिटून प्रीतीचा कबुलीजबाब देण्याची देव आनंदची लकब राजेश खन्नाने त्याआधीच उचलली होती.

अमिताभ बच्चनचे गालापर्यंत उतरलेले, कान झाकणारे केस खरं तर किरणकुमारने आणि अनिल धवनने प्रथम आणले. पण अनुकरण मात्र अमिताभचं झालं!

जया भादुरीच्या मधोमध भांग पाडण्याच्या स्टाईलची १९७०च्या दशकाच्या पूर्वार्धात तरुण मुलींनी नक्कल केली. जयाच्या पावलावर पाऊल ठेवत रेखा आणि झरिना वहाब यांनी ती केशरचना स्वीकारली.

'संगम' चित्रपटामध्ये नायिका वैजयंतीमालाने रुंद लाल काठाची सफेद साडी परिधान केल्याबरोबर सर्व स्तरांतल्या महिलांनी तशी साडी ल्यायला आरंभ केला. आज करिश्मा साडी नेसून नाचते, त्याचंही कौतुक होतं! 'कभी खुशी कभी गम' चित्रपटामधल्या गाण्यात अमिताभ, शाहरुख आणि हृतिक रोशनने जो भारतीय वेष सहजतेने परिधान करून नृत्यचापल्य दाखवले, त्याचा अनेकांना मोह पडला. मग लग्नसमारंभातून पुरुषांनी तसा वेष घालून वावरण्याची क्रेझच सुरू झाली.

राजेश खन्ना आणि अभिषेक बच्चन खुरटलेल्या दाढीसह रुपेरी पडद्यावर वावरले. आजही तरुणाईमध्ये, क्रिकेटपटूंमध्ये ती स्टाईल लोकप्रिय आहे. त्यामध्ये रोज दाढी करायला वेळ नाही, हे कारणही असू शकेल! तीन-तीन शिफ्ट्स आणि रात्री उशिरापर्यंत चालणाऱ्या पार्ट्यांमुळे या नटांना दाढी करायचा कंटाळाही येत असेल.

◆◆◆

रंगीत वसने तारुण्याची ऽऽ

थंडीचा सीझन म्हणजे वर्षातला बेस्ट सीझन! स्वच्छ सूर्यप्रकाश, शांत निळंभोर आभाळ म्हणजे हिवाळा. कुठल्याही रंगाची वस्त्रे ल्यावीत अन् उबदार उन्हातून हिंडावे. पण ही रंगांची मजा रुपेरी पडद्यावर सातत्याने दिसायला १९६०चं दशक उजाडावं लागलं!!

तोपर्यंत राज कपूरला पांढरा रंग आवडतो, हे सिने मॅगझिन्समधूनच फक्त वाचलेलं! देव आनंद काळपट हिरव्या रंगाचे शर्ट पसंत करतो, हे बदरी काचवाला यांच्या 'फिल्म केसरी'मधून कळलं!

पण पांढरा रंग म्हणजे सप्तरंगाचं मिश्रण, हे शास्त्रीय ज्ञानही शाळकरी वयात झालं! मग रुपेरी पडद्यावर नायक-नायिकांच्या कपड्यांचे मनोहर रंग डोळ्यांना सुखावत मनात भरले.

जितेंद्रने 'जिगरी दोस्त'मध्ये पांढरी पँट आणि फिकट गुलाबी शर्टमध्ये चाहत्यांना खूश करून टाकलं. लगेच गावोगावी छोट्या खेड्यांमधले गावठी जितेंद्र त्याच रंगाचा शर्ट घालून मिरवत होते.

'राम और श्याम' चित्रपटात वहिदाने दिलेला चहा पिऊन दिलीपकुमार झिंगतो. 'चहा प्यायला की मला नशा चढते', असा आगाऊ इशारा त्याने आधीच देऊन ठेवलाय. मग 'तू है साकी, मै हूं शराबी शराबी' हे गीत गाताना उटीच्या निसर्गरम्य वातावरणात दिलीपकुमार पिंक कलरचा शर्ट घालून एकदम नौजवान दिसतो.

राज कपूरच्या नायिका पांढऱ्या साडीत वावरायच्या. कारण राज कपूरची मर्जी राखणं त्यांना गरजेचं. अर्थात 'संगम' चित्रपटात अनेक गाण्यांत वैजयंतीमाला पांढऱ्या साडीतसुद्धा आकर्षक दिसली. विमानतळावर सुंदरला निरोप देतानाची पांढऱ्या

फुलाफुलांची तलम साडी, 'ये मेरा प्रेमपत्र पढ कर' या गाण्यातली लाल रुंद काठाची पांढरीशुभ्र साडी, लालचुटुक गुलमोहराच्या फुलांच्या सान्निध्यात डोळ्यांना केवढी सुखावते, ते सांगायला नकोच!

अमिताभ बच्चनलापण या पांढऱ्या रंगाने ग्रासून टाकले. १९७७ च्या सुमारास आणीबाणीच्या कालखंडात तो विनोबा भावे यांना पवनारच्या आश्रमात भेटला. 'सफेद रंगके वस्त्र परिधान करो' हा उपदेश विनोबाजींनी केला. लगेचच अमिताभ रुपेरी पडद्यावर पांढरी पँट-पांढरा शर्ट या नव्या वेशामध्ये दिसू लागला. चट्कन स्मरतात 'दो और दो पाँच', 'शराबी', 'आखरी रास्ता' हे चित्रपट. त्यात बदल झाला तो त्याचे चित्रपट चालेनासे झाल्यानंतर!

पिवळा रंग खरं म्हणजे वैराग्याचं प्रतीक. पण सलमान खान 'मैने प्यार किया' मध्ये पिवळा धम्मक शर्ट घालून वावरला. 'तेजाब'मध्ये अनिल कपूर तसाच पिवळ्या शर्टात दर्शन देतो.

'रेड रोज'च्या निगेटिव्ह भूमिकेत राजेश खन्ना चक्क लालभडक कोट घालून भूमिका निभावतो. त्याचं 'प्रेमनगर'मधलं 'ये लाल रंग मुझे कब छोडेगा' हे गीत चट्कन आठवतं! अर्थात 'रेड रोज' अपेशी ठरला अन् लाल रंग बाद झाला.

देव आनंद हे रंगांचं भान लक्षात ठेवून वावरतो. पिवळी पँट, लाल शर्ट, निळा टाय असं कुठलंही ऑड कॉम्बिनेशन तो 'जॉनी मेरा नाम'सारख्या यशस्वी चित्रपटात बेधडक देताना दिसलाय.

धर्मेंद्रच्या बाबतीत हेच सिद्ध झालंय! वेगवेगळ्या डिझाइनचे आखुड अन् भिन्नरंगी टी-शर्ट्स वापरत 'प्यार ही प्यार', 'आये दिन बहार के'मध्ये तो लक्षात राहून गेला.

सप्तरंग हे चैतन्याचं आणि नवतारुण्याचं प्रतीक आहे, एवढं नक्की. याचं कारण रुपेरी पडद्यावरचे नट पांढऱ्या रंगाची वस्त्रे एखाद्या जानदार गाण्याबजावण्याच्या मैफलीत वावरताना वापरतात. तशीच एखाद्या मयतीला हजेरी लावतानासुद्धा परिधान करताना दिसतात.

यशस्वी नट-नट्या, नायक-नायिकांनी ही गोष्ट चांगलीच लक्षात ठेवली आहे. त्यांच्या चाहत्यांनी तर त्यांचीच फॅशन स्वीकारत हे अधोरेखित केलं आहे. म्हणून तर 'हम आप के है कौन'मधली माधुरी दीक्षितची गडद जांभळ्या रंगाची 'दीदी तेरा देवर दीवाना' या गाण्यातली साडी प्रचंड लोकप्रिय झाली.

मुमताजची 'आपकी कसम' आणि 'दो रास्ते'मधली 'जय जय शिवशंकर' आणि 'बिदियाँ चमकेगी चूडी खनकेगी' या गाण्यातली पिवळी साडी दिलखेचक

ठरली.

रेखाची 'सिलसिला'मधली चंदेरी साडी केवढी आकर्षित करून गेली!

गोविंदा या नटाने बटबटीत रंगांचे प्रदर्शनच अनेक चित्रपटांमधून रुपेरी पडद्यावर मांडलेले दिसले. त्याचेच अनुकरण सलमान खानने करत स्पर्धा आरंभली.

पण शेवटी तरुणाईला काहीही शोभतं, हेच खरं! बुजुर्गांनी मर्यादेत राहावे, नाही तर 'कर्ज'मध्ये सिमी गरेवालची 'बूढी घोडी लाल लगाम' अशी हेटाळणी झाली तशी वेळ येईल.

आपले आधुनिक वाल्मीकी ग. दि. माडगूळकर 'रंगीत वसने तारुण्याची' असं कधीच सांगून गेले आहेत!

◆◆◆

कुणा झैद नामक इराकी पत्रकाराने २००८ मध्ये मावळते अमेरिकन राष्ट्रपती बुश यांच्या दिशेने दहा नंबरचा बूट फेकला आणि जगभर मोठीच खळबळ माजली.

आम्हाला मात्र बॉलिवुडच्या जगात कुणी कुठला बूट घातला, कुणाकुणाला तो चावला, कुणी कुणावर बूट (किंवा चप्पल) फेकला—ती सारी दृश्ये आठवली. 'चायना टाऊन'मध्ये शम्मी कपूर चावणारा बूट घालून सोंग निभावतो. 'काला पानी' चित्रपटात नायक देव आनंद आपल्यावर झालेल्या अन्यायाविरुद्ध सत्याग्रह करत असताना कृष्ण धवन नामक खलनायक तिथे येतो. पायातली चप्पल नायकाच्या दिशेने भिरकावत तो गरजतो, 'कौन जाने तुम्हारा कोई बाप था भी या नहीं!' मग टोमॅटो आणि अंड्यांचापण वर्षाव होतो. 'तिसरी मंझील' चित्रपटामध्ये आरंभीच्या दृश्यात शम्मी कपूरच्या पायातल्या बुटांवरच कॅमेरा रेंगाळतो. रेल्वे स्टेशनवर डेहराडूनचे तिकीट काढायला तो आलेला आहे.

'यादों की बारात'मधला खलनायक दोन पायांत दोन वेगवेगळ्या नंबरचे बूट घालतो. आठ आणि नऊ. अजित हाच आपल्या आई-वडलांचा मारेकरी, हे लक्षात येताच धर्मेंद्रचा संताप त्या आठ नंबरच्या बुटाकडे पाहून उसळून येतो.

नायकाची किंवा खलनायकाची छेडखानी रोखण्यासाठी नायिकेच्या पायातले सँडल्स किंवा चप्पल किती वेळा तिच्या हाती आली याची गणती करणे अवघडच! अशा वेळी 'श्रीमतीजी, मुझे चप्पल नहीं, सिर्फ आपका हाथ चाहिये-' असे म्हणणारा राजेंद्रनाथ किंवा जगदीप किंवा असरानी बॉलिवुडच्या अनेक चित्रपटात हशे पिकवून गेलेत!

नायिकेची चप्पल तुटणं, मग तिच्या पायात काटा घुसणं, नंतर तिने जमिनीवर बैठक मारणं—हे तर अगदीच कॉमन. अर्थात, ही पुढच्या रोमँटिक सीनची केवळ पूर्वतयारी! कारण

त्यानंतर नायकाने नायिकेला दोन्ही हातांत उचलून पुढचा प्रवास करणं, हे अटळ असतं!

'चप्पल क्या टूट गई उनकी
बोझ उठाना पडा कांधोंको-'

असं नायक मनातल्या मनात म्हणतही असेल. बट ही इज पेड फॉर इट! त्याला निर्मात्याकडून पैसे मिळालेले असतात.

आशा पारेखला 'जब प्यार किसीसे होता है' या चित्रपटात शीर्षक गीत गाताना स्वत:चेच जोडे उराशी कवटाळावे लागलेत.

'गाईड' चित्रपटात 'वहाँ कौन है तेरा मुसाफिर' या गाण्यात जेलमधून सुटलेला राजू (देव आनंद) बुटाची चाळण झाल्यामुळे ते फेकून देतो आणि लगेचच भलामोठा काटा त्याच्या पायात घुसतो. थिएटरमधला प्रत्येक जण हळहळतो.

'आपकी कसम'मध्ये नायक राजेश खन्ना संशयाच्या जाळ्यात सापडून परागंदा होतो. 'जिंदगी के सफर मे गुजर जाते है वो मकाम' या गाण्याच्या पार्श्वभूमीवर वाढलेल्या दाढीने आणि जीर्णशीर्ण झालेल्या बुटांनी तो सैरभैर भटकतोय. अशा दृश्यांसाठी जीर्ण झालेले जोडे प्रॉडक्शन मॅनेजर कुठून आणत असतील? अर्थात हा त्यांचा प्रॉब्लेम! आपण कशाला त्रास करून घ्यायचा?

बूट-सूट ही श्रीमंतांची मक्तेदारी. निदान बॉलिवुडची चित्रपटसृष्टी तरी तसं मानते. 'साला मै तो साहब बन गया, ये बूट मेरा देखो, ये सूट मेरा देखो' असं म्हणणारा दिलीपकुमार काय (चित्रपट : बैराग) किंवा 'किसीको सूट बूट कोट का नशा है' म्हणणारा जॉनी वॉकर (चित्रपट : मधुमती)—दोन्ही माणसं बुटांची महती जाणणारी!

पांढऱ्या बुटांची जोडी लोकप्रिय करणारा जितेंद्र आणि नक्षीदार बुटांची रुबाबदार चाल दाखवणारा राजकुमार 'फर्ज' आणि 'हमराज' चित्रपटात रसिक प्रेक्षकांनी पाहिला आणि लगेच त्यांचे अनुकरण करण्यात धन्यता मानली. नंतर पांढरे बूट अमिताभ बच्चनने उचलले. शराबी, आखरी रास्ता, दो और दो पाँच या चित्रपटांत! तर 'हमराज'मध्ये खुनी अन्वर हुसेन, दिशाभूल करण्यासाठी राजकुमारच्या बुटात वावरताना दिसला.

आपल्या मराठी ग्रामीण चित्रपटातला नायक सतत कोल्हापुरी चपलेत रुबाब गाजवताना दिसलाय. चंद्रकांत, सूर्यकांतपासून विनोदी नट वसंत शिंदे यांच्यापर्यंत प्रत्येक जण कोल्हापुरी साजचा शौकिन ना!

'दीवार' चित्रपटात बूट पॉलिश करणारा मास्टर अलंकार, इफ्तिकार आणि

सुधीरला 'मै फेके हुए पैसे उठाता नहीं' असे बाणेदारपणाने बजावतो. 'ये लडका आगे चलके कुछ बनेगा' हे इफ्तिकारचे बोल खरे ठरतात.

'काजल' चित्रपटात विनोदी नट मेहमूद उंटावर बसून 'बूट चप्पल भंगार, खाली बोतल खाली डब्बाऽऽ' ओरडताना दिसला.

नेम चुकूनही पत्रकार झैदीचे लाखो चाहते निर्माण झालेत. दस नंबरच्या बुटाला मागणी वाढल्येय. आता प्रेसिडेंट बुश निवृत्तीनंतर काय करणार, ते बघायचं!!

◆◆◆

बॉडी बिल्डर स्टार्स

'गजनी'मधली आमिरची 'एट पॅक' बॉडी बघून त्या वेळी प्रत्येकाला वेगळाच नशा चढला. धिस इज समथिंग डिफरन्ट, ऑलटुगेदर न्यू! खरंच आमीर अशी फिगर कमवण्यासाठी झुंजलाय. जिममध्ये घाम गाळून, वर्क आऊट प्लॅन करून तज्ज्ञ अशा मार्गदर्शकांच्या देखरेखीखाली त्याने हे साध्य केलंय.

पण हे बॉलिवुडला नवीन नाहीच. आमीरला त्यासाठी रोज सोळा अंडी खावी लागली म्हणतात. पण १९६०च्या दशकात धर्मेंद्र सर्वप्रथम अशी व्ही-शेप फिगर घेऊन अवतरला आणि 'फूल और पत्थर'मध्ये त्याची क्रेझ निर्माण झाली होती. पण त्याची कॉपी करण्याची कुणाची शामत नव्हती. कारण त्यासाठी हवी ती मेहनत कोण घेणार?

पण १९८०च्या दशकात आलेल्या सलमान खानला 'वर्क आऊट'चं महत्त्व पटलं. मग जिम व इन्स्ट्रक्टर्सचं पेव फुटलं आणि रुपेरी पडद्यावर हीरोगिरी करण्यासाठी किमान सुडौल बांधा हवाच, याची जाणीव प्रत्येक हीरोला झाली.

तेव्हाच हीरो चिकनाचुपडा हवा, ही संकल्पना मागे पडली. दणदणीत फिगरला एकदम महत्त्व आलं. त्यातच हृतिक रोशनने जी वादळी एंट्री घेतली, त्यामुळे शाहरुख खान आमीर खान इतकंच नव्हे तर अजय देवगण, फरदीन खान, तुषार कपूर अशा नव्या पिढीतल्या सर्वच अभिनेत्यांना जिममध्ये जाऊन स्वत:ला फिट राखण्याची गरज भासू लागली.

साहजिकच जिममध्ये आवश्यक ते ट्रेनिंग देणाऱ्या ट्रेनर्सना प्रचंड मागणी आली.

श्रीवीर हे त्यातलं आघाडीचं नाव बनलं. वेट लिफ्टिंगच्या आवडीतून श्रीवीरने आधी बेंगलोरमध्ये आणि नंतर थेट हैदराबादमध्ये बस्तान बसवलं. करिना कपूर, माधुरी दीक्षित, ईशा देओलपर्यंत अनेक नायिकांनी त्याची मदत घेतली; ती खूप

नंतर. तेलुगू सुपरस्टार वेंकटेश दुखापतींनी बेजार झाला असताना श्रीवीर या ट्रेनरने चमत्कार घडवला. मग त्याची कीर्ती चौफेर पसरली. मग 'पुकार'साठी अनिल कपूर त्याच्याकडे आला. माधुरी दीक्षितचा दुखावलेला गुडघा त्याच्या प्रयत्नातून बरा झाला. धर्मेंद्रपुत्र सनी देओल थेट पिताजींकडून उत्तम आरोग्याची गिफ्ट घेऊन आलेला. सनीचा फिटनेस अफाटच!

आज बॉडी बिल्डिंगबाबत जॉन अब्राहम, अर्जुन रामपाल खूप सतर्क आहेत. संजय दत्त आधी नुसताच लंबी टाँगेवाला भासे. पण जिममध्ये वर्कआऊट करून त्याने स्वत:ला व्ही-शेप प्रदान केला.

पण आपल्याकडे तरुणाई चट्कन आकर्षित होते ती हीरोच्या हेअर स्टाईलकडे. देव आनंदचा कोंबडा, दिलीपकुमारची लंबी जुल्फे यांची १९५०च्या दशकात क्रेझ होतीच.संजय दत्तची सोनेरी आयाळ, सलमानचे लंबे बाल यांचं चट्कन अनुकरण झाल्याचे आपण पाहिले. संजय दत्तचे 'साजन', 'सडक'मधले दर्शन अनेकांना भुरळ घालत असताना सलमान खानच्या कपाळावर आलेल्या, डोळ्यावर रेंगाळणाऱ्या मुलायम केसांनी वेगळीच क्रेझ निर्माण केली. चित्रपट होता—'तेरे नाम.'

आजही आमीरच्या 'एट पॅक ॲब'पेक्षा त्याच्या डोईवरच्या हिरवळीतून पायवाटेसारख्या कट झालेल्या हेअर स्टाईलची तरुण पिढीला जास्त भुरळ पडलेली दिसते. हृतिक रोशनला वयाच्या चौदाव्या वर्षींच सिल्व्हेस्टर स्टॅलोन या हॉलिवुड स्टारच्या जबरदस्त फिगरने प्रचंड मोहिनी घातली होती. 'कहो ना प्यार है'मधून त्याच्या दंडावरच्या बेटकुळ्या तमाम तरुण पिढीला 'जिम'कडे जायला प्रेरणा देऊन गेल्या.

बॉलिवुड स्टार्सना ट्रेनिंग देण्याच्या संदर्भात प्रसाद रांगणेकर (तुषार कपूर, अनिल कपूर), समीर जौरा (मनोज बाजपेयी, फरदीन खान, ऊर्मिला मातोंडकर), यज्ञेश शेट्टी (मिथून चक्रवर्ती, बेन किंग्जले, रॉजर, गोविंदा, चंकी पांडे, अजय देवगण) यांची नावे प्रामुख्याने घेतली जातात.

काही वेळा फिगर कमवण्यासाठी स्टेरॉईडसारख्या औषधांचा खेळाडू आणि अभिनेते वापर करताना दिसतात. पण ते 'लाँग टर्म' आरोग्यासाठी घातक ठरू शकते.

बेन किंग्जस्लेसारखा ब्रिटिश नट 'गांधी' चित्रपटासाठी आपले दात काढून घेतो, स्लिम होण्यासाठी वर्क आऊट करतो, ही गोष्ट प्रत्येक उमेदवार नटाने लक्षात घेणे गरजेचे!

नव्या वर्षाच्या आरंभी आमच्या एका चौसष्ट वर्षाच्या मित्राने जिम जॉइन करून वर्कआऊटला सुरुवात केल्येय. बोला, तुम्ही कधी 'जिम'कडे वळताय?

◆◆◆

सिगारेटची धूम्रवलये

जमाना बदलतोय म्हणजे काय, तेच नेमकं आज कळेनासं झालंय! गंमत बघा, कालपर्यंत रुपेरी पडद्यावर ऐटीत सिगारेट शिलगावणारे नायक आज गुन्हेगार ठरतात, याचं नवल वाटतं!

'सरकार' चित्रपटात अमिताभ बच्चनला पडद्यावर सिगारेट ओढल्याबद्दल सेन्सॉर बोर्डाने जाब विचारला नुकताच.

हे जरा अतीच झालंय; नाही का? मान्य आहे, सिगारेट स्मोकिंग इज इन्जुरियस टु हेल्थ! पडद्यावरचा नायक तरुणाईचा आदर्श असतो. तो जे करतो, त्याचं अनुकरण होतं!! सिगारेट ओढल्यामुळे कॅन्सर होतो. सगळं मंजूर..

पण बॉलिवुडचे सगळे खलनायक १९५०च्या दशकापासून सिगारेटचे कश् घेत आपली मर्दानगी दाखवत आलेत; त्याचं काय?

'अदालत', 'देवदास' ते 'मधुमती'पर्यंत प्राण ज्या रुबाबात सिगारेटची वर्तुळे हवेत फेकायचा, त्याला भरपूर दाद मिळे. आमच्या पिढीने त्याचे अनुकरण करत कोण किती वर्तुळे काढतो, त्याबद्दल पैजा लावल्या.

मग शत्रुघ्न सिन्हाने 'खिलौना' (१९६९) मध्ये त्याची झकास नक्कल उतारली. सिगारेट ओढताना या खलनायकांच्या डोळ्यांत जी चमक येई, ती नजरबंदी करायची!

हीरोंपैकी दादामुनी म्हणजे अशोककुमार ज्या स्टाईलने सिगारेट ओढत, ती उच्चभ्रू वर्तुळात मान्यता मिळवून गेली. अर्थातच अशोककुमारजवळ सिगारेट केस, लायटर हा जामानिमा जय्यत तयार असे! आठवा—'हावडा ब्रिज' (१९५८) किंवा आरती (१९६२) मधली त्याची अदाकारी. 'आरती'मध्ये त्याची किंचित निगेटिव्ह भूमिका सिगारेटच्या सान्निध्यात खुलली. मनाविरुद्ध काही घडलं की, तो अख्खी सिगारेट पेटवण्याआधीच फेकून द्यायचा!

'फेक तिच्यायला; बापाचाच माल हाय!' अशी चाहत्यांची उत्स्फूर्त प्रतिक्रिया लगेच थिएटरमध्ये ऐकू येई.

अफू किंवा गांजाची चिलीम तिच्या तोंडावर फडका लावून ओढताना शम्मी कपूर (चायना टाऊन-१९६२) आणि देव आनंद (सी.आय.डी.) पडद्यावर दिसले. म्युझिकल सिगारेट लायटर 'हम दोनों'मध्ये देव आनंदच्या हातात पाहिला. तो तर त्याची प्रेयसी साधनाने भेट दिलेला! म्हणजे हिरोइनलासुद्धा हीरोचं सिगारेट पिणं मंजूर होतं!!

मात्र, १९५०च्या दशकात पडद्यावरच्या गुन्हेगारी जगतामध्ये फक्त माचिस वापरून सिगारेट पेटवली जायची. म्हणजे 'सिगारेट माझी-माचिस तुझी' असं सहकार्य दिसायचं! जाडजूड सिगार ही पुढची पायरी. एन. ए. अन्सारी (जिंदगी और मौत, उस्तादों के उस्ताद) आणि देव आनंद (गॅम्बलर) यांनी सिगारला प्रतिष्ठा दिली. विडी मात्र मजदूर वगैरे ओढणार.

दिलीपकुमारचा 'नया दौर'मधला टांगेवाला, जगदीपचा 'शोले'मधला सूरमा भोपाली बिडी पिताना दिसले.

सिगारेट होल्डरची उंची ऐट नादिराने 'श्री ४२०'मध्ये दाखवली, तर झीनत अमानने 'हरे रामा हरे कृष्णा' म्हणत 'दम मारो दम'पर्यंत मजल मारली. मीनाकुमारीने किमामयुक्त गोळ्यांची वहिदा रहमानला ओळख करून दिली, ती 'साहिब, बिबी और गुलाम'च्या सेटवर!

'शर्मिली'मध्ये राखी, तर 'मौसम' चित्रपटात निगेटिव्ह शेडचा डबल रोल रंगवताना शर्मिला टागोर सिगारेट आणि बिडी पिताना दिसल्या.

शाहरुख खान एका श्रीमंत पार्टीत प्रवेश करताना आलिशान गालिच्यावर बुटाने सिगारेटचं थोटूक विझवताना दिसला, तर पत्रकार शोभा डे यांना तो उद्धट, उर्मटपणाचा कळस वाटला!

आज गुलजारची शायरी गाताना सुनिधी चौहान 'बिडी जलाय ले... जिगरमा बडी आग है', असे आवाहन करते, ते मात्र सेन्सॉरला चालतं, हे अजबच!!

◆◆◆

गा मेरे
मन गा ऽऽ

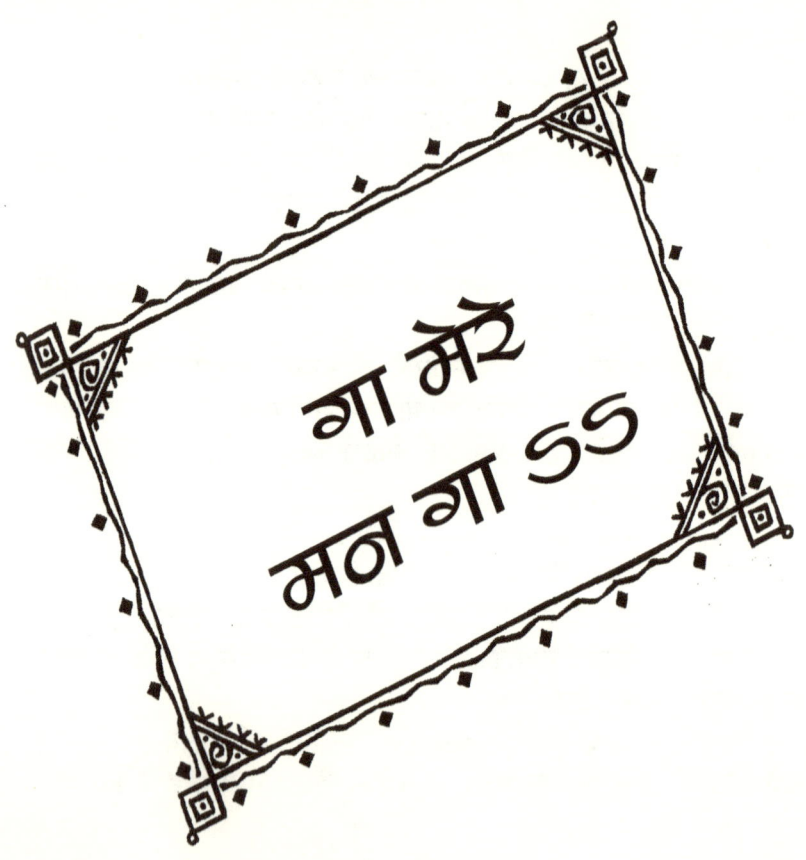

मुकेश - सैगलचा वारसदार

सिलोन रेडिओवरून सैगलची गाणी ऐकताना अनेक जण त्याच्या आवाजाच्या प्रेमात पडले. भारताचा फिरकी गोलंदाज चंद्रशेखर हा त्यांपैकी एक!

'दिल जलता है तो जलने दे' हे गाणं सैगलने गायलं आहे, अशा भ्रमात चंद्रशेखर होता. पण प्रत्यक्षात ध्वनिमुद्रिकेवर मुकेशचे नाव बघून त्याला धक्काच बसला. 'पहली नजर' - मधलं हे गीत ऐकून मग चंद्रशेखर मुकेशचा चाहता बनला.

सैगल आणि मुकेश यांच्या स्वरांत खरोखर प्रचंड साम्य होतं. सैगलच्या १९४८च्या आरंभी झालेल्या अचानक निधनानंतर जी पोकळी निर्माण झाली, ती मुकेशने भरून काढली. संगीतकारांपुढे अन्य कुणी पर्याय होताच कुठे?

'अंदाज' हा चित्रपट १९४९ मध्ये पडद्यावर झळकला आणि मुकेशच्या दर्दभऱ्या स्वरांचं वादळच चाल करून आलं! नौशादमियाँनी मुकेशसाठी ज्या धून बांधल्या, त्या थेट सैगलची याद देणाऱ्या!

'तू कहे अगर जीवनभर'मधला 'अगर' शब्द घ्या. नीट लक्षपूर्वक कान देऊन ऐकलं की दोघांमधलं स्वरसाधर्म्य उमजतं. 'टूटे ना दिल टूटेना' आणि 'हम आज कहीं दिल खो बैठे' या दोन गाण्यांतही मुकेशने बाजी मारली. आधी प्रेयसीचा अनुनय तर नंतर विफल प्रीतीचा विदारक विषाद व्यक्त झालाय!

राज कपूरचा 'बरसात' १९४९ मध्येच प्रदर्शित झाला आणि मुकेश 'जनता का प्यारा गायक' बनून गेला.

'छोड गये बालम मेरा प्यार भरा दिल तोड गये' या गीतामधलं तुटलेपण मुकेशच्या दर्दभऱ्या स्वरांतून ऐकणाऱ्यांना घायाळ करून गेलं.

'पतली कमर है तिरछी नजर है' ह्या प्रेमनाथच्या बेछूट, उच्छृंखल अभिव्यक्तीसाठी गायलेल्या गीताने मुकेशची रेंज

जाणकारांना समजली. राज कपूर आणि मुकेश मुंबईत एकाच गुरूकडे १९४०च्या दशकात गाण्याचे शिक्षण घेत होते, हे पुष्कळांना ठाऊक नसेल! 'बरसात'च्या उत्तुंग यशानंतर मुकेश हा जणू राज कपूरच्या आत्म्याचा आवाज बनून गेला. त्या दोघांमधलं साहचर्य १९४८ (आग) ते १९७२ (मेरा नाम जोकर) अशी दोन तपं टिकून राहिलं! दम भर को उधर मुँह फेरे, आवारा हूँ (आवारा), मेरा जूता है जापानी (श्री ४२०), मेरा नाम राजू (जिस देश में गंगा बहती है), दोस्त दोस्त ना रहा (संगम), जाने कहाँ गये वो दिन (मेरा नाम जोकर) हा मुकेशचा प्रवास राज कपूरच्या साथीनेच झालाय!

'निर्दोष' मध्ये मुकेश १९३९ मध्ये नायक बनला. 'अनुराग', 'मल्हार' या चित्रपटांची निर्मिती त्याने केली. 'आह'मध्ये टांगेवाला बनून त्याने 'छोटीसी ये जिंदगानी है' हे गीत गायलं. पण तो नायक म्हणून अयशस्वी ठरला.

अनिल विश्वास या संगीतकाराने मुकेशला सैगलच्या प्रभावातून मुक्त केले. मग त्याचा सूर नवी झळाळी घेत झेपावला.

सुहाना सफर है ये मौसम हँसी (मधुमती), ये मेरा दीवानापन है (यहुदी), या गाण्यांतून दिलीपकुमारसाठी गात मुकेश यशस्वी ठरला. तेरी याद दिल से, लाखों तारे आसमान पे (हरियाली और रास्ता- मनोजकुमार), जो तुमको हो पसंद वही बात करेंगे (सफर- फिरोज खान), मैने तेरे लिये सात रंगके (आनंद- राजेश खन्ना) अशी मुकेशची किती गाणी आठवायची?

मै ना भुलूँगा (रोटी कपडा और मकान), इक प्यार का नगमा है (शोर), दिल तडप तडप के कह रहा है (मधुमती) ही मुकेश-लताची द्वंद्वगीते सरस ठरली.

मुझे रात दिन ये खयाल है (गझल), लल्ला लल्ला लोरी (अंगाई गीत), चल री सजनी अब क्या सोचे (विराणी) ही त्याच्या स्वरांमधली विविधता मंत्रमुग्ध करते. सब कुछ सीखा हमने (अनाडी १९५७), गंगाराम की समझ मे न आये (पहचान -१९७०), जय बोलो बेईमानकी (बेईमान -१९७२) या गाण्यांसाठी मुकेशला सर्वोत्कृष्ट पार्श्वगायक म्हणून फिल्मफेअर पुरस्कार लाभला.

दि. २७ ऑगस्ट १९७६ रोजी अमेरिकेच्या दौऱ्यावर असताना हृदयविकाराच्या झटक्याने मुकेशचे निधन झाले. नितीन मुकेश हा त्याचा पुत्र पार्श्वगायक बनून त्याचा खराखुरा वारसदार ठरलाय! मुकेशने गायलेलं 'रामचरित मानस' आजही अस्वस्थ जिवांना शांती देते.

◆◆◆

आयुष्यात ज्याने पतंग उडवलाच नाही आकाशात, असा माणूस शोधूनही सापडणार नाही.

दिवस संक्रांतीचे म्हणजे पतंगोत्सवाचे... वाऱ्यावर स्वार होत आकाशात सरसरणारे रंगीबेरंगी पतंग, त्यांची आपसातील काटाकाटी यांचे नेत्रसुखद छायाचित्रण चित्रपटांत अनेकदा येऊन गेलंय.

'ढील दे रे ढिल दे रे भय्या' या कोरस गीतामधून सलमान खान आणि ऐश्वर्या रॉय 'हम दिल दे चुके सनम' या चित्रपटात हा पतंगसोहळा जीव तोडून खेळताना दिसलेत.

'बाई मी पतंग उडवित होते-' म्हणत आशा भोसले यांनी हा (चित्रपट- लाखात अशी देखणी) उत्सव आम्हा मुलींचासुद्धा आहे, अशी जणू ग्वाही दिली. इथे 'पत्तंग' हा उच्चार बुलंद आत्मविश्वास प्रकट करतो. 'मी पतंग तू दोरा' हा अंदाज रेखा डावजेकरचा. अर्धनारीनटेश्वराप्रमाणे पतंगाचं रुपडं म्हणजे एक कोडंच म्हणायचं. त्याचं ते वाऱ्यावर भिरभिरणारं शेपूट म्हणजे एखाद्या रूपगर्वितेचा दुपेडी शेपटा किंवा वेणीसंभार आहे, असा भास होतो. तर ते कधी माकडाची शेपूट बनून जातं. 'चली चली रे पतंग मेरी चली रे

चली बादलों के पार, हो के डोर पे सवार,
सारी दुनिया ये देख देख जली रे-'

ही लता-रफी यांच्या 'भाभी' चित्रपटातल्या द्वंद्वगीताची खुमारी काही औरच! शायर होते राजेंद्रकृष्ण. पतंग आणि डोर म्हणजे प्रियकर आणि प्रेयसी हे रूपक कविमनाला नेहमीच भुरळ घालणारं.

प्रत्यक्षात उंच आकाशी विहरणारा, डौलात उडणारा पतंग म्हणजे उत्तुंग, बुलंद यशाचं प्रतीक. तर कटलेला, वाऱ्यावर भरकटलेला पतंग म्हणजे एखाद्या पराभूत अपेशी माणसाचा

रडवेला चेहरा बनून धुळीला मिळतो.

'मेरी जिंदगी है क्या, इक कटी पतंग है-'

ही 'कटी पतंग'मधली लतादीदींच्या स्वरातली आशा पारेखची कैफियत भरकटलेल्या तिच्या जिंदगीची निशाणी. 'पाकिजा'मध्ये हाच कटलेला पतंग मीनाकुमारींच्या 'रूठी हुई जिंदगी'चा खेळ विदारकपणे दाखवतो.

मित्रहो, तुमचं-माझं आयुष्य तरी पतंगाच्या खेळापेक्षा वेगळं कुठे असतं?

म्हणजे बघा, पतंगाची दोरी त्या परमेश्वराच्या हाती अन् मांजा गुंडाळलेली आसारी आई-वडलांच्या हातात असते! त्यानुसार तुमचा पतंग चढतो, उडतो, हेलकावे खात तरंगतो किंवा भुईशी लोळण घेतो. ज्योतीवर झडप घालून नामशेष होणारा पतंग म्हणजे परवाना! ट्रॅफिकची पर्वा न करता कटलेल्या पतंगामागे धावत जाणारी अजाण मुले आणि गच्चीवरून पतंग उडवताना तोल जाऊन होणारे असंख्य अपघात चट्कन डोळ्यांपुढे येतात.

आणखी एक तुलना करावीशी वाटते. तारुण्य म्हणजे उंच भराऱ्या मारणारा उत्साहाने सळसळणारा पतंग—तर वार्धक्य म्हणजे कटलेला पतंग! तात्पर्य—आसारी आपल्या हाती हवी. आयुष्यात उतार-चढाव असतातच. मांजाला किती ढील द्यायची अन् किती खेच द्यायची, ते तुम्हीच ठरवायचे आहे!!

◆◆◆

चांदी की सायकल, सोने की सीट ऽऽ

थंडीची चाहूल लागली की, सायकल शर्यतीचा हंगामा सुरू होतो.

मुंबई-पुणे सायकल शर्यत दर वर्षी वर्धिष्णू उत्साहाने नव्या विजेत्याला घेऊन सामोरी येते.

आमच्यासारख्या चित्रपटसंगीताच्या चाहत्यांना गीतांमधून रुपेरी पडद्यावर साकारलेली सायकल रपेट डोळ्यांपुढे अवतरते.

अशाच एका सायकल शर्यतीमधून शुभा खोटे विजेती ठरली आणि 'सीमा' चित्रपटासाठी नूतनची मैत्रीण म्हणून दिग्दर्शक अमेय चक्रवर्ती यांनी तिची निवड केली. 'सीमा'मध्ये आश्रमात चोरी करून पळणाऱ्या गुन्हेगाराचा सायकलवरून पाठलाग करताना शुभा खोटेने चित्तथरारक दृश्ये दिली.

वो जमाना कुछ अलग था! सायकल गरिबांचं एकमेव वाहन होतं. 'बन के ये पंछी गाये प्यार का तराना' (अनाडी) हे गीत गात नूतन आणि तिच्या सख्या सायकलवरून पिकनिकला निघालेल्या. हॉर्न वाजवणाऱ्या राज कपूरला सायकलसकट जमीनदोस्त करणाऱ्या या तरुण मुली त्या जमानातल्या निर्भय स्त्रीचं प्रतीक ठरल्या.

'पैगाम'मध्ये वैजयंतीमाला या नायिकेला सायकल कशी चालवावी, हे शिकवताना दिलीपकुमार दिसला. तर 'साजन' चित्रपटातला सलमान खान आणि माधुरी दीक्षित यांच्या सायकलींची टक्कर प्रथमदर्शनी प्रेमात पडण्याची अनुभूती देते.

'प्यासे पंछी नील गगन में' हे गीत गात 'प्यासे पंछी' चित्रपटात मेहमूद वधू-परीक्षेला निघालेला आपण पाहिलाय.

'कोई हसीना जब रूठ जाती है' या 'शोले'च्या गाण्यात धर्मेंद्र सायकलवर सर्कस करत हेमामालिनीला पटवण्यात दंग झालेला दिसला.

बिचारा रहेमान मात्र सतत हातात सायकल धरून चालताना,

'श्रीमान सत्यवादी' चित्रपटात दिसला. सायकलवर टांग मारणं काही त्याला जमलं नाही.

'ए मैने कसम ली ऽऽ

ए तूने कसम ली ऽऽ-'

म्हणत मुमताजला पुढ्यात घेऊन देव आनंद सायकल पुढे दामटताना 'तेरे मेरे सपने'मध्ये आपण पाहिला. तीव्र उतार, लता-किशोरचे धुंद स्वर आणि आर. डी. बर्मनच्या ऱ्हिदमचा झपाटा एक वेगळीच बेहोषी घेऊन आला.

'प्यार हुआ चुपकेसे' या '१९४२ अ लव्ह स्टोरी'मधल्या गाण्यात अनिल कपूर डलहौसीच्या पगडंडीवरून झोकात सायकल पळवताना दिसतो.

दोन हँडलच्या डब्बलसीट लंब्या सायकलवरून 'अवघाची संसार'मध्ये राजा गोसावी अन् नऊवार साडीतली जयश्री गडकर १९६० मध्ये पुण्यनगरीच्या रस्त्याने रपेट करताना पाहिली. तर अशीच डबल हँडलवाली सायकल, 'शान'मध्ये अमिताभ-शशी कपूर चालवत बिंदिया गोस्वामी आणि परवीन बाबीचा पाठलाग करताना दिसले.

ही सायकल अल्प भाड्यात अजून मिळते. अत्यल्प धन देऊन खरेदी करता येते. तिला इंधनपण लागत नाही. म्हणून ती निर्धन माणसाला प्यारी असते यात नवल नाही. आजही दूधपिशवी आणि वृत्तपत्र विक्रेते यांचं आवडतं वाहन सायकलच आहे.

म्हणून तर अगदी एकविसाव्या शतकातसुद्धा शाहरुख आणि गोविंदा आजही सायकलवर स्वार होऊन गाताना दिसतात.

चांदीकी सायकल सोने की सीट

आओ चले हम तुम डब्बल सीट

— हे गाणं म्हणूनच सर्वतोमुखी झालंय!!

◆◆◆

अष्टौप्रहर विरहगीते, प्रेमगीते, रोमँटिक युगुलगीतांचा रतीब घालणाऱ्या 'विविध भारती'ला वर्षातल्या तीनशे पासष्ट दिवसांपैकी फक्त दोनच दिवस देशभक्तिपर गीतांचा, स्फूर्तिगीतांचा अन् समरगीतांचा पुळका येतो. सव्वीस जानेवारी आणि पंधरा ऑगस्ट! प्रजासत्ताकदिन आणि स्वातंत्र्यदिन!! पण सच्च्या देशभक्ताला तिरंगा आणि वतन यांची आठवण करून द्यावीच लागत नाही. तिरंगा त्याच्या डोळ्यांत कायमचा ठसलेला असतो आणि वतन म्हणजे भारतावर त्याचं जिवापाड प्रेम असतं. देशभक्ती त्याच्या अणूरेणूंत सळसळते.

वतन की राहमें
वतन के नौजवाँ शहीद हो ऽऽ

हा रफीचा स्वर १९४८मध्ये आम्हाला उत्तेजित करून गेला, तर 'सुजलाम् सुफलाम् मलयज शीतलाम् मातरम् वंदेऽ' या हेमंतकुमार नि लतादीदींच्या स्वरआंदोलनांनी आमच्या अंगावर रोमांच उठले चित्रपट 'आनंदमठ'

चिनी आक्रमणाने १९६२ मध्ये तर राष्ट्रभक्तीची लाटच देशभर उठली. 'ए मेरे वतन के लोगो' या लतादीदीच्या उत्कट स्वरांनी जवानांच्या बलिदानाची कैफियतच खोलवर घुसली. पुन्हा एकदा संरक्षण निधीसाठी 'धन दो-खून दो' या आरोळ्या देत कलावंतांनी मुंबईच्या रस्त्यारस्त्यांतून मिरवणुका काढल्या.

'हकीकत' या चेतन आनंद दिग्दर्शित पहिल्या युद्धपटातून जवानांच्या अतुल शौर्याची गाथाच साकार झाली.

जिंदा रहने के दिन है बहोत मगर
जान देने की ऋतू रोज आती नहीं -

हे कैफी आझमी यांचे शब्द दशदिशांत गुंजले.

त्याआधी 'काबुलीवाला'मधून मन्ना डेच्या करुण-गंभीर स्वरांनी बेचैन केले.

ऐ मेरे प्यारे वतन

तुझ पे दिल कुरबाँ

हा विलाप देश सोडून गेलेल्यांना व्याकूळ करून गेला.

सर कटा सकते है लेकिन

सर झुका सकते नहीं

ही रफीच्या बुलंद स्वरातली ललकार 'लीडर' चित्रपटात ऐकू आली.

नन्हा मुन्ना राही हूँ

देश का सिपाही हूँ

बोलो मेरे संग जय हिंद-

ही 'सन ऑफ इंडिया'मधली शांती माथूरची गर्जना छोट्या-छोट्या बालकांपर्यंत पोहोचली.

उठाऽऽ राष्ट्रवीर हो

सज्ज व्हा उठा चला-

या गीतामधून हीच राष्ट्रभक्तीची भावना जागली.

बलसागर भारत होवो

विश्वात शोभूनी राहो

ही सुधीर फडके यांच्या स्वरातली असीम आकांक्षा देशप्रेमाने भारलेली होतीच...

बघता-बघता भारत स्वतंत्र होऊन साठ वर्षे लोटली. चिनी आक्रमण १९६५ आणि १९७१मध्ये पाकिस्तानशी दोन हात, कारगिल या साऱ्या अग्निदिव्यांतून भारत आणि भारतीय नागरिक तावून सुलाखून निघाले. पंचवार्षिक योजनांची फलश्रुती, 'अधिक धान्य पिकवा' मोहीम हा तर इतिहास झाला. पूर्वी टांगेवाला, रिक्षावाला वृत्तपत्र वाचताना दिसला की कौतुक व्हायचं; आता रिक्षावाले अन् भाजीविक्रेते मोबाईल वापरतात. भारत अण्वस्त्रसज्ज झालाय. सावधचित्ताने पुढे जायचंय. सगळ्याच समस्या संपलेल्या नाहीत. पण प्रगतीचा आलेख उंचावतोय, ही तर अभिमानाची बाब! 'झंडा उँचा रहे हमारा' असं एकमुखाने म्हणू या!!

◆◆◆

अवलिया संगीतकार - सज्जाद हुसेन

सज्जाद हुसेन ह्या संगीतकाराला आपण ओळखतो ते त्याच्या 'संगदिल' चित्रपटातल्या 'ये हवा ये रात ये चाँदनी' या तलत मेहमूदने आपल्या मखमली आवाजात गायलेल्या अविस्मरणीय गाण्यामुळे!

पण आदमी था बहोत अजीब! मानापमानाच्या त्याच्या जाणिवा खूप तीव्र. स्वभाव तडकफडक. पण इमान फक्त स्वरांशी!

दि. १५ जून १९१७ रोजी मध्य प्रदेशातल्या सीतामहू या छोट्या गावात सज्जाद जन्माला आला. वीणा, सितार, सरोद ही वाद्ये पिताजींकडे शिकत लहानाचा मोठा झाला.

सन १९३५ मध्ये मुंबईचे वेध लागले. सज्जादची १९३७ मध्ये सोहराब मोदी यांच्या 'मिनर्व्हा' या संस्थेत साठ रुपये पगारावर संगीत विभागात वर्णी लागली.

मीनाकुमारीचे पिताजी अली बक्श यांचा सहायक म्हणून काम करताना त्याच्या मनात चाली घुमू लागल्या.

शौकत हुसेन रिझवी यांनी त्यांना पहिली संधी दिली. एक सुरेल धून सज्जादनी शौकत हुसेन रिझवींना ऐकवली. ती त्यांना पसंत पडली नाही. लगेच 'कोई और संगीतकार पकडो' म्हणत बाजा उचलून सज्जाद घराबाहेर पडला. तेवढ्यात आतून नूरजहाँ ओरडली, 'मै ये गीत जरूर गाऊँगी'

मग 'दोस्त' (१९४४)पासून सज्जाद लोकांना आवडू लागला. 'मोरे सजना' हे नूरजहाँचं गाणं गाजू लागलं. 'बदनाम मुहब्बत कौन करे' या गाण्याने तर पागल केलं सगळ्यांना.

सन १९४४ ते १९६४ या काळात अवघे चौदा चित्रपट करूनही सज्जाद हे नाव वलयांकित होते. याचं कारण त्यांचा स्वभाव चिडखोर, बोलणं फटकळ आणि तरीही सूर त्यांना वश होते.

एकदा एस. मुखर्जी या फिल्मीस्तानच्या प्रोड्युसरकडे सज्जाद गेले. ‘कुछ सुनाओ’ ही फर्माईश ऐकून बिथरले. “माझा ‘सैयाँ’ हा चित्रपट लागलाय सध्या. तो बघा, गाणी ऐका आणि मगच मला बोलवा-” या सज्जादच्या सणकी बोलीने एस. मुखर्जी स्तंभित झाले.

मग सज्जाद मेंडोलिन या वाद्याच्या प्रेमात पडले. आठ-आठ तास त्यांचा रियाझ चाले. वेगवेगळे राग त्यावर वाजवत प्रभुत्व मिळवलं अन् एक दिवस कलकत्त्यात बडे गुलाम अली खान या प्रख्यात गायकाला मेंडोलिनवर रागसंगीत ऐकवलं. म्युझिक कॉन्फरन्समध्ये लगेच त्यांचा सोलो मेंडोलिन वादनाचा कार्यक्रम झाला.

स्वरसम्राज्ञी लता मंगेशकरांना ‘लताजी, ये नौशादसाबका गाना नहीं, मेरा गाना है-’ असं रिहर्सलच्या वेळी बजावणारा सज्जाद हा एकमेव संगीतकार असावा!

गप्पांच्या अड्ड्यात सज्जाद बादशाह असत. अनेक किस्से कधी प्रसन्न, कधी उपरोधिक शैलीत ते ऐकवत. के. असिफसारख्या दिग्दर्शकाला ‘आधी रोकडा पैसा समोर ठेवा, मग चाली करतो’ असे सज्जाद बजावत. याच स्वाभिमानी स्वभावामुळे ‘मुगल -ए -आझम’सारखा चित्रपट त्यांच्या हातातून निसटला.

‘रुस्तम-ए-सोहराब’मधली सज्जादची ‘ऐ दिलरूबा नजरे मिला’ (लता) आणि ‘ये कैसी अजब दास्ताँ हो गई’ (सुरैया) ही दोन्ही गाणी अविस्मरणीय ठरली. शिवाय ‘फिर तुम्हारी याद आयी ए सनम’ ही कव्वालीसुद्धा गाजली.

मोटरसायकलवर मागे बसायचं नाही, विमानात बसायचं नाही आणि हॉस्पिटलात कधी दाखल व्हायचं नाही, हे आपले हट्ट सज्जादनी मरेपर्यंत सोडले नाहीत. आपल्या मर्जीनुसार ते जगत राहिले.

मेंडोलिन या वाद्याला त्यांनी मोठीच प्रतिष्ठा मिळवून दिली. त्यांचं आपल्या मेंडोलिनवर इतकं प्रेम होतं की, अंघोळीला गेले तरी ते त्यांच्याबरोबर असे. माहिमच्या आपल्या छोट्या खोलीत ते खाली जमिनीवर झोपत. त्यांचं मेंडोलिन आरामात पलंगावर विसावलेलं दिसायचं. असा हा अवलिया माणूस. ‘सज्जाद’ या शब्दाचा अर्थच ‘खुदासमोर माथा टेकतो, तो माणूस’ असा आहे. ओ. पी. नय्यर त्यांना वली (संत) म्हणायचे.

◆◆◆

रोना कभी नहीं रोना ऽऽ

ह्युमन इमोशन्स म्हणजे मानवी भावभावनांचा कल्लोळ, सगळ्या जगभर सारखाच.. दुःख झालं की डोळ्यांतून अश्रू ओघळणार, आनंददायक असं काही घडलं की ओठावरती हसू उधळणार.

मै जिंदगी में हरदम
रोता ही रहा हूँ-

असं गाणारा राज कपूर (बरसात) याला अपवाद नाही. भले नंतर त्याने चार्ली चॅप्लिनचा किंवा जोकरचा मुखवटा धारण केलेला असू दे!!

न रो ऐ दिलऽऽ
कही रोने से तकदीरे बदलती है?

हा लताचा स्वरविलास तमाम रोती सूरतोंको एक समझदार पैगाम देऊन जातो.

आँसू भरी है ये जीवनकी राहे
कोई उनसे कह दे हमे भूल जाये

हा राज कपूरचा 'परवरिश'मधला विलाप आजही अनेकांच्या डोळा पाणी आणतो.

'रोते हुए आते है सब' (मुकद्दर का सिकंदर) हे तर त्रिकालाबाधित सत्य!

'मत रो माता लाल तेरे बहुतेरे' ही मन्ना डेच्या स्वरातली समजावणी, युद्धात पुत्र गमावलेल्या मातेला पटणं अवघडच.

आज रोना पडा तो समझे
हँसने का मोल क्या है

हा किशोरकुमारचा 'गर्ल फ्रेंड' चित्रपटामधला अंदाज असाच अनोखा.

आयुष्यात प्रत्येक गोष्टीबद्दल तक्रार करणाऱ्याला आपण सगळे 'रड्या' हे विशेषण लावतो. पण हे रडणं एके काळी

फक्त स्त्रीवर्गासाठी जणू राखून ठेवलेलं होतं आणि पुरुषानं रडणं नामर्दानगी समजत.

म्हणूनच 'काला पानी' चित्रपटात जन्मठेपेची शिक्षा भोगणाऱ्या निर्दोष बापाला भेटायला गेलेला देव आनंद चक्क लहान मुलासारखा ओठ काढून रडतो, हे त्याच्या चाहत्यांनासुद्धा आवडलं नाही! पण 'काला पानी' या चित्रपटासाठी देव आनंदला फिल्म फेअर ॲवॉर्ड मिळालं!!

'ट्रॅजेडी किंग' दिलीपकुमारला कधीही, कुठलेही करुण गंभीर दृश्य देताना ग्लिसरींनचा वापर करावा लागला नाही. तीच गोष्ट मीनाकुमारी या महान अभिनेत्रीची. तिच्या डोळ्यातलं काजळ अश्रुपाताबरोबर कधी ओघळल्याचं आम्ही पाहिलं नाही.

नवा 'देवदास' बघताना शाहरुख खानच्या डोळ्याच्या काठावर थांबून राहिलेला तो अश्रुबिंदू, मग 'दर्द का सागर' बनून गेलेला दिसला.

रोना कभी नहीं रोना
चाहे टूट जाये कोई खिलौनाऽऽ

असं किशोरकुमार सांगतो ते तर शंभर टक्के पटतं आपल्याला. याचं कारण कुणाही सहृदय माणसाला लहान मुलाचं रडणं बिलकुल आवडत नाही.

डोळ्यांमधले आसू पुसती
ओठावरले गाणेऽऽ

असं कधीच होता कामा नये. सुधीर फडके यांचे हे सूर ऐकताना मन विवश होऊन जातं.

चट्‌कन आठवतो 'अमर प्रेम' चित्रपटामधला राजेश खन्नाचा लोकप्रिय संवाद.

'पुष्पा, आय हेट टिअर्स. मुझे आँसुओंसे सख्त नफरत है.'

हेच 'मजबूर' चित्रपटात अमिताभ बच्चन आपल्या अपंग बहिणीला (फरिदा जलाल) गीतामधून सांगतो.

नहीं मै नहीं देख सकता
तुझे रोते हुए ऽऽ
— मतलब समझ गये ना?

◆◆◆

परवानोंसे प्रीत सीख ले ऽऽ

'व्हॅलेन्टाईन डे' साजरा करावा की नाही, हा विषय अनेकांच्या जिव्हाळ्याचा... हा दिवस मोठ्या घालमेलीचा... काही तरी घडावं असं वाटण्याचा... निदान तरुणाईसाठी तरी.

अमेरिकन संस्कृती तरुण पिढीला वेगाने विळखा घालते आहे, असा आक्रोश कुणी करोत अन् 'व्हॅलेन्टाईन डे'ला आक्रस्ताळा विरोध कुणी करोत...

पण प्रेम-प्यार-मुहब्बत ही भावनाच इतकी उत्कट अन् सर्वव्यापी आहे की, तरुणाई अशा विरोधाला न जुमानता हवं ते करून मोकळी होते.

मग कुणी 'रोझ डे' साजरा करतं, कुणी 'फ्रेंडशिप बँड' दिमाखात मिरवतं. प्रेम कसं व्यक्त करायचं, हा प्रश्न आपापल्या मार्गाने महाविद्यालयीन विद्यार्थी अन् विद्यार्थिनी सोडवतात, याचं खरं तर कौतुक वाटतं.

परवानोंसे प्रीत सीख ले
शमा से सीखे जल जाना
फिर दुनिया को याद रहेगा
तेरा मेरा अफसाना ऽऽ

हे सुरैयाच्या स्वरातलं 'मिर्झा गालिब' चित्रपटामधलं गीत अजरामर झालंय! पं. नेहरूंनीसुद्धा त्या वेळी सुरैयाचं भरपूर कौतुक केलं होतं. कमला नेहरू यांचे प्रतीकात्मक स्मरण म्हणून पंडितजींच्या जाकिटाच्या बटण होलमध्ये एक टवटवीत गुलाबपुष्प सदैव दिसायचं.

'रोझ डे'च्या निमित्ताने आपल्या आवडत्या मैत्रिणीला/मित्राला लाल गुलाबाची भेट जरूर द्या. फक्त तोच गुलाब तिने त्याने अन्य कुणाला दिला, तर नाराज होऊ नका.

इथे कवी गोविंदाग्रज यांनी सांगितलेलं लक्षात ठेवायचं.

'क्षण एक पुरे प्रेमाचा, वर्षाव पडो मरणाचा'

या 'प्रेम आणि मरण' या कवितेच्या ओळी अर्थातच लाक्षणिक अर्थाने घ्यायच्या.

और भी गम है जमाने में
मुहब्बत के सिवा
— हा व्यवहारवाद शेवटी महत्त्वाचा.
तुम अगर मुझको
न चाहो तो कोई बात नहीं
तुम किसी और को चाहोगी
तो मुश्किल होगी...

ही साहिरची शायरी, मुकेशच्या स्वरात निशाणा हुकलेल्या हजारो प्रेमिकांची कैफियत बनून गेल्येय! राज कपूरची ही 'दिल ही तो है'मधली कैफियत लाजबाब होती.

तुम मुझे भूल भी जाओ
तो ये हक है तुमको
मेरी बात और हैऽऽ
मैने तो मुहब्बत की है.

ही 'गर्लफ्रेंड' मधली वहिदा रहमानची सुधा मल्होत्रांच्या स्वरातली विलापिका, समझदार प्रेयसीचा संयमित आविष्कार वाटते ना? 'रोझ डे'च्या दिवशी अर्थात या गुलाबपुष्पांच्या देवघेवीतून कदाचित एखादी सुफळ संपूर्ण प्रेमकहाणी जन्माला येईलही.

शायद मेरी शादी का खयाल
दिल में आया है
इसीलिये मम्मीने मेरी
तुम्हे चाय पे बुलाया है

हे प्रेयसीने केलेलं 'सौतन'मधलं मिश्कील आवाहन एखाद्या नशिबवान प्रियकराच्या वाट्याला येईलही; फक्त तेवढा पेशन्स हवा!!

◆◆◆

पैसा ये पैसा ऽऽ

फेब्रुवारी महिना बजेटचा... म्हणजे आपला केंद्रीय अर्थसंकल्प हो! रुपया असा मिळणार आणि असा खर्च होणार ...वगैरे.

आम आदमी मात्र 'आमदनी अठन्नी-खर्चा रुपय्या' या पेचामध्ये कायमचा अडकलेला. त्यातून त्याची सुटका नाहीच. पण चित्रपटवाल्यांनी मात्र कधी गाण्यातून, कधी संवादातून नेहमीच सर्वसामान्यांच्या दु:खावर फुंकर घातलीय.

तेरी झूम हर कही
तुझसा यार कोई नहीं
हमको तो प्यारे तू
सबसे प्यारा ऽऽ

म्हणत 'काला बाजार' चित्रपटात देव आनंद आणि रशीद खान रुपयाची महती गातात. 'दुनिया की गाडी का पहिया, तू चोर तूही सिपहिया, रातोंका राजा रुपैया' या शैलेन्द्रच्या शायरीत आपण गुंतून जातो.

पैसा सारं काही देतो, म्हणून तर तो हातात कधी येतो, त्याची प्रत्येक माणूस वाट बघतो.

खुष है जमाना
आज पहली तारीख है

हे किशोरकुमारने गायलेलं 'पहली तारीख' चित्रपटातलं गीत हेच सांगतं. संगीतकार होते आपले बाबूजी, म्हणजे सुधीर फडके!

पैसा ये पैसा नहीं कोई ऐसा
के हो मुसीबत, न हो मुसीबत

ही 'कर्ज' चित्रपटामधली ऋषी कपूरची कैफियत रुपयाच्या भव्य प्रतिकृतीभोवती नाचत पुढ्यात आली. पैसा हे आज प्रतिष्ठेचं लक्षण आहे. म्हणून तर 'दीवार' चित्रपटातला अमिताभ बच्चन

'मेरे पास बंगला है, गाडी है, बँक बॅलन्स है... तुम्हारे पास क्या है?' असा उन्मत्त सवाल विचारू शकतो अन् टाळ्याही घेतो.

'लाखाची गोष्ट'मधला नायक (राजा परांजपे) स्वप्नामध्ये पैशांचा पाऊस बघतो; तर 'दस लाख'मधली दुर्दैवाने भीक मागावी लागणारी अदाकारा 'तुम एक पैसा दे दो, वो दस लाख देगा' अशी याचना करते.

'काहे पैसेसे इतना गुरूर करे है' हा 'लावारिस' अमिताभला पडलेला सवाल आजही अनुत्तरित राहिलाय.

'आहे रे' आणि 'नाही रे' यांच्यामधली दरी आज वाढतच चाललेली दिसते. पैसा ही दरी दूर करू शकेल.

'द होल थिंग इज दॅट सबसे बडा रुपैया' असं मेहमूद ओरडून सांगून गेलाय.

'जिसके पास पैसा है, वो सिप्पी क्या हिप्पी भी बन सकता है' ही त्याच मेहमूदने ज्येष्ठ निर्माते जी. पी. सिप्पी यांच्यावर केलेली कॉमेन्ट खूप काही सांगून जाते.

आज महागाई वाढल्येय, हे तर खरंच. म्हणूनच 'इक पैसा दे रे बाबू' असं गाणारा भिकारी आज दिसत नाही. त्याऐवजी 'दोन रुप्ये दोन रुप्ये दे गं मला खर्चाला पानसुपारीला' अशी मागणी फिल्मी गाण्यांतून होताना दिसते.

'पाँच रुपैया बारा आना' मागणारा 'चलती का नाम गाडी'मधला किशोरकुमार, भावाच्या धाकामुळे स्वप्नातसुद्धा वसुलीच्या मागे लागलेला आपण पाहिला.

चौसष्ट पैशांचा जुना रुपया १९५७ मध्ये शंभर नव्या पैशांचा झाला, तर 'मधुमती'मधल्या गाण्यात लगेच 'नये पैसेको लेकर आया है नया साल' असा त्याचा संदर्भ शायर शैलेन्द्रनी केला. भरत व्यास मात्र 'नवरंग'मध्ये 'धंदे की कुछ बात करो कुछ पैसे जोडो' असा शहाजोग पण अनमोल सल्ला देतात; तो अमलात आणू या आपण!!

◆◆◆

सचिन देव बर्मन - राजघराण्यात जन्म झालेला संगीतकार

सचिन देव बर्मन हा माणूस थोर संगीतकार होऊन गेला, हे तर अख्खं जग जाणतं! स्वत: गात, अनेकांकडून आपल्या धून गाऊन घेत सचिनदा अमर झाले. अजरामर झाले.

सन १९१० चा १ ऑक्टोबर ही त्यांची जन्मतिथी. त्यांचे स्मरण हिंदी चित्रपट संगीतप्रेमींनी करणं अतिशय पुण्यकर्म ठरतं!

पूर्व बंगालमधल्या कोमिल्ला या छोट्या गावात जन्माला आलेले सचिनदा आधी थोरल्या बंधूंकडे, नंतर के. सी. डे, उस्ताद अल्लाउद्दीन खाँ यांच्याकडे संगीत शिकले. बंगाली लोकगीतात रमले. या काळात अनेक वाद्ये त्यांनी आत्मसात केली. त्रिपुरा संस्थानचे ते राजपुत्र, हे पुष्कळांना ठाऊक नसेल.

आधी बंगाली चित्रपट नि नाटके यांना संगीत देतानाच संगीतविषयक मासिकांतून त्यांचे लेखही प्रसिद्ध होऊ लागले. बी. ए.पर्यंत शिक्षण घेताना महाविद्यालयीन जीवनात टेनिस फुटबॉल आणि बॅडमिंटन या खेळात त्यांनी प्रावीण्य मिळवले.

शिकारी (१९४५) ते मिली (१९७५) ही त्यांनी संगीतकार म्हणून केलेली कामगिरी केवळ अभूतपूर्व होती. पण त्यांना खरी प्रसिद्धी लाभली ती 'नवकेतन' या संस्थेच्या बाजी (१९५०), नौ दो ग्यारह (१९५७), टॅक्सी ड्रायव्हर (१९५६), काला पानी (१९५८), काला बाजार (१९६०), तेरे घरके सामने (१९६४), गाईड (१९६५), ज्युवेल थीफ (१९६८) या देव आनंद अभिनित चित्रपटांतून.

'गीता दत्त' (ये कौन आया, बाबूजी धीरे चलना), लता मंगेशकर (ए मेरी जिंदगी, ये तनहाई हाये, रुलाके गया मेरा सपना), आशा भोसले (जाने जिगर हाय हाय, नजर लागी राजा तोरे बंगले पर) या पार्श्वगायिकांसाठी विविध धून बांधताना सचिनदांची प्रतिभा फुलत गेली.

पेइंग गेस्ट आणि मुनिमजी (फिल्मीस्तान), देवदास

आणि बंदिनी (बिमल रॉय), बंबई का बाबू आणि जिद्दी अशी त्यांच्या यशस्वी चित्रपटांची यादी वाढतच गेली. 'आराधना', 'अमर प्रेम' आणि 'अभिमान', 'मिली' या राजेश खन्ना आणि अमिताभ बच्चनसारख्या नव्या पिढीतल्या सुपर स्टार्ससाठीपण सचिन देव बर्मन यांची प्रतिभा करिश्मा दाखवून गेली. हम बेखुदी मे तुम, खोया खोया चाँद, तू कहाँ ये बता, अकेला हूँ मै, दिन ढल जाये रात न जाय (महंमद रफी), चल री सजनी अब क्या सोचे, ओ जानेवाले हो सके तो लौट आना (मुकेश), जाये तो जाये कहाँ, जलते है जिसके लिये, मितवाँ (तलत मेहमूद), ये रात ये चाँदनी फिर कहाँ, ना तुम हमे जानो, है अपना दिल तो आवारा (हेमंतकुमार), जीवन के सफर मे राही, दो निगाहे मस्ताना, इक लडकी भीगी भागी सी, खिलते है गुल यहाँ (किशोरकुमार), पूछो न कैसे मैने रैन बितायी, प्यारकी आगमें तन बदन जल गया, तेरे नैना तलाश करे (मन्ना डे) ही सचिनदांची सुरेल मैफल अविस्मरणीय.

सचिनदांचा स्वत:चा स्वरही असाच उदात्त, गंभीर नि बुलंद होता. सफल होगी तेरी आराधना, तुम्ही मेरे बंधू रे तुम्ही मेरे मितवाँ, वहाँ कौन है तेरा मुसाफिर ही त्यांनी गायलेली गाणी त्यांची जणू 'सिग्नेचर ट्यून' बनून गेली. ही गाणी ऐकताना ती बर्मनदांची, हे सांगायची गरज उरत नाही.

हा अवलिया संगीतकार रेकॉर्डिंगच्या दिवशी गायकांना फोन करून त्याच्याकडून कुठले गाणे गाऊन घ्यायचे, ते ठरवत असे. खूश झाले तर गायकाला दहा रुपयांची नोट देत आणि वादकांना पान खिलवत असत.

आन मिलो आन मिलो श्याम साँवरे, आज सजन मोहे अंग लगा लो जनम सफल हो जाये, ना मै धन चाहूँ अशी भक्तिरसात भिजलेली गाणी असोत की रात अकेली है, मेघा छाये आधी रात ही शृंगाररसात बुडालेली गीते; सचिनदांची धून ऐकणाऱ्याला त्या भावनेत चिंब भिजवायची.

जयदेव आणि पुत्र राहुल देव बर्मन यांनी सचिनदांचं घराणं पुढे चालवलं.

मनमोर हुवा मतवाला आणि नैन दिवानी इक नही माने (सुरैया), सैंय दिलमें आना रे छम छमा छम छम आणि शरमाये काहे घबराये काहे (शमशाद बेगम), वो न आयेंगे पलट कर (मुबारक बेगम) ही सचिनदांची निर्मिती आनंददायी ठरली.ऐ मैने कसम ली, जीवन की बगियाँ महेकेगी, दीवाना मस्ताना हुवा दिल अशी त्यांनी संगीतबद्ध केलेली युगुलगीते तर तरुणाईने ओठांवर खेळवली. बासरी, माऊथ ऑर्गन आणि तबला एवढी मोजकी वाद्ये त्यांना स्वरांशी क्रीडा करायला पुरत असत. 'टॅक्सी ड्रायव्हर' आणि 'अभिमान' या त्यांच्या चित्रपटांना फिल्मफेअर अॅवॉर्ड लाभले.

◆◆◆

हँसता हुआ नूरानी चेहरा ८८

बघता-बघता जमाना किती बदललाय! आमच्या जुन्या पिढीला हँसता हुआ नूरानी चेहरा आवडायचा अन् बघायला पण मिळायचा. आज माणसं परस्परांना रस्त्यात ओळखसुद्धा देत नाहीत. मग हसणं तर दूरच. सगळीच माणसं फक्त व्यायाम म्हणून हास्य क्लबमध्ये जाऊन हसतात, तेवढीच. सगळ्या तरुण मुली सध्या अख्खा चेहरा झाकून गाड्या चालवतात. फक्त डोळ्यांच्या फटी उघड्या ठेवतात. 'बहुत बेइन्साफी है ये', असं कुणालाच कसं वाटत नाही? जाऊ द्या.

'हँसता हुआ नूरानी चेहरा' हे फडकतं युगुलगीत 'पारसमणी' चित्रपटातलं लतादीदी अन् कमल बारोटनी गायलेलं. दीदी काही वेळा चित्रपटगीत गाता-गाता सुरेल हसून गेल्या आहेत. आठवा 'गॅम्बलर' हा चित्रपट चुडी नहीं है ये मेरा दिल है' हे द्वंद्वगीत संपतानाचं दीदींचं हास्य केवढं रोमँटिक!

त्याआधी 'छोटी बहन'मध्ये सुबीर सेनसह 'मै रंगीला प्यार का राही' या गाण्यात लतादीदी मुक्त हास्याची उधळण करून गेल्या.

पुनश्च 'प्रेमरोग' चित्रपटात पद्मिनी कोल्हापुरेसाठी दीदी, निर्मळ हास्याचा निर्झर घेऊन आल्या, मग आशा भोसले कशा मागे राहणार?

'ये है रेशमी जुल्फोंका अंधेरा' या गाण्यात त्यांच्या मादक हास्याने मुमताजची अदा काळजाला भिडली. तरीसुद्धा गाण्यातून जो रोमँटिक अंदाज व्यक्त झाला तो मुमताजला मुद्राभिनयातून नाही दाखवता आला, हे जाणवलं!

'सरगम' या जुन्या चित्रपटात 'मोंबासा' गाण्यामधून लता आणि सी. रामचंद्र यांनी मिश्कील हसवणूक देत मनोरंजन केले.

कुंदनलाल सैगलने 'इक राजे का बेटा ले कर उडनेवाला

घोडा' या प्रेसिडेंट चित्रपटातल्या गीताच्या शेवटी जे परिपक्व हास्य प्रकट केलं, त्यातून आजोबांच्या स्वरामधलं ममत्व जाणवतं.

हाच सैगल 'दुख के दिन अब बीतत नाही' या गाण्यात दर्द अनावर होऊन हसत सुटतो. विषादपूर्ण हास्याचा हा अंदाज म्हणजे उद्ध्वस्त माणसाची कैफियत.

आपले बाबूजी म्हणजे सुधीर फडके हे सैगलचे जिंदादिल चाहते. 'हा माझा मार्ग एकला' या चित्रपटातल्या शीर्षक गीतामध्ये त्यांनीपण हेच करुण विकल हास्य प्रकट करताना राजा परांजपे यांच्या अभिव्यक्तीला बळ दिलं!

'हसा मुलांनो हसा' असं रुपेरी पडद्यावर गीत गात सांगणारी सीमा काय किंवा 'गोरी जरा हँस दे तू, हँस दे जरा' म्हणत छोट्या मुलीला हसवणारा देव आनंद असू दे; शेवटी लहान बालकांच्या चेहऱ्यावरचं हास्य लाख मोलाचं आहेच.

दिलखुलास प्रसन्न हास्याचा शिडकावा केवढा छान मूड घेऊन येतो ते सांगायला नकोच. 'पप्पा सांगा कुणाचे' या गाण्यात अरुण सरनाईकचं हसणं आनंदाची उधळण घेऊन आलं. चित्रपट 'घरकुल'. संगीतकार सी. रामचंद्र.

'हसले आधी कुणी, तू का मी' हा 'मोलकरीण' चित्रपटातला सीमा आणि रमेश देवला पडलेला सवाल अनुत्तरितच राह्यला. हे गाणं चक्क तलत मेहमूदने गायलंय!

'मी मनात हसता प्रीत हसे' ही आशा भोसलेच्या स्वरातली प्रेमात पडलेल्या अनाम प्रियतमेची कैफियत गोड गुपित सांगणारी!

रोते हुए आते है सब
हँसता हुआ जो जायेगा
वो मुकद्दर का सिकंदर
जानेमन कहलायेगा

— हा अमिताभ बच्चनचा 'मुकद्दर का सिकंदर'मधला सल्ला आपण ऐकायचा आणि मुक्तपणे हसून आनंद उधळायचा.

◆◆◆

जय जय शिव शंकर ऽऽ

शिव म्हणजे पावित्र्याचे, शुचितेचे प्रतीक. भोलेनाथ म्हणूनही शिवाला ओळखतात. रावणासारख्या राक्षसालाही तो त्याच्या भक्तीमुळे प्रसन्न झालाय.

हिंदी चित्रपटसृष्टीलासुद्धा भगवान शंकरांचा वरदहस्त लाभलेला आहेच! एवढेच कशाला, चित्रपटसृष्टीमधल्या नायकाचे पडद्यावरचे नावसुद्धा शंकर असायचे.

'नया दौर' आठवतो? वर्ष होतं १९५७. दिलीपकुमार इथे 'शंकर' तर अजित 'कृष्णा'. 'दाग', 'इन्सानियत'मध्ये दिलीपकुमार शंकर याच नावाने ओळखला गेलाय.

पौराणिक चित्रपटांनी हिंदीत अनेक वर्षे शंकराला पुजले आहे. कपूर कुटुंबीयांपैकी त्रिलोक कपूरने अनेकदा भगवान शंकराची भूमिका निभावली आहे.

मग भगवान शिवाला उद्देशून सादर केलेली गीते लोकप्रिय झाली, यात नवल ते काय?

'इन्साफ का मंदिर है, ये भगवान का घर है' हे 'अमर'-मधलं नौशादनी संगीतबद्ध केलेलं गीत असो अथवा 'आना है तो आ' हे 'नया दौर'मधलं ओ. पी. नय्यरचं गाणं असो; मंदिर अर्थातच शिवाचं! दोन्ही गीते गायली महंमद रफीने.

सन १९६० मध्ये भालचंद्र पेंढारकर यांच्या 'ललित-कलादर्श' या संस्थेने 'पंडितराज जगन्नाथ' हे नाटक रंगभूमीवर आणले. त्यातलं 'जय गंगे भागीरथी' हे शिवस्तुतीपर नाट्यगीत प्रसाद सावकार यांनी अजरामर केलं. कलावती रागातली ही धून दिली होती कै. वसंत देसाई यांनी!

'मंदारमाला' नाटकातली पं. राम मराठे यांनी गायलेली दोन गीते इथे चट्कन स्मरतात. 'तारील हा तुज गिरिजाशंकर' आणि 'जय शंकरा गंगाधरा' ही गाणी त्या काळी सर्वतोमुखी झाली.

‘सोहम् हर डमरू बाजे’ हे भगवान शंकरांचे रौद्र स्वरूप प्रकट करणारे आणखी एक गीत.

मग मराठी चित्रपट तरी कसे मागे राहणार? ‘उठ शंकरा, सोड समाधी’ (पडछाया) हे रेखा डावजेकर यांचं गाणं काही काळ हवा उठवून गेलं. ‘अपर्णा तप करीते काननी’ ह्या लता मंगेशकरांनी चिरंजीव केलेल्या गीतामधली ‘भस्म विलेपित’ मूर्ती लगेच डोळ्यांपुढे येते.

‘तुमसा नहीं देखा’ चित्रपटामध्ये बी. एम. व्यासच्या हरवलेल्या मुलाचे नाव शंकर आहे. मुलगा परत येईल, या आशेने वृत्तपत्रात तो जाहिरात देतो. इस्टेट मॅनेजर म्हणून येणाऱ्या उमेदवाराचे नाव शंकर असावे, अशी तो अट घालतो. त्यावर रामावतार या नटाची कॉमेंट— ‘अच्छा, तो इन्हे इस्टेट मॅनेजरकी नही, शंकरोंकी जरूरत है.’ इथे पिटात हास्याचा स्फोट होई. सुज्ञ प्रेक्षक कपाळावर हात मारून घेत.

शिवशक्तींचा अटीतटीचा
खेळ चालला भुवनपटी

हे भालचंद्र पेंढारकरांचे ‘जय जय गौरीशंकर’मधले गीत शिवाचे सामर्थ्य प्रकट करणारे.

राज कपूरच्या आर. के. बॅनरच्या प्रत्येक चित्रपटाची सुरुवात शिवपूजेनं झाल्येय. ही पूजा करायचे स्वत: पृथ्वीराज कपूर!

अशीच दैनंदिन शिवपूजा करून परत जाताना टी. सीरीज या कॅसेट कंपनीचे सर्वेसर्वा गुलशनकुमार यांची मारेकऱ्यांनी निर्घृण हत्या केली, हे दुर्दैव!

महाशिवरात्र हा शिवाच्या उपासनेचा दिवस. त्याची सांगता उत्सवातून होते. भाविक हा उत्सव वेगळ्या पद्धतीने साजरा करतात. भांगेची नशा या उत्सवाच्या आनंदात भर घालते. हाच उत्सव ‘आप की कसम’ या चित्रपटातल्या गाण्यात प्रकट झालाय.

‘जय जय शिव शंकर काटा लागे ना कंकर’ या गाण्याची धून, ही भांगेची नशा घेऊन आल्येय. राजेश खन्ना-मुमताज जोडीची अदा आणि किशोरकुमार-लतादीदींचा स्वरविलास अफलातून आणि अविस्मरणीय!

◆◆◆

महेंद्र कपूर- बुलंद सूरका मालिक

दि. २७ सप्टेंबर २००८ रोजी झालेलं महेंद्र कपूरचं निधन, हा चित्रपटसंगीतवेड्यांच्या दृष्टीने मोठाच धक्का. मुळात हा माणूस पंजाबी. बालपण अमृतसरमध्ये गेलेलं! मातृभाषा पंजाबी. सभोवती भांगडा नि हीर या लोकसंगीताचे सूर फेर धरत असताना महेंद्र कपूर मात्र महंमद रफी या गुणी गायकाला गुरू मानून जणू एकलव्यासारखी हिंदी चित्रपटगीते ऐकून गात राहिला.

सन १९५७ मध्ये 'मेट्रो-मर्फी' या संगीत स्पर्धेतून महेंद्र कपूर हा हिरा संगीतकारांना गवसला. सोनी-महिवालमधलं 'रात गजब की आयी' हे गीत नौशादनी त्याच्याकडून गाऊन घेतलं आणि महेंद्र कपूरची वाटचाल मार्गी लागली.

मग सी. रामचंद्र यांनी त्याचा स्वर पारखून 'आधा है चंद्रमा रात आधी' (नवरंग) हे द्वंद्वगीत आशा भोसलेसमवेत तो गायला.

त्याचे खरे पाठीराखे मात्र बी. आर. चोप्रा. 'धूल का फूल', 'धर्मपुत्र'मधून महेंद्र कपूरला संधी देत, त्यांनी त्याचा सूर लोकांपर्यंत थेट पोहोचवला. 'तेरे प्यारका आसरा चाहता हूँ', 'धडकने लगी दिलके तारोंकी दुनिया' आणि 'झुकती घटा गाती हवा सपने जो गाये,' ही लता आणि आशाबरोबरची त्याची द्वंद्वगीते भावोत्कट गोडव्यात भिजून आली अन् मोठाच श्रवणानंद देऊन गेली.

महेंद्र कपूरच्या नावावर १९६०चं दशक लिहिलं गेलं. कौन हो तुम कौन हो (स्त्री), दिल लगा कर हम ये समझे (जिंदगी और मौत) ही सी. रामचंद्र यांनी संगीतबद्ध केलेली गाणी तुफान लोकप्रिय झाली.

'सिकंदरने पौरस से की थी लडाई' (अनपढ)मध्ये मदन मोहननी विनोदाची डूब देत बांधलेले सूर महेंद्र कपूरच्या गळ्यातून खुलले. पडद्यावर मोहन चोटी होता. खो गया है मेरा प्यार

(हरियाली और रास्ता) हे नावाड्याच्या तोंडी आलेलं गीत तरल, गंभीर वातावरणनिर्मिती करून गेलं.

'मेरे देशकी धरती सोना उगले उगले हीरे मोती' हे 'उपकार' मधलं बुलंद गीत १९६७ मध्ये मनोजकुमारच्या 'भारत' या व्यक्तिरेखेला अढळपद देऊन गेलं.

पण त्याआधी 'गुमराह'मधून साहिरची प्रतिभावंत यादगार शायरी गात महेंद्र कपूरने चमत्कार घडवला. रवीचं संगीत लोकप्रियतेचा कळस गाठत असताना महेंद्र कपूरचा बुलंद स्वर सर्वदूर दुमदुमला. दि. ९ जानेवारी १९६४ रोजी अमृतसरमध्ये जन्माला आलेला महेन्द्र १९६४ सालात म्हणजे वयाच्या तिसाव्या वर्षी मुंबईत 'गुमराह'मुळे स्थिरावला. 'चलो इक बार फिरसे अजनबी बन जाये, हम दोनों', 'आप आये तो खयाले', 'ये हवा ये फिजा' या त्याच्या गाण्यांनी धुमाकूळ घातला सगळीकडे! दिन है बहार के (वक्त) नीले गगन के तले (हमराज), ठंडे ठंडे पानीसे नहाना चाहिये (पती, पत्नी और वो) याद्वारे बी. आर. चोप्रांच्या सर्वच चित्रपटांत तो गात राहिला.

रामचंद्र कह गये (गोपी), ओम जय जगदीश हरे (पूरब और पश्चिम) या भक्तिगीतांमध्ये तो रमला. बदल जाये अगर माली (बहारे फिर भी आयेगी), अंधेरे में जो बैठे हो (संबंध) ही ओ. पी. नय्यरची गाणी गात महेंद्र कपूर आणखी झेपावला.

मराठी चित्रपटगीते नि भावगीते गात त्याने मोठे योगदान दिले. सूर तेचि छेडिता (अपराध), हे चिंचेचे झाड दिसे मज चिनार वृक्षापरी (मधुचंद्र) अबोल झालीस का साजणी, वाट संपता संपेना ही गाणी त्याची परिपक्वता सिद्ध करतात.

जवानांसाठी स्टेज शो करत त्याने सामाजिक बांधिलकी जपली. चलो इक बार (गुमराह), नीले गगनके तले (हमराज) या गाण्यांसाठी त्याला फिल्मफेअर ॲवॉर्ड लाभले.

दादा कोंडके यांना प्लेबॅक देत त्याने अख्खा महाराष्ट्र जणू घुसळून काढला. अंजनीच्या सुता तुला रामाचं वरदान आणि गंगू तारुण्य तुझं बेफाम, ही गीतं महेंद्र कपूरच्या बुलंद स्वरांची ओळख देत आजही सर्वत्र गुंजतात. महेंद्र कपूरच्या स्वरांना अमरत्व प्राप्त झालंय, हेच खरं!

◆◆◆

साला मै तो साहब बन गया ऽऽ

आपल्या देशात साहेबाचा रुबाब काही न्याराच. इंग्रजांनी आपल्यावर दीडशे वर्षे राज्य केलं. म्हणून की काय, साहेबाला सलाम करण्याची वृत्ती भारतीय माणसात बळावली असणार! म्हणूनच इथे प्रत्येकालाच साहेब बनायचं असतं. पण काही माणसं साहेबाच्या बाह्यरंगावरच भाळतात. म्हणजे त्याचे गुण अंगी बाणवण्याऐवजी सूट-बूट-टाय या बाह्य रूपाचेच अनुकरण होताना दिसते!

'काले साहब का टोपा नाचे गोरी मेमका साया' हे मजरूह सुलतानपुरीने केलेलं विडंबन 'अंदाज'मध्ये लतादीदींच्या स्वरात आपण ऐकलं! तर, 'मधुमती' चित्रपटात जॉनी वॉकर स्वत:ची वेगळीच खासियत पेश करतो.

'किसी को सूट बूट कोट का नशा है यारों हमे तो नवटाक का नशा है' ही 'जंगल मे मोर नाचा' गीतामधली अनोखी बात!

अर्थात पेशवाईमध्येपण श्रीमंत आणि छत्रपती ही बिरुदे होतीच; पण ती आपल्या संस्कृतीत रुजलेली आणि आदराने उच्चारली जात. पण साहेब हे विशेषण मात्र स्वतंत्र भारतात वरिष्ठ पदावर असलेल्या प्रत्येक व्यक्तीला चिकटलं, त्याला कोण काय करणार?

हिंदी चित्रपटसृष्टीपण त्याला अपवाद नाहीच! राजसाब, दिलीपसाब आणि देवसाब अशा अनेक मॅटिनी आयडॉलच्या नावापुढे 'साब' ही पदवी चिकटलीच.

'भाभी' चित्रपटामध्ये नंदा आपल्या प्रेमिकाला अन् छोट्या भावाला टर उडवत थेट खिजवते ती याच अनुकरणशील वृत्तीची टिंगल करण्यासाठी..

टाई लगा के माना बन गये
जनाब हीरो

रही लिखाई और पढाई मे तो झीरो झीरो

ही राजेंद्रकृष्ण यांची शायरी लतादीदींच्या खेळकर स्वरांनी नटून-थटून आली.

पाश्चिमात्यांचे अंधानुकरण करण्याच्या वृत्तीवर कोरडे ओढताना 'लव्ह मॅरेज' चित्रपटात शैलेन्द्रची शायरी कशी फुलून येते बघा.

टीनका नश्तर पीट पीट कर
गला फाड कर चिल्लाना
यार मेरे तू बुरा मान
ये गाना है न बजाना है

ही रफीच्या स्वरातली आर्त विनवणी मग अजरामर झाली.

नेमके याच गोष्टीचे झकास विडंबन 'बॉबी' चित्रपटात जॅक ब्रॅगान्झाच्या भूमिकेत शिरून प्रेमनाथ करताना दिसला. त्याचा जुनाट थ्री पीस सूट प्राणला भेटायला जाताना खूप हास्याचे मळे पिकवून गेला. पण तो पडला गोवॅनीज... त्यामुळे गाण्यामध्ये तो साहेब बनूनच पुढे आला.

घे घे घे घे रे सायबा
प्यार मे सौदा नहीं

ही नशिली सुरावट काही औरच होती.

नंतरच्या काळात अमिताभ बच्चनने थ्री पीस सूट लोकप्रिय करून दाखवला. अशोककुमार, राजकुमार यांनाही हा ड्रेस शोभून दिसे. ऐतिहासिक आणि मुस्लिम सोशल चित्रपटातून साहेब-ए-आलम, बेगमसाहिबा असे उल्लेख सर्रास आल्याचे जाणवते.

देव आनंदचे व्यक्तिमत्त्व या साहेबी सुटाबुटात जितकं विरघळून गेलं तितकं अन्य कुणाचं नाही, हेही तितकंच खरं! 'फलसफा प्यार का तुम क्या जानो' (दुनिया) आणि 'सुन ले तू दिल की जुबाँ' (तेरे घरके सामने) ही रफीची गीते गाताना त्याचे सॉफिस्टिकेशन भुरळ घालून गेले. पण तरीही 'साला मै तो साब बन गया' हा 'बैराग' मधला दिलीपकुमारचा औपचारिक हंगामाच हिट झालाय!

◆◆◆

विविधतेमध्ये एकता हा भारताचा स्थायिभाव. विविध धर्म, जाती, पंथ, भाषा असूनही आपण एक राष्ट्र- एक देश आहोत.

साहजिकच सारे भारतीय भिन्न धर्मीयांच्या सण, उत्सव नि परंपरांत आपुलकीने मिसळून जातात. गणपती उत्सवाच्या जल्लोषात मुस्लिमांचा सहभाग असतो, तर मोहरमच्या ताबुतांच्या मिरवणुकीत हिंदूंचा उत्साह उतू जाताना दिसतो.

सन २००८ मध्ये तर ईद. होळी आणि गुड फ्रायडे हातात हात घालून आपल्या भेटीला आले. हिंदी चित्रपटांमधून हे सारे सण गाण्यांच्या मस्तीत, नृत्याच्या साथीत साजरे झालेत.

मुझे मिल गया बहाना तेरी दीदका
कैसी खुशी ले के आया चाँद ईदका

म्हणत 'बरसात की रात'ची प्रेमिका श्यामा आपली कैफियत व्यक्त करते. स्वर अर्थातच लतादीदींचा! 'चौदहवी का चाँद हो-या आफताब हो' ही शकील बदायुनीची शायरी वहिदा रहमानच्या रूपसौंदर्याच्या गुणगानात बुडून गेली. महंमद रफीच्या स्वरांची ही बुलंदी!

चर्चमधला घंटानाद उदात्त भक्तिभावाचे प्रतीक. मन्ना डेच्या स्वरात आलेल्या 'तू प्यारका सागर है' या 'सीमा'मधल्या गाण्यात या चर्च बेल्स आपण ऐकल्या.

प्रेमिकांना सहवासाची लज्जत लुटण्यासाठी एकांत हवा. त्यासाठीच बहुधा 'देवता'चा हीरो संजीवकुमार, शबानाला उद्देशून 'चल बैठे चर्च के पीछे' असे म्हणत असणार!

पण चर्च, मंदिर, मस्जिद असो वा गुरुद्वारा अथवा सिनेगॉग; 'ईश्वर अल्ला, तेरो नाम' ही आपण स्वीकारलेली वैश्विक संस्कृती. म्हणून तर 'गुरुब्रह्म : गुरुर्विष्णू' हा संस्कृत श्लोक महंमद रफी आळवतो, तेव्हा त्याचं कौतुक होतं. 'मन

तडपत हरी दर्शन को आज' हे त्याचे 'बैजू बावरा'मधले सच्चे सूर डोळां पाणी आणतात. पाकिस्तानात जाऊन पं. जसराज 'मेरो अल्ला मेहरबान' ही चीज आळवतात, तेव्हा त्यांना मनापासून मानाचा मुजरा मिळतो.

होळी हा तर रंगांचा उत्सव. होळीच्या अग्नीसमवेत दुष्ट भावनांचा नाश व्हावा अन् मनातली किल्मिषे जळून खाक व्हावीत, यासाठीच हा सण. एखाद्याला अमजद खानचा 'होली कब है' हा 'शोले'मधला सवाल चट्कन आठवेलही. पण त्याच्या बुलंद अभिव्यक्तीला सलाम करण्यासाठी!

'होली के दिन दिल खिल जाते है
रंगों में रंग मिल जाते है-'

हा 'शोले'मधला रंगोत्सव लक्षात राहतो. तशीच त्यातली जया भादुरीची 'दो चुटकीवाली होली!'

'रंग बरसे भीगे चुनरवाली रंग बरसे' हा होळीच्या निमित्ताने भांगेच्या नशेत अमिताभने केलेला 'सिलसिला'मधला हंगामा अफाट होताच.

आज न छोडेंगे बस हमजोली
खेलेंगे हम होलीऽऽ

हा 'कटी पतंग'मधला किशोरकुमार-लता यांचा आविष्कार आक्रमक अंदाज आणि संयमित अदा यांचा मेळ घालून गेलाय.

होली आयी रे कन्हाई
सुना दे जरा बाँसुरी-

ही शमशाद बेगमची जीवघेणी अदा 'मदर इंडिया' चित्रपटात नौशादच्या धूनमध्ये भिजून आली. या सगळ्याचा क्लायमॅक्स, रंगाचा बेरंग म्हणजे होळीनंतर येणारी धुळवड!

पण होळी म्हणजे खरं सांगायचं तर वसंतोत्सव! आंब्याचा घमघमता मोहोर आणि कोकिळेचे कूजन यांचे हे उत्सवी, उत्साही क्षण!

◆◆◆

या दुनियेत कुणाचा प्रवास कुठून सुरू होईल आणि तो कुठे जाऊन पोहोचेल याचा अजिबात भरवसा देता येत नाही. बॉलिवुडचं जग तर अत्यंत बेभरवशाचं! या मायावी चित्रसृष्टीत चित्रगुप्त नावाचा एक सुशिक्षित माणूस शिरकाव करून घेतो, आधी देमार चित्रपट आणि पौराणिक चित्रपटांना संगीत देऊन पाऊल रोवतो आणि नंतर ए ग्रेड चित्रपटासाठी त्याला संधी मिळते— हे सारं अद्‌भूत नि अतर्क्यच!

दि. १६ नोव्हेंबर १९१७ रोजी बिहारमधल्या छप्रा येथे चित्रगुप्त जन्माला आले. 'भातखंडे कॉलेज ऑफ म्युझिक' या लखनौच्या संस्थेत त्यांनी संगीताचे शिक्षण घेतले. अर्थशास्त्र या विषयात एम. ए. केल्यानंतर ते मुंबईत आधी एस. एन. त्रिपाठी यांचे सहायक बनले. वर्ष होतं १९४५.

सुमारे ५० स्टंट आणि धार्मिक पिक्चर्सना संगीत देत चित्रगुप्त सी ग्रेड चित्रपटात रमले. लेडी रॉबिनहूड (१९४६) हा त्यांनी स्वतंत्रपणे संगीत दिलेला पहिला चित्रपट.

चित्रगुप्त यांचे वैशिष्ट्य म्हणजे, त्यांच्या धून सुरेल असत आणि त्यांत अपरंपार गोडवा भरलेला जाणवत असे. चट्‌कन लक्षात येतं की, त्यांनी संगीतबद्ध केलेली द्वंद्वगीते अफाट गाजली.

दो दिल धडक रहे है आवाज एक है, नगमे जुदा जुदा है मगर साज एक है हे तलत-आशाने गायलेलं 'इन्साफ' (१९५८) मधलं गीत नंतर चटकन आठवतं.

इक रात में दो दो चाँद खिले
इक घुँघट में इक बदलीमें

हे 'बरखा' (१९५९)मधलं मुकेश-लताचं द्वंद्वगीत लाजबाब.

पण चित्रगुप्तनी यशाचं शिखर गाठलं ते ए. व्ही. एम्.

च्या 'भाभी' या कौटुंबिक चित्रपटात! 'चल उड जा रे पंछी' मध्ये महंमद रफीच्या गाण्यांनं जी बुलंदी गाठली, ती अपार दर्द आणि सुरेल गोडवा घेऊन आली अन् प्रेक्षकांनी डोक्यावर घेतली. चली चली रे पतंग मेरी चली रे (रफी-लता), जवान हो या बुढियाँ (आशा), रसगुल्ला खा के माना बन गये जनाब हीरो आणि कारे कारे बादरा जा रे जा रे बादरा (लता) ही सर्वच गाणी मेलडी आणि चटपटीत ऱ्हिदम घेऊन तुफान लोकप्रियतेकडे झेपावली.

'भाभी'च्या प्रचंड यशानंतर चित्रगुप्त स्थिरावतील, असे वाटत होते. पण तसं घडलं मात्र नाही! बी ग्रेड चित्रपटांतून त्यांची सुटकाच होऊ शकली नाही. 'जबक' या देमार चित्रपटातील त्यांचे संगीत १९६१मध्ये गाजले. तेरी दुनियासे दूर चले हो के मजबूर हमे याद रखना (रफी-लता) आणि महलोंने छीन लिया बचपनका प्यार मेरा (लता-मुकेश) या द्वंद्वगीतांनी आकर्षून घेतले.

लता मंगेशकरच्या स्वरातली चित्रगुप्तची एक धून तर श्रोत्यांच्या अंत:करणात कायमचं स्थान मिळवून गेली आहे. 'तडपाओगे तडपाना, हम तडप तडप कर भी तुम्हारे गीत गायेंगे' हे 'बरखा' चित्रपटामधलं गीत गोडवा, भावनांची आंदोलने आणि ऑर्केस्ट्राचा जुळून आलेला मेळ यातून आजही अवर्णनीय आनंद देतं!

चित्रगुप्त यांच्या वाट्याला ए. व्ही. एम्. संस्थेचा आणखी एक चित्रपट आला. मीनाकुमारी आणि सुनील दत्त अभिनित 'मै चूप रहूँगी'मध्ये त्यांनी पुनश्च स्वत:ची प्रतिभा सिद्ध केली.

'चाँद जाने कहाँ खो गया' या लता-रफीच्या द्वंद्वगीतामध्ये बासरीचा समर्पक उपयोग आणि जलद लय यातून प्रेक्षकांना खिळवून ठेवलं.

कोई बता दे दिल है जहाँ
क्यूँ होता है दर्द वहाँ
तीर चला के ये तो न पूछो
दिल है कहाँ और दर्द कहाँ

या रोमँटिक युगुलगीताची नशा काही औरच होती. इथे ढोलक आणि तबला यांची जुगलबंदीच रंगलीय. अर्थातच यापलीकडे जाऊन चित्रगुप्तनी 'मै चूप रहूँगी'मध्ये लतादीदींच्या स्वरात 'तुम्ही हो माता पिता तुम्ही हो' हे गाणं देऊन मंत्रमुग्ध केलं. 'सखा' हा शब्द दीदींनी अशा लडिवाळ लाघवातून उच्चारलाय की, त्यासाठी हे गीत पुन: पुन्हा ऐकावे.

चित्रगुप्त हे संगीतकार म्हणून केवढे महान, ते कळण्यासाठी 'भाभी' आणि 'मै चूप रहूँगी' ही दोन नावे घेतली तरी पुरेत!

पण चित्रगुप्तनी आणखी एक गोड गोंधळ 'मै चूप रहूँगी'मध्ये घालून ठेवला आणि एक नवे पर्व सुरू केल्याचे श्रेय मिळवले.

अनेक गाण्यांचे विडंबन करणारी पॅरोडी देऊन 'मै चूप रहूँगी'मध्ये त्यांनी मनोरंजनाचे नवे दालन उघडले. 'चाहे कोई मुझे भूत कहे'पासून 'एहसान बडा होगा मुझ पर'पर्यंत अनेक गाण्यांचे हे सुरेख विडंबन अफाट लोकप्रिय झाले. मग १९८० च्या दशकात आपल्या लक्ष्मीकांत बेर्डेनं (धुमधडाका ते थरथराट) या पॅरोडी गीतांनी मराठी चित्रपटांत धमाल उडवून दिली.

चित्रगुप्तनी नंतर 'औलाद', 'मै शादी करने चला' अशा चित्रपटांना संगीत दिले. 'जोडी हमारी जमेगा कैसा जानी' (मन्ना डे) 'छेडो न मेरी जुल्फे' (किशोर-लता), जबसे हम तुम बहारोंमे (मुकेश-कमल बारोट) अशा काही धूनमुळे चित्रगुप्त लक्षात राहिले. पण टॉप स्टार्स आणि टॉप बॅनर्स मात्र त्यांना कधी लाभले नाहीत.

त्यातच तब्येतीने पण त्यांना साथ दिली नाही. मेलडीयुक्त संगीत देण्याची कुवत असलेला हा गुणी संगीतकार फार लवकर निर्मात्यांच्या विस्मरणात गेला. पण श्रोत्यांच्या अंत:करणात त्यांना कायमचं स्थान लाभलं आहे.

◆◆◆

आली गं बाई, पंचीम रंगाची ऽऽ

होळीमध्ये जशी एक मौजमस्तीची होड आहे, तशी रंगपंचमीला शृंगाराची जोड आहे!

अनंत माने दिग्दर्शित 'रंगपंचमी' चित्रपटात जयश्री गडकर बोर्डावर नाचत जे रंग उधळून गेली, ते इंद्रधनुष्यी होते!

'आली गं बाई पंचीम रंगाची'मधला आशा भोसले यांचा गावरान ठसका असा भारी की, जयश्रीबाईंना गाण्यातला शृंगार डोळ्यांतून नि ओठांच्या हालचालींतून व्यक्त करायला काहीच कष्ट पडले नसणार!

'रंग फेका रंग रे' हे विठ्ठल शिंदे यांच्या स्वरामधले कोरसगीत 'नाच नाचता विसरा भान' असं बजावत सणाचा, उत्सवाचा रंगीबेरंगी माहोल निर्माण करून गेलं. संगीतकार रामभाऊ कदम नि गीतकार अर्थातच ग. दि. माडगूळकर.

१९६० मध्ये 'कोहिनूर' चित्रपटातली रंगपंचमी 'ब्लॅक अँड व्हाईट'मध्ये असूनसुद्धा दिलीपकुमार आणि मीनाकुमारी यांच्या अव्वल नंबरी अदाकारीमुळे मनात ठसली.

तन रंग लो जी आज मन रंग लोऽऽ
खेलो उमंग भरे रंग प्यार के ले लोऽऽ

हा रंगोत्सव लता-रफीच्या मधुमधुर स्वरांनी उजळून टाकला. नौशादची धून अन् कोरसमधल्या गायक-गायिकांची एकतानता इथे बेहोष करते. शकील बदायुनी यांची शायरीपण रंगात भिजून आली.

आज नगरी में रंग है बहार है
पिचकारियों में रंगभरा प्यार है
इस रंगमें जीवन रंग लोऽऽ

ही शकीलची रोमहर्षक शब्दांची आतषबाजी!

कविवर्य सुरेश भट यांची मराठी गझल एक वेगळाच संदेश घेऊन आली.

रंगुनी रंगात तरीही रंग माझा वेगळा

हा शायरचा आत्मविश्वास मग आपल्यालाही उमेद देतो.

कवी नीरज यांची शब्दकळा मग आणखी वेगळी अदा घेऊन प्रकटली.

रंगीला रे ऽऽ तेरे रंगमे यूँ रंगा है मेरा मन ऽऽ

ना बुझे है किसी जलसे ये अगनऽऽ

ही वहिदा रहमानची उत्कट व्यथा अन् लतादीदींच्या आर्त-व्याकूळ स्वरांची मोहिनी 'प्रेमपुजारी' चित्रपटात सचिन देव बर्मन यांची धून घेऊन रमली.

मैने रंगली आज चुनरियाँ सजना तेरे रंगमें

ही मदनमोहन-लतादीदी यांची करामत स्वरांची कयामत घेऊन आली, असा भास होतो.

गोकुळात राधा आणि कृष्ण यांनी खेळलेली रंगपंचमी कधी भक्तिरसात भिजून आली, तर कधी मधुराभक्तीचं रूप घेऊन अवतरली.

राम रंगी रंगले मनऽऽ

आत्मरंगी रंगले

विश्वरंगी रंगलेऽऽ

या पंडित भीमसेनजींनी गायलेल्या तुलसीदास यांच्या अभंगरचनेचा मजा आणखीनच वेगळा.

आज गोकुळात रंग खेळतो हरी

राधिके जरा जपून जा तुझ्या घरी

ही सुरेश भटांनी दिलेली सावध हाक आशा भोसले यांच्या स्वरांनी चिरंजीव केली.

चटकन आठवते राज कपूरच्या आर. के. स्टुडिओमधली दर वर्षी साजरी होणारी रंगपंचमी. सितारादेवी, शंकर-जयकिशन, हसरत, शैलेन्द्र आणि 'आर. के.'चे कर्मचारी या रंगोत्सवात उत्साहाने भाग घेत. मग रणधीर, ऋषी यांनी त्यात आपला रंग मिसळला. राज कपूरच्या निधनानंतर ही परंपरा काही काळ सुभाष घईने सुरू ठेवली. एका वर्षी 'जलसा' या अमिताभ बच्चनच्या बंगल्यावर रंगात भिजण्याचा आनंद अनेकांनी लुटला. आता ही प्रथा जवळजवळ संपल्यातच जमा आहे. अपवाद फक्त शाहरुख आणि मराठी कलावंतांचा!

कुणाला रंगांची अपूर्वाई, कुणाला स्वरांची नवलाई. 'रंग दे रंग दे' या 'चाँदनी बार' चित्रपटातल्या आशा भोसले यांच्या स्वरांसह तब्बू ही अभिनेत्री काय बेभान होत नाचली, ते आठवत तरुणाईने जल्लोष करावा, हे बरं!

◆◆◆

रेलगाडी ऽऽ रेलगाडी ऽऽ गाडी बुला रही है ऽऽ

परीक्षांचा मोसम संपतोय या आठवड्यात, मग प्रवासाला जायचे बेत आधीपासून ठरलेले असणार अनेकांचे.

गाडी बुला रही है
सिटी बजा रही हैऽऽ
देखो वो आ रही है
देखो वो जा रही है ऽऽ

ही किशोरकुमारची 'दोस्त' चित्रपटातली पुकार घ्या मनावर आणि सुटा सफरीवर!

रुपेरी पडद्यावर तर भारतीय रेल्वेने केवढा तरी धुमाकूळ घातलाय आजवर.

'काला बाजार' चित्रपटात नायिका (वहिदा रेहमान) उटकमंडला निघाल्येय, हे कळताक्षणी हीरो देव आनंद त्याच गाडीत तिच्याच डब्यातून प्रवास करतोय.

अपनी तो हर आह एक तुफान है
उपर वाला जान कर अंजान है

या ओळी गुणगुणताना देव खालच्या बर्थवर आणि वहिदा वरच्या बर्थवर. हुर हूर लागते ती तुम्हा-आम्हाला! रफीचे सूर शैलेन्द्रची शायरी आळवतात.

मुझे अपना यार बना लो
फिर हो जाऊ संसार का

अशी बेफिकिरी दाखवत शम्मी कपूर रेल्वे डब्याच्या टपावर नाचताना 'बॉय फ्रेंड' या चित्रपटात दिसला.

'चल छैंया छैंया छैंया छैंया'मध्ये तर शाहरुख खानसह शंभराहून अधिक ज्युनिअर आर्टिस्ट रेल्वे डब्याच्या माथ्यावर थिरकताना दिसले. नंतर शाहरुखला पाठदुखी छळू लागली ते अलाहिदा! चित्रपट होता 'दिल से.'

अगदी लहानपणीसुद्धा मामाच्या गावाला जायचं ते झुक्

झुक् गाडीत बसून, हे आमच्या पिढीच्या मनावर बिंबवले ग. दि. माडगूळकरांनी. 'पळती झाडे पाहू या,' मामाच्या गावाला जाऊ या' ही आशा भोसले यांची आनंदयात्रा 'तू सुखी रहा' चित्रपटामधली. कोळशावर चालणारी इंजिने गेली. रेलगाडी विजेवर स्वार होऊन धावू लागली तरी आमच्या छोट्या दोस्तांच्या तोंडी अनेक वर्षे 'कोळसा मी खातो, गावाला जातो नव्या नव्या' याच ओळी रुळल्या; त्याला कोण काय करणार?

'जब प्यार किसी से होता है' चित्रपटात १९६१ मध्ये शीर्षक गीत रफीच्या स्वरात मस्तीत गाताना, रेल्वे डब्यातून उडी मारून रेल्वे लाइनला समांतर रस्त्यावरच्या मोटारच्या टपावर झेपावणारा देव आनंद सुपरमॅनपेक्षा थोर भासला.

'मेरे सपनोंकी रानी कब आयेगी तू' ही राजेश खन्नाची माऊथ ऑर्गनच्या सुरावटीसह रंगलेली खेळी रोमांचक होतीच. राजेश खन्ना इथे जीपमध्ये, शर्मिला टागोर रेल्वेच्या कंपार्टमेंटमध्ये; तरी ही छेडखानी क्या रंग लायी! उसका तो जवाब नहीं!!

'विधाता'मध्ये शम्मी कपूर आणि दिलीपकुमार इंजिन ड्रायव्हरच्या भूमिकेत रमलेत. गात-गात त्यांचे काम चालू. 'तारी सितम सितम तकदीर है क्या मै क्या जानू' ही त्यांची अदा अविस्मरणीय ठरली.

सांधे बदलत चालणारी रेलगाडी भन्नाट वेगाने धावताना 'आपकी कसम'-मध्ये किशोरचे सूर, आयुष्याचे धीर-गंभीर तत्वज्ञान सांगून गेले.

जिंदगी के सफर में
गुजर जाते है जो मकाम
वो फिर नहीं आते-

ही आनंद बक्षींची लोकविलक्षण शायरी लक्ष्मीकांत-प्यारेलालची अफलातून धून घेऊन आली अन् जादू करून गेली.

या सगळ्यांपेक्षा अशोककुमार ऊर्फ दादामुनी यांनी स्वत: गायलेलं 'आशीर्वाद' चित्रपटामधलं बडबडगीत 'रेलगाडीऽऽ पीछवाले स्टेशन बोले रुक रुक' हे जास्त भावलं.

'यप् ठणणण' ही त्यांची घंटा, तोंडाने वाजवलेली. पण आजही ते सूर चांगले स्मरतात.

◆◆◆

चैत्र मास - जत्रा आणि उरूस

चैत्र मास सुरू झाला की, आपल्या महाराष्ट्रामध्ये गावोगावी जत्रा आणि उरूस यांचा जल्लोष सुरू होतो. 'ही दुनिया हाय इक जत्रा,' हेच खरं! आधी गुढीपाडवा हा नववर्षदिन. पाठोपाठ रामनवमी आणि हनुमान जयंती हे भक्तिरसात नि भजन-कीर्तनात बुडून तल्लीन होण्याचे सोहळे.

जत्रेमध्ये ग्रामदेवतेचे पूजन महत्त्वाचे. देवळाभोवती दुकाने मांडून हर तऱ्हेचे विक्रेते वर्षभराची कमाई करून घेण्यात दंग असतात. छबिन्याची पालखी आणि मिरवणूक, त्यात उत्साहाने नाचणारी तरुण पोरं—हे सारं या चैत्राच्या सोबतीनं येतं.

'चैत्रा चैत्रा, लवकर ये' ही भोंडल्याच्या गाण्यामधली साद ऐकून तो ऋतुराज वसंत चैत्र मासाचं स्वागत करतो.

मग आठवते 'गीत रामायण' आणि ग. दि. माडगूळकरांची अपूर्व शब्दकळा.

चैत्र मास त्यात शुद्ध नवमी ही तिथी
गंधयुक्त तरीही वात उष्ण हे किती
दोन प्रहरी का गं शिरी सूर्य थांबला
राम जन्मला गं सखी राम जन्मलाऽऽ

हे 'गीत रामायणामधलं' गीत मुळात प्रमोदिनी जोशी-देसाई आणि मंदाकिनी पांडे यांनी गायलंय. त्यात कोरसमध्ये अनेक गायिकांचा सूर मिसळलाय.

स्वत: सुधीर फडके तर जाहीर कार्यक्रमातून हे गीत असे तल्लीन होऊन गात की, श्रोते हा रामजन्मसोहळा मनापासून अनुभवत.

ग. दि. माडगूळकरांची प्रतिभा अशी प्रज्ञावंत की शब्दांतून चित्र दृष्टीपुढे उभं करण्याची त्यांची किमया चकित करी.

'युवतींचा संघ एक गात चालला' किंवा 'बावरल्या आम्रशिरी मूक कोकिला' या साध्यासुध्या शब्दांतून चैत्राचं सारं

वैभव साक्षात समोर येई.

चैत्रामधल्या गावोगावच्या जत्रांमधून तमाशाचे फड हजेरी लावत. मग लावण्या नि नृत्याचा जल्लोष मंत्रमुग्ध करी.

'पाडाला पिकलाय आंबाऽऽ नीट बग'पासून 'हिरव्या पानांत आंबा झुलतोय गंऽऽ'पर्यंत शृंगाररसाचा खेळ तमाशाच्या वगातून आणि नृत्यगायनातून टोपीवाले, शेमलेवाले आणि पागोटंवाले अशा साऱ्यांना झुलवतो.

चैत्र महिना सुरू होईपर्यंत परीक्षांचा हंगामा संपून बाळगोपाळांच्या शाळांना सुट्ट्या लागतात.

पूर्वी मामाच्या गावाला म्हणजे आजोळी जायची पोराटोरांना घाई सुटायची; आता लांब पल्ल्याच्या प्रवासाची अपूर्वाई!

चैत्र मास म्हणजे अर्थातच हळदीकुंकवाचे दिवस. आंब्याची डाळ आणि कैरीचे पन्हे यांची जुगलबंदी रसनेला मोहात पाडणारी. या परंपरा आता हळूहळू लुप्त होत चाललेल्या दिसतात. त्याची खंतही कुणाला वाटत नाही. कारण तेवढा मोकळा वेळच कुणाकडे नाहीय!

रामनवमी आणि हनुमान जयंती छोट्या गावात आजही मोठ्या उत्साहाने साजरी होताना दिसते. शहरांत फक्त 'सिनियर सिटीझन' त्यात रमतात.

'दास रामाचा हनुमंत नाचे'सारखं सुधीर फडके यांचे गीत मग जुन्या स्मृती जागृत करतं.

सगळ्यांना सुट्ट्या म्हणून लाभणारे मुहूर्त नसले तरी काढीव मुहूर्तावर लग्नसमारंभ पण याच काळात दणक्यात साजरे होताना दिसतात.

'जा मुली शकुंतले सासरी ' (माणिक वर्मा), 'पिवळी पिवळी हळद लागली भरला हिरवा चुडा, वधू लाजरी झालीस तू गं सांगे तो चौघडा' या आपल्या संस्कृतीची जपणूक करणाऱ्या गाण्यांची मग आठवण होते.

'सासुऱ्यास चालली चालली शकुंतला' (सुवासिनी- सुधीर फडके) आणि 'दाटून कंठ येतो' (अष्टविनायक- वसंतराव देशपांडे) या पाठवणी गीतांचे स्मरण होते.

चैत्र महिना येईल आणि जाईल. आपण आपल्या संस्कृतीपासून दूर चाललो आहोत का, हीच खंत आहे.

◆◆◆

आलाप-तान-सरगम आणि लता

लता मंगेशकरना साक्षात 'सरस्वतीदेवी- संगीत की देवता' मानतात. संगीतकार असो की पार्श्वगायक-गायिका, त्यांच्यामधल्या देवदत्त गुणवत्तेचा कृतज्ञतापूर्वक उल्लेख होतोच.

कधी छोटासा आलाप, कधी सरगम, कधी मुरकी तर कधी छोटीसी तान गीतामध्ये सहज मिसळत लतादीदी त्या गीताचं सौंदर्य खुलवत ते श्रवणीय करून सोडतात.

'रसिक बलमाऽऽ' या 'चोरी चोरी'मधल्या गाण्यात 'मा' या अक्षरावर आकाराची स्वरमुद्रा उमटवताना एक सुरेल आलाप दीदींच्या गळ्यातून प्रकटतो. मग स्वरांच्या झूल्यावर आपण सारे जणू तरंगतो. श्रेय मात्र शंकर-जयकिशनला मिळून गेलं.

'मनमोहना बडे झूठे (सीमा) या गाण्याच्या अंतऱ्यामध्ये छोटा आलाप, नंतर तानेचा झटका आणि मनमोहना हा शेवटचा तिय्या हे सारं एखाद्या गवैयाच्या मैफलीइतकाच आनंद देतं! खरोखर, लता हा संगीतकारांच्या ओंजळीत पडलेला खुदा की कुदरत का करिश्माच म्हणायचा!!

'कल के सपने आज भी आना' या गाण्यात मधल्या कडव्याआधी एका छोटी तान 'इन्टरल्यूड' म्हणून येते, ती किती लोभस. वाद्याच्या स्वरांना पर्याय म्हणून नौशाद इथे दीदींच्या स्वरांचाच आश्रय घेतात.

'बेदर्दी बालमा तुझको मेरा मन याद करता है' (आरजू) या गाण्याआधी आलेला दर्दभरा आलाप जणू काळजाला डंख मारतो. मग नायिका साधनाच्या मुद्रेवर हवे ते भाव उमटले नाहीत, तरच नवल.

'ऐ दिलरुबा नजरे मिला' (रुस्तम सोहराब- संगीत सज्जाद) या गाण्यात अरेबियन म्युझिकसह येणारा दीदींचा आलाप धुंद करून टाकतो. त्यातला स्वरांचा हिंदोळा नुसता झुलवत ठेवतो.

'ओ मेरे सनम ओ मेरे सनम' (संगम) या लता-मुकेशच्या द्वंद्वगीताच्या अखेरीला दीदींचे दर्दभरे आलाप व्याकूळ करतात आणि नायिका वैजयंतीमाला दु:ख लपवण्यासाठी नृत्याचा आश्रय घेते.

'ज्युली'मधल्या शीर्षकगीतामध्ये लताच्या आर्त स्वरातल्या आलापांनी पडद्यावरच्या उधाण आलेल्या शृंगाराला उत्कटता बहाल केली.

'पाकिजा' चित्रपटामध्ये मीनाकुमारीच्या दुर्दैवाचे फेरे लतादीदींच्या आलापांनी आणखी आतपर्यंत पोहोचवले. 'पनिसा पसानि पधनि पगप' ही त्यांची सुरावट 'साहिबजान'च्या दु:खालाच स्वर देऊन गेली!

मग जिथे खरोखर रागदारी संगीत आणि तानांची लफ्फेदार बरसात झाली, त्या गाण्यांमध्ये लतादीदींनी श्रोत्यांच्या मनावर चक्क राज्य केल्याचं अनुभवास येतं.

'साँवरे साँवरे काहे करत है जोराजोरी' (अनुराधा- संगीत पं. रविशंकर-१९६०) या गाण्यामधल्या जलद ताना मंत्रमुग्ध करतात. 'मुझे ना भुला' (सुवर्णसुंदरी) मधल्या हरकती आणि 'कुहू कुहू बोले कोयलिया' या लता-रफीच्या द्वंद्वगीताच्या मुखड्यात चपखलपणे आरूढ झालेली दमदार तान, आजही मोहात पाडते.

'मोहे पनघट पे नंदलाल छेड गयो रेऽऽ' (मुगल-ए-आझम) च्या अंतऱ्यात छोटी तान घेऊन समेवर येताना दीदी हे नृत्यगीत आहे, हे ठसवतात.

'आजा रेऽऽ परदेसी' (मधुमती) या गाण्यात 'आजा रेऽऽ'चे सूर लांबवताना ते सूर खळखळत्या निर्झराचे रूप घेऊन आले. मग त्या निसर्गदृश्यात अन् वैजयंतीमालाच्या अनाघ्रात सौंदर्यात मिसळून गेले दीदींचे मोहक स्वर!

'मन रेऽऽ तूही बता क्या गाऊँ'' (हमराही- शंकर-जयकिशन -१९६३) या गाण्यात 'मन रेऽऽ'मधल्या 'रे' वर आलेला आलाप थेट कट्यारीसारखा घुसतो अंत:करणात!

'सत्यम् शिवम् सुंदरम्'च्या शीर्षकगीतामध्ये येणारे अनेक आलाप म्हणजे तर एक प्रकारच्या वेदना घेऊन नायिकेच्या व्यथेला उजागर करून गेले.

आपकी नजरोंने समझा (अनपढ), खेलो ना मेरे दिलसे (हकीकत) या मदनमोहनच्या गाण्यांमधून ज्या मुरक्या अन् हरकती लतादीदींनी पेरल्या, त्या तर आवर्जून ऐकण्याजोग्या आहेत. म्हणूनच 'ये उँचाई कोई और आज तक छू न सका!' असं जाणकार बोलून जातात.

◆◆◆

ये है बॉम्बे मेरी जान

मुंबई ही महाराष्ट्राची राजधानी, हे तर त्रिकालाबाधित सत्य. पण ती हिंदी चित्रपटसृष्टीची जणू क्वीन!

कारण तर उघड आहे. या मुंबईने कितिकांना रोजीरोटी दिली, त्याची मोजदार करणं मुश्कील. कलकत्त्याचा अशोककुमार गांगुली, अलाहाबादचा अमिताभ बच्चन, पाटण्याचा शत्रुघ्न सिन्हा आणि दिल्लीचा पठाण शाहरुख खान अशा अनेकांची मुंबई ही भाग्यदायी कर्मभूमी!

मग 'ये है बॉम्बे मेरी जान' असं एखाद्या शायरला लिहावेसे वाटले, तर त्यात नवल नाही.

सन १९५६ मध्ये झळकलेल्या 'सी. आय. डी.' या चित्रपटामध्ये जॉनी वॉकरच्या तोंडी मुंबईची ही भन्नाट बांका नगरी नेमकी व्यक्त झाली!

'यहाँ सब कुछ मिलेगा सिवाय दिलके' ही जॉनीभाईची खंत आहे. पण त्याची प्रेयसी कुमकुम मात्र 'दादागिरी नहीं चलने की यहाँ' असं म्हणत त्याला विरोध दर्शविते.

सट्टा, रेस, डाका, उपासमार हे सारं सहन करूनही मुंबईबद्दलचं आकर्षण आजही कमी झालेले दिसत नाही.

ऐ दिल है मुश्किल जीना यहाँ
जरा हटके-जरा बचके-ये है बॉम्बे मेरी जान

ही मजरूहची शायरी तेव्हा ओ. पी. नय्यरची खटकेबाज धून घेऊन 'सी. आय.डी' मध्ये आली अन् जॉनीभाई आणि कुमकुम यांनी अजरामर केली.

मग १९५७ मध्ये बी. आर. चोप्रा दिग्दर्शित 'नया दौर' चित्रपटात साहिर लुधियानवी यांनी जॉनी वॉकरसाठी आणखी एक गीत लिहिलं. संगीतकार पुनश्च ओ. पी. नय्यर.

'मै बंबई का बाबू नाम मेरा अंजाना
इंग्लिश स्कूल में गाऊँ मै हिंदुस्तानी गाना' या गाण्याने

धमाल उडवून दिली. जॉनी वॉकर गळ्यात कॅमेरा लटकावून मुंबईचा पत्रकार बनलाय इथे! स्वत: दिग्दर्शक बी. आर. चोप्रा एके काळी पत्रकारितेमध्ये रमलेले. त्यांनी जॉनीभाईसारखं आचरट पात्र पडद्यावर पेश करावं, याचं अनेकांना आश्चर्य वाटलं. पण हे गाणं मात्र लोकांनी डोक्यावर घेतलं.

एस. डी. नारंग यांनी 'दिल्ली का ठग'नंतर 'बॉम्बे का चोर' या नावाचा चित्रपट निर्माण केला. ही काही मुंबईची बदनामी नव्हती! कारण 'पुण्याचा भामटा' तसा 'मुंबईचा मवाली' ही ओळख त्या काळात सर्वांना झालेली!

सुचित्रा सेन-देव आनंद जोडीचा १९६०मध्ये आलेला 'बंबईका बाबू' चट्कन स्मरतो. त्यातलं 'बंबई से आया है बाबू दिवाना' हे नटखट गीत कोण विसरेल? त्याच दशकात 'हॉलिडे इन बॉम्बे' या चित्रपटामध्ये शशी कपूर अन् राजेंद्रनाथ जोडीने सुट्टी एन्जॉय करण्यासाठी मुंबईत घोडागाडीतून फिरताना दिसले. चित्रपट फालतू होता. चलता है!! शीर्षकगीत मात्र लक्षात राहीलं.

मुंबईच्या रंगीबेरंगी जीवनाचे, तिथल्या विषमतेचे यथार्थ चित्रण 'डॉन' चित्रपटात अमिताभ बच्चनद्वारे झकास पेश झाले.

'ये है बंबई नगरियाँ तू देख बबुवा' या किशोरकुमारने गायलेल्या धमाल गाण्यात 'बिना पानी का धोबी तलाव' आणि 'चर्चगेट है चर्च है लापता' अशी मुंबईची मस्त खिल्ली उडवली आहे. पण मुंबईत कुणी उपाशी मरत नाही, हे पण त्याच अमिताभने दाखवून दिलंय.

मुंबईत टक्के-टोणपे खाऊन आलेल्या माणसाचं तो जाईल तिथे जंगी स्वागतच होतं.

बंबईसे आया मेरा दोस्त दोस्तको सलाम करो

हे बप्पी लाहिरींच्या स्वरातलं नृत्यगीत त्यातल्या ऱ्हिदममुळे चटकन लोकप्रिय झालं.

इमानदारीने वागलं तर मुंबईत जगणं सोपं होतं, हा विश्वास मात्र टोळीयुद्ध, खंडणी, माफिया आणि बॉम्बस्फोट यामुळे हळूहळू संपला. मणिरत्नमचा 'बॉम्बे' वेगळा अनुभव देऊन गेला.

पण मुंबईचं आकर्षण आजही कमी झालेलं नाही. माणसांचा ओघ मुंबईकडे झेपावतो आहेच! 'आनंद' सिनेमाच्या प्रारंभी 'डेडिकेटेड टू राज कपूर ॲण्ड सिटी ऑफ बॉम्बे' असं हृषीकेश मुखर्जी हृद्गत व्यक्त करतात, ते याच अनावर आकर्षणातून!

◆◆◆

भन्नाट वेगाची झिंग अन् स्वर तालाची साथ

सुसाट वेगात मोटरबाईक पळवणं, ही तरुण पिढीची आजची क्रेझ आहे. पण तसं तर वाऱ्यावर स्वार होणं, ही एकूणच तरुणाईची नैसर्गिक आवडच म्हणायची.

एकोणीसशे सत्तरच्या दशकाच्या आरंभी राजेश खन्ना नावाचं वादळ रुपेरी पडद्यावर धुमाकूळ घालत होतं. 'अंदाज' या चित्रपटात तो पाहुणा कलाकार म्हणून फार थोडा वेळ पडद्यावर दिसला. पण त्याची मोटरसायकलवरची भन्नाट सफर, पाठीमागे त्याच्या गळ्यात हात टाकून बसलेल्या नायिकेलाच (हेमामालिनी) नव्हे तर तमाम युवा पिढीला आकर्षित करून गेली.

हसते गाते यहाँ से गुजर
दुनिया की तू पर्वा न कर...
जिंदगी इक सफर है सुहाना
यहाँ कल क्या हो किसने जानाऽऽ

या किशोरकुमारच्या गाण्याबरोबर बाईकचा भन्नाट स्पीड काळजाचे ठोके चुकवून गेला. आशा भोसलेच्या हसण्यातला प्रसन्न उन्माद आणि किशोरचं यॉडलिंग यांचे हे अजब रसायन. शंकर-जयकिशनची जलद लयीतली धून आणि शैलेंद्रची शायरी हा बोनस.

'अंदाज'चा हीरो शम्मी कपूर. पण पाहुणा राजेश खन्नाच इथे 'हार्ट विनर' ठरला. शम्मी कपूर नावाचं वादळ विझू-विझू लागलेलं अन् राजेश खन्ना नामक 'हरिकेन' रुजू झालेलं! तेच या गाण्यानं अधोरेखित केलं!

तसा तर देव आनंदसुद्धा दुचाकी चालवताना 'तेरे घरके सामने' आणि 'प्यार मुहब्बत' या चित्रपटात रमलाय. आठवा— 'तू कहाँ ये बता' हे गाणं किंवा 'प्यार मुहब्बत'चे शीर्षकगीत; पण तिथे होती व्हेस्पा स्कूटर. मोटर सायकलचा रुबाब काही वेगळाच! लॅम्ब्रेटालाही ती शान नाही!!

पण राजेश खन्नाचं सुपर स्टारपद अमिताभ बच्चन नावाचा 'लंबी रेसका घोडा' हिसकावून घेऊन गेला. मग १९७०च्या दशकाच्या शेवटी 'मुकद्दर का सिकंदर'मधून मोटर सायकलची तुफानी राईड अमिताभने मिरवली.

रोते हुए आते है सब
हसता हुआ जो जायेगा
वो मुकद्दर का सिकंदर
जानेमन कहलायेगाऽऽ

या गाण्यातून मोटरसायकलवर उटपटांग उठक-बैठक मारत अमिताभ बच्चनने त्याच्या चाहत्यांना जिंकले.

अर्थात त्याआधी ही कसरत धर्मेंद्रबरोबर 'शोले' चित्रपटात त्याने केलेली!

'ये दोस्ती हम नहीं तोडेंगे!'

या किशोरकुमार-मन्ना डे यांच्या युगुल स्वरांसह कधी 'पिलियन राईड', तर कधी धर्मेंद्रचे ओझे खांद्यावर पेलत बाईक चालवत अमिताभ दिसला.

राजेश खन्ना काय किंवा बच्चन काय, दोघेही खरे प्रोफेशनल! परत कधी त्यांनी मोटरसायकलवर दर्शन दिले नाही.

राज कपूर 'नजराना' चित्रपटात शेवटच्या दृश्यात, तर शम्मी कपूर 'जानवर' आणि 'चायना टाऊन' मध्ये बेफाम मोटरबाईक पळवताना आमच्या पिढीने पाहिला. मग छोटा भैय्या शशी कपूर कसा मागे राहील?

इक रास्ता है जिंदगी
जो थम गये तो कुछ नहीं

या 'काला पत्थर'मधल्या गाण्यात किशोरकुमारच्या स्वरांसह मोटरसायकल चालवताना शशी कपूर रमला. पण तिथे त्याचा मूड मात्र रोमँटिक होता. पाठीमागे बसणाऱ्या हिरोइनच्या शोधात निघाल्यासारखा तो भासला.

'हीरो' चित्रपटात जॅकी श्रॉफ आणि त्याची गँग, तर 'जोश' या चित्रपटात शाहरुख खान आणि त्यांची गोवॅनिज टोळी भरधाव मोटर सायकल हाणताना दिसली.

उन्हाळ्यात संध्याकाळी हायवेवर स्पीड वाढवत डोकं शांत करायला मोटारसायकल छानच! त्यातही मागच्या सीटवर गळाभेटीचा आनंद देणारी कुणी असेल, तर कुठलाही ऋतू सावन वाटू शकतो. बघा, विचार करू नका; हाणा गाडी!!

◆◆◆

मेरी प्यारी बहनियाँ

सण म्हणजे उत्साहाचे, आनंदाचे उधाण! होळी ते दिवाळी या कालावधीत किती सण आणि उत्सव येतात, त्याची गणती करायची तरी अवघड. त्यापेक्षा आला सण मजेत साजरा करणं सोपं! ते तर आपली हिंदी चित्रपट-निर्मातिमंडळी नेहमीच करतात.

'छोटी बहन' हा एल. व्ही. प्रसाद यांचा १९५८मध्ये आलेला चित्रपट आठवतोय? त्यात बेबी नंदानं म्हटलेलं —

'भैय्या मेरे राखी के बंधन को निभाना
देखो ये नाता निभाना'

हे गाणं त्या वेळी तुफान लोकप्रिय झालं. इतकं की, राखी पौर्णिमेच्या राखीवर कित्येक दिवस 'छोटी बहन' ही अक्षरं दिसत राहिली.

बहीण-भावातल्या प्रेमाची महती सांगणारा 'छोटी बहन' चक्क सुवर्णमहोत्सवी ठरला.

अख्ख्या महाराष्ट्रात त्यानंतर नारळी पौर्णिमा हा सण रक्षाबंधन किंवा राखी पौर्णिमा या नावाने ओळखला जाऊ लागला. त्यापूर्वी बंधू-भगिनी नात्याचं उदात्तीकरण करणारी भाऊबीजच फक्त आपल्याला ठाऊक होती. हिंदी चित्रपटांनी ही एक राष्ट्रीय एकात्मताच रुजवली, असं म्हणायला हरकत नाही.

नंदा, बलराज साहनी यांनी 'छोटी बहन' गाजवला खरा; पण बिचारी नंदा साचेबंद बहीण होणार, अशी भीती वाढू लागली. कारण त्या आधी 'तुफान और दिया' या 'राजकमल'च्या चित्रपटामध्ये नंदाने अशीच थोरल्या बहिणीची भूमिका रंगवली होती.

चाहत्यांची पत्रं नंदाला लाखोंनी येत राहिली. प्रत्येकाला राखी आणि छायाचित्र पाठवताना ती आधी सुखावली-मग पस्तावली. बहिणीच्या प्रतिमेतून बाहेर पडायला तिला खूपच धडपड करावी

लागली.

'राखी' या नावाचा चित्रपट १९६०मध्ये आला होता. अशोककुमार आणि वहिदा रेहमान यांनी भावा-बहिणीच्या नात्यामधली नजाकत मोठ्या उत्कटतेने पडद्यावर साकार केली.

'राखी धागोंका त्योहार
बंधा हुआ हर इक धागोंमे
भाई-बहन का प्यार-'

हे गाणं महंमद रफीने समरसतेनं गायलंय. संगीतकार होते रवी. चित्रपट अर्थातच रौप्यमहोत्सवी ठरला.

'राखी और हथकडी' या नावाचा एक चित्रपट केव्हा तरी येऊन गेला. राखीचा हातकडीशी काय संबंध? ते आपल्याला चित्रपट पाहिल्याशिवाय कसं कळणार?

'अंधा कानून' या चित्रपटात हेमामालिनी आणि रजनीकांत हे बहीण-भाऊ आपापले आदर्श जपता-जपता नात्याचे संबंधही टिकवण्याचा प्रयत्न करताना दिसतात. हेमा पोलीस इन्स्पेक्टर, तर रजनीकांत दुष्टांचे निर्दालन करणारा रॉबिनहूडच जणू! एकमेकांवर कुरघोडी करतानाही नातेसंबंध छान रंगवलेत दोघांनी.

असंच बहीण-भावांचं परस्परांवरचं उत्कट प्रेम 'काजल' या राम महेश्वरींच्या चित्रपटामध्ये धर्मेंद्र आणि मीनाकुमारी यांनी साकार केलंय.

मेरे भय्या मेरे चंदा
मेरे अनमोल रतन
तेरे बदले मै जमाने की
कोई चीज न लूँ

हे आशा भोसले यांच्या आवाजातलं गीत आजही आठवतं. संगीतकार होते अर्थातच रवी.

थोरल्या बहिणीच्या कडेवर बसून तिच्याबरोबर बागेत जाण्याचं सुख केवढं मोठं, ते लहान भाऊच सांगू शकेल किंवा धाकट्या बहिणीला सायकलवर दप्तरासकट शाळेत नेऊन सोडताना थोरल्या भावाला किती धन्यता वाटत असेल, ते अनुभवाशिवाय नाही कळणार! ज्यांना बहीण अथवा भाऊ नाही, त्यांनी मानलेली बहीण किंवा मानलेला भाऊ हे नवं नातं निर्माण केलं आणि राखीचे नाजूक धागे, अतूट बंधनातून हे वेगळं नातं जपत राहिले असणार.

त्यामुळेच तर कुणा राजपूत रमणीने एका यवन राजाला राखी पाठवून दुसऱ्या यवन राजापासून संरक्षणाची मागणी केली, ती ऐतिहासिक कथा आजही

दंतकथा नाही वाटत!

आज भावा-बहिणींच्या भूमिकेतही थोडा बदल झालेला दिसतोय. मोटर - सायकल बहीण पळवतेय आणि मागे छोटा भाऊ बसलाय, हे दृश्य आता आपल्या चांगलं परिचयाचं झालंय. अख्ख्या कुटुंबाचा चरितार्थ चालवणारी 'बडी बहेन' आपण पाहिली आहे. 'दिवा जळू दे सारी रात' या मधुसूदन कालेलकरांच्या नाटकावर आधारित या चित्रपटात पुन्हा नंदाच 'बडी बहेन' म्हणून दिसली. भावा-बहिणींच्या किती तरी जोड्या रुपेरी पडद्याने पाहिल्या आहेत.

'मजबूर' चित्रपटात अमिताभ बच्चन आणि फरिदा जलाल यांनी या नात्याचं उत्कटपणे दर्शन घडवलं.

नझमा आणि राजेंद्रकुमार यांचा 'आरजू' चित्रपटातला अभिनय असाच परिणामकारक ठरला.

'मेरे मेहबूब'मध्ये केवळ भावाच्या (राजेंद्रकुमार) शब्दाखातर 'लो मैने स्टेज छोड दिया' म्हणणारी बहीण निम्मी, भावना हेलावून गेली.

'राम और श्याम' चित्रपटात दुष्ट पतीपासून (प्राण) भावाचे संरक्षण करण्यास (दिलीपकुमार) झटणारी बहीण निरुपा रॉयने मनापासून साकार केली.

फुलोंका तारोंका सब का कहना है
एक हजारों में मेरी बहना है

म्हणत छोट्या बहिणीचं (झीनत अमान) कौतुक करणारा प्रेमळ, क्षमाशील भाऊ देव आनंदने दिलखुलासपणे उभा केलाय. चित्रपट होता 'हरे राम हरे कृष्ण' आणि संगीतकार राहुल देव बर्मन.

एक जमाना होता, रोमिओमंडळी रक्षाबंधनाच्या दिवशी कॉलेजात फिरकायचीच नाहीत! जिथे जीव जडला, तीच 'ब्यूटी क्वीन' राखी बांधायला पुढ्यात उभी राहिली तर नसती आफत—ही भीती छळायची. काही धीट मुली त्रास देणाऱ्या मुलांना खरोखरच राख्या बांधायच्यासुद्धा!

आज जमानाच बदललाय पार... फ्रेंडशिप डेसाठी फ्रेंडशिप बँड्स तयार असतात. 'व्हॅलेंटाईन डे' आपल्या मनातल्या भावना उघड करण्याची सुवर्णसंधीच...

पण शेवटी राखी पौर्णिमा आणि तिचं पावित्र्य, महत्त्व काही वेगळंच. आता बहीण सासरी गेली की भावाला पोस्टाने राखी पाठवते. पण या दिवसाचं विस्मरण नाही होत तिला.

धाकटी बहीण मोठी होताना पाहण्यातलं सुख थोरला भाऊच अनुभवाने सांगेल.

'मेरी प्यारी बहेनिया बनेगी दुल्हनियाँ

सज के आयेंगे दुल्हे राजा

भैया राजा बजायेगा बाजा-'

हे प्रत्येक भाऊरायाचं स्वप्न असतं.

'सच्चा झूठा' या चित्रपटात कल्याणजी-आनंदजी जोडीने राजेश खन्नाच्या तोंडी हे गाणं लोकप्रिय केलं. किशोरच्या गहिऱ्या आवाजातलं हे गाणं आजही आपल्या भावनांना हात घालतं.

आपण महाराष्ट्रातली माणसं श्रावणी पौर्णिमेला ओळखतो ती नारळी पौर्णिमा म्हणून.

पावसाची दंगल संपल्यावर खवळलेला समुद्र थोडासा शांत झालेला असतो. त्या सागरराजाला मोठ्या प्रेमाने नारळ अर्पण करून कोळीबांधव पुन्हा एकदा मासेमारीसाठी आपापली होडकी समुद्रात लोटतात, तो हा दिवस...

सुमारे तीस वर्षांपूर्वी शांता शेळक्यांनी असंख्य भावपूर्ण कोळीगीतांतून आपल्याला रिझवलंय. हृदयनाथ मंगेशकरांच्या अनवट-अवघड स्वरांनी जी मोहिनी घातली, ती अजून उतरायला कबूल नाहीय.

माझ्या सारंगा, राजा सारंगा रे

धाकल्या दिरा रे चल जावया घरा

या लतादीदींच्या स्नेहमय सुरांनी तेव्हा आपले कान तृप्त केले.

'मी डोलकर दर्याचा राजा' म्हणत हेमंतकुमारनी आपल्या दृष्टीसमोर बेडर कोळ्यांचं जिणं उभं केलं.

त्या वेळी ज्या गाण्यांची 'कॅबरे ट्यून्स' म्हणून कुणा निर्बुद्ध समीक्षकांनी हेटाळणी केली, तीच गाणी आज सांगीतिक वाटचालीतली 'माईल स्टोन्स' ठरून गेली आहेत.

चांगले शब्द, चांगले सूर, मधुर स्मृतींना चिरंजीवनाचं वरदानच असतं.

म्हणूनच राखी पौर्णिमा असो की नारळी पौर्णिमा; प्रत्येक जण आपापल्या ऐपतीप्रमाणे श्रावणी पौर्णिमा हा सण मानून श्रद्धेने साजरा करतो.

नादिरा ही चरित्र अभिनेत्री कित्येक वर्षे राज कपूर, शम्मी कपूर यांना राखी बांधायला जात असे, याचं आश्चर्य नाही वाटत; उलट त्यांच्या उत्कट नातेसंबंधांचं कौतुक एरवी नुसत्याच 'गॉसिप'नी रकाने भरणाऱ्या सिनेमा नियतकालिकांना वाटतं..

'राखी बँधवाले मेरे मीत' म्हणत बलराज साहनीला आळवणारी माला सिन्हा आजही लक्षात राहून गेली आहे. चित्रपट होता 'अनपढ.'

◆◆◆

शास्त्रीय संगीत आणि हिंदी चित्रपट

भारतीय चित्रपटांना परदेशी बाजारपेठ मिळावी, म्हणून चित्रपटनिर्मात्यांचं एक भरभक्कम शिष्टमंडळ १९६०च्या दशकात युरोपच्या दौऱ्यावर गेलं होतं.

'तुमच्या चित्रपटात गाणीच फार असतात बुवा. तेवढी ती गाणी वगळा. बघा मग, तुमचे हिंदी चित्रपट अमेरिकेतसुद्धा लोकप्रिय होतात की नाही...' कुणी तरी अमेरिकन समीक्षक कुजबुजला. 'तुम्ही भारतीय मंडळी खरोखरच गाण्यांत जगता. खाता-पिताना, अगदी झोपतानासुद्धा तुम्हाला गाणं हवंच.' आणखी कुणी तक्रार केली. त्याचा आक्षेप खराच होता. 'सारंगा' (सरदार मलिक) मधल्या बावीस गाण्यांनी त्याची झोप उडवली असणार. 'रसगुल्ला खा के माना बन गये जनाब हीरो' (भाभी-चित्रगुप्त) पासून 'चॉकलेट आइस्क्रीम' (हम आपके कौन- राम-लक्ष्मण) पर्यंत आणि 'ए बेबी ऽऽ अब क्या खाओगे... जलेबी' (लव्ह इन सिमला- इकबाल कुरेशी)पासून 'मैं भेलपुरी खा रहा था'पर्यंत खाण्यापिण्याचे उल्लेख हिंदी सिनेमात रग्गड आहेत. 'शीशेसे पी या पैमानेसे पी' (फूल और पत्थर- रवी) पासून 'मै पीता नहीं हूँ, पिलाई गयी है' (लीडर- नौशाद) पर्यंत पिणाऱ्यांच्या मैफलीत गाणं-बजावणं आहेच.

'धीरे से आ रे आँखियन में निंदियाँ' (अलबेला- सी. रामचंद्र) पासून 'सो जा राजकुमारी सो जा' या सैगलच्या अंगाई गीतापर्यंत झोपतानाची लोरी आहेच. गाणं ही आम्हा भारतीयांची 'मर्मबंधातली ठेव' आहेच. आमच्या उमद्या तरुणांच्या ओठी एखादी दिलखेचक गाण्याची धून असणारच. तेवढी कुवत नसेल, तर किमान ओठांवर शीळ तरी नक्कीच असेल. म्हणून तर आमच्या संगीतकारांचं फावलं. त्यांनी कोठीवरची गाणी दिली, अंगाईगीतं दिली, तशी रागदारीतली गाणीही दिलीच दिली.

'मधु बन मे राधिका' (कोहिनूर- हमीर राग) हे महंमद रफीचं नौशादनी दिलेलं गाणं आजही लोकप्रिय आहे. 'ओ मेरे सनम' (संगम- शिवरंजनी) हे लता मंगेशकरचं शंकर-जयकिशननी संगीतबद्ध केलेलं गाणं असंच अविस्मरणीय. 'बैंय्या ना धरो' (दस्तक- लता-मदनमोहन) 'लागा चुनरीमें दाग' (मन्ना डे- रोशन) ही गाणी अजूनही श्रवणीय वाटतात. शंकर जयकिशन यांनी अनेक चाली भैरवी रागात बांधल्या. 'बोले रे पपी हरा' (वाणी जयराम- गुड्डी- वसंत देसाई) हे 'मल्हार' रागातलं गाणं, 'कभी खुदपे कभी हालात पे रोना' (हम दोनो- रफी-जयदेव) हे 'खमाज' रागातलं गीत रसिकांना मोहवून गेलं.

एकदा रागदारी संगीतात गुंफलेली गाणी लोकप्रिय होतात हे लक्षात आलं आणि हिंदी सिनेमामध्ये संगीतकारांनी नवनवे धाडसी प्रयोग केले. प्रसंगानुरूप शास्त्रीय संगीताची जिथे गरज भासेल, तिथे मान्यवर आणि जाणकार गायकांनाच गायला बोलवायचा नवा अध्याय सुरू झाला. असा पहिला मोठा प्रयोग के. असिफ या महत्त्वाकांक्षी प्रतिभावान दिग्दर्शकाने केला. आपल्या 'मुगल-ए-आझम' या भव्य तुफान लोकप्रिय चित्रपटात 'प्रेम जोगन बन के' हे गाणं गाण्यासाठी प्रख्यात गायक बडे गुलाम अली खाँ यांची मनधरणी करताना के. असिफ यांनी मुत्सद्देगिरी पणाला लावली. 'हम बाजारू फिल्मों के लिये नहीं गाते' असं ठणकावून सांगणाऱ्या उस्ताद बडे गुलाम अलींनी वीस हजार रुपये एवढ्या प्रचंड रकमेची मागणी केली. दिलीपकुमार आणि मधुबालावर चित्रित झालेल्या प्रणयदृश्यांची चित्रफीत त्यांना मुद्दाम दाखवून, त्यांची बिदागी बिनतक्रार मान्य करून गानवेड्या चित्ररसिकांना नौशादमियाँ आणि के. असिफ यांनी कायमचं उपकृत करून ठेवलंय. आजही 'जोगन बन के' ऐकताना शृंगाररसाचा अत्युच्च आविष्कार पडद्यावर पाहताना डोळे निवतात. कान तृप्त होतात.

'बैजू बावरा' या सिनेमात बैजू आणि तानसेन यांच्यामधली जुगलबंदी खरीखुरी वाटावी, म्हणून संगीतकार नौशाद यांनी पुन्हा एकदा नवा प्रयोग केला. 'आज गावत मन मेरो' हे गाणं गाण्यासाठी पं. डी. व्ही. पलुस्कर आणि अमीर खाँ यांना पाचारण करण्यात आलं. गाण्याची लय वाढत जाते. तानांची बरसात मंत्रमुग्ध करते. तार सप्तकातला पं. द. वि. पलुस्कर यांचा पंचम थक्क करून टाकतो. त्याच वेळी पडद्यावर संगमरवरी पत्थर दुभंगतो आणि बैजूचं श्रेष्ठत्व सिद्ध होतं. तानसेनचं गर्वहरण होतं. आज पं. पलुस्कर हयात नाहीत; पण 'आज गावत मन मेरो' ने हिंदी चित्ररसिकांच्या मनात त्यांना अढळ स्थान प्राप्त झालंय.

अमीर खाँ यांचा आवाज 'मधु बन मे राधिका नाचे रे' (कोहिनूर) या आणखी

एका गाण्यात नौशादमियाँनी वापरलाय. पण तो मुक्री या विनोदी नटासाठी आणि तोही दोन-चार तानांसाठी. 'बसंत बहार' या चित्रपटासाठी संगीतकार शंकर-जयकिशन यांनी पं. भीमसेन जोशी यांना बोलावून घेतले. 'केतकी गुलाब जूही चंपक बन फुले' हे भीमसेनजींनी गायलेलं गाणं आजही लोकप्रिय आहे.

'अवघाची संसार सुखाचा करीन' हा अभंग 'गुळाचा गणपती' या मराठी चित्रपटात पं. भीमसेन जोशी यांनी पं. वसंतराव देशपांडे यांच्याबरोबर गायल्याचं आठवतं. 'गुळाचा गणपती'मध्येच भीमसेन जोशींनी 'इंद्रायणी काठी' हा अभंग गाऊन रसिकांना कायमचं ऋणी करून ठेवलंय. पु. ल. देशपांड्यांच्या अनेकपदरी प्रतिभेची ही किमया आजही तेवढाच आनंद देऊन जाते.

१९८०च्या दशकातील अमोल पालेकर दिग्दर्शित 'अनकही' या चित्रपटात पं. भीमसेन जोशी यांनी 'रघुवीर तुम को मेरी लाज' हे भजन गाऊन पुन्हा एकदा आपल्या संगीतसाधनेची प्रचीती दिली. 'अनकही' याच चित्रपटात आज प्रथितयश गायिका म्हणून गाजत असलेल्या श्रीमती देवकी पंडित यांनी 'आज हम रोशन' आणि 'फिर भोर गयी' ही गाणी गाऊन आपल्या आवाजाने मंत्रमुग्ध केले.

चित्रपती व्ही. शांताराम यांनी १९६०च्या दशकात श्रीमती किशोरी आमोणकर यांच्या मधुर आवाजात 'गीत गाया पत्थरोंने' हे शीर्षकगीत दिलं, तेव्हा किशोरी आमोणकर ठुमरी आणि शास्त्रीय संगीत गाण्यात पार बुडालेल्या होत्या. नंतर त्यांचा आवाज संगीतकारांनी का वापरला नाही, ते त्यांनाच माहीत. पुन्हा १९८०च्या दशकात 'कुदरत' या चित्रपटात संगीतकार राहुल देव बर्मन यांनी जबरदस्त तयारीच्या बुलंद आवाजाच्या तेजस्वी गायिका परवीनं सुलताना यांच्याकडून एक गीत गाऊन घेतलं. 'हमे तुम से प्यार कितना ये हम नहीं जानते' हे परवीन सुलताना यांचं गाणं आजही पुन:पुन्हा ऐकावंसं वाटतं. आज त्या शास्त्रीय संगीतक्षेत्रात सर्वोच्च स्थानावर आहेत; पण सिनेसंगीतामध्ये त्या पुन्हा कधी रमल्या नाहीत.

लता मंगेशकर यांनी १९९०मध्ये 'आंतरराष्ट्रीय बालिका वर्ष' म्हणून मुद्दाम निर्मिलेल्या 'लेकिन' या चित्रपटात सुप्रसिद्ध गायक सत्यशील देशपांडे यांचा आवाज 'झूठे नैना बोले' या गीतात आशा भोसले यांच्या बरोबरीने वापरलाय. ते गाणं आजही कालच्याइतकंच लोकप्रिय आहे. संगीतकार होते अर्थातच हृदयनाथ मंगेशकर! पंकज उधास हे प्रसिद्ध गझलगायक. त्यांचा आवाजही 'नाम' (चिठ्ठी आयी है) आणि 'साजन' चित्रपटात चतुराईने वापरला गेलाय.

कै. वसंतराव देशपांडे हे थोर शास्त्रीय संगीताचे व्यासंगी गायक-नट. त्यांच्या स्वरसामर्थ्याचा सुयोग्य वापर मराठी चित्रपटांनी करून घेतलाय. 'छंद प्रीतीचा' या

चित्रपटात संगीतकार राम कदम यांनी तीन कडव्यांत वेगवेगळे राग वापरून एक सुरेख गाणं दिलंय. वसंतराव देशपांड्यांचा आवाज तिथे झकास खुललाय. 'शुक्राची चांदणी... रात्र सरली विझले तारे' हे गाणं आजही वसंतराव देशपांड्यांच्या चतुरस्त्र आवाजानं धुंद करून टाकतं. कै. वसंतरावांचा आवाज पुन्हा एकदा गारूड करून गेला, 'अष्टविनायक' या सुरेख भट्टी जमलेल्या चित्रपटात. अगदी 'सुखकर्ता दु:खहर्ता' या आरतीपासून 'दाटून कंठ येतो' या पाठवणी गीतापर्यंत वसंतराव देशपांड्यांचा सुरेल आवाज मनात भरून राहतो.

माणिक वर्मा यांचं शास्त्रीयसंगीत क्षेत्रातलं स्थान केवढं मोठं आहे, ते सांगायला नको. त्यांचा लाडिक, नखरेल आवाज मराठी चित्रपटांतून अमर झालाय. 'कौसल्येचा राम बाई', 'घननीळा लडिवाळा' या त्यांच्या गाण्यांची मोहिनी अजून टिकून आहे. पु. ल. देशपांडे, दत्ता डावजेकर, राम कदम यांनी त्यांच्या आवाजाला न्याय दिला. 'उमज पडेल तर' हा सिनेमा तर माणिक वर्मा आणि ग. दि. माडगूळकरांच्या त्या 'घननीळा'मुळे लक्षात राहून गेलाय.

महाराष्ट्र राज्याचं सर्वोत्कृष्ट पार्श्वगायनाचं पारितोषिक दोनदा पटकावणारे श्रीकांत पारगावकर मुळात खंदे शास्त्रीय गायक. नाट्यसंगीत ही त्यांची खास आवड. 'छुन्नक छुन्नक टाळ वाजवी पाटामधलं पाणी' हे त्यांचं गाणं लक्षात राहून गेलंय. 'कुणाच्या खांद्यावर कुणाचे ओझे' हे 'सामना' चित्रपटातलं गाणं गाऊन प्रकाशझोतात आलेले रवींद्र साठे त्यानंतर आणखी अनेक सन्मान्य पारितोषिकांचे मानकरी बनले. त्यांनी सुरुवातीच्या चार-दोन वर्षे का होईना, शास्त्रीय संगीताचे धडे गिरवले आहेतच. सध्याचं ताजं उदाहरण द्यावंसं वाटतं ते श्रीमती शोभा मुद्गल यांचं. त्यांनी शास्त्रीय संगीतामध्ये अख्खं आयुष्य घालवलंय. पण आज व्हिडिओ अल्बममुळे त्यांना न भूतो न भविष्यती अशी प्रसिद्धी मिळाली आहे. 'डोरे डोरे' आणि 'अब के सावन' या त्यांच्या राजस्थानी पॉप गीतांनी लोकांना पार पागल केलं आहे.

बेगम अख्तर यांच्या गझलगायनाचा 'पाकिजा'सारख्या चित्रपटातून पार्श्वसंगीतासारखा सुरेख वापर करून घेतला गेलाय. जगजीत सिंग, सुखविंदर सिंग, अनुप जलोटा यांसारख्या गझलगायकांनी काही हिंदी चित्रपटांना संगीत दिलंय. थोर सतारवादक रवी शंकर यांनी 'अनुराधा' या चित्रपटाला संगीत दिलं होतं. त्यातलं लता मंगेशकरांचं 'जाने कैसे सपनोंमे खो गई अखियाँ' हे गाणं सूर आणि लय यांच्या अजोड मिलाफामुळे लक्षात राहून गेलंय. 'लम्हे', 'चाँदनी' आणि 'सिलसिला' या चित्रपटांना सरस गाणी देऊन शिवकुमार शर्मा (संतूरवादक) आणि हरिप्रसाद चौरासिया (थोर बासरीवादक) यांनी संयुक्तपणे संगीतकार म्हणून नाव कमावलं

आहे. आजही 'सा रे ग म' आणि 'मेरी आवाज सुनो' या स्पर्धांमधून शास्त्रोक्त संगीताचं महत्त्व सोनू निगम आणि मान्यवर परीक्षक पुन:पुन्हा ऐकवत असतात.

हे सगळं एवढ्या विस्तारानं लिहिण्याचं कारण एकच—शास्त्रोक्त संगीत आणि चित्रपटसंगीत एकमेकांना पूरक आहेत. शास्त्रशुद्ध संगीतशिक्षण घेतल्याशिवाय आवाजाचा पाया पक्का होत नाही, आवाज स्थिर होत नाही; हेच नव्याने या क्षेत्रात येणाऱ्या तरुण पिढीला सांगावंसं वाटतं. 'रियाझ करा, राज्य कराल,' हे परवीन सुलताना यांचे शब्द लक्षात ठेवा!!

◆◆◆

रुपेरी दीपावली- कालची आणि आजची

दिवाळी म्हणजे दीपोत्सव, हे तर खरंच. पण जमाना बदलतो तसं उत्सवाचं स्वरूप बदलतं; त्याला कोण काय करणार?

पूर्वी, म्हणजे ५० वर्षांपूर्वी ऋतूंचे वेळेवर आगमन होई. गणपती गेले की दिवाळीची चाहूल लागे. आरत्या, मंत्रजागर यातून बाहेर पडून गणेश विसर्जन झालं की, एक उदासीनता येई.

आज हे सारं चित्र पूर्ण बदललंय. माणसं अंतर्बाह्य बदलून गेली आहेत; तसाच निसर्गही बदलतो आहे. माणसं उतलीमातली तसा निसर्गही बिथरलाय.

पण दिवाळीचं स्वरूप कोण बदलू शकेल? कोजागरी झाली की दिवाळी आलीच! ती झोकात, मस्तीतच साजरी व्हायला हवी. आधी सुट्टी हवी. त्यासाठी नियोजन हवं.

फटाके आणि फराळ या दिवाळीतल्या अविभाज्य गोष्टी.

एक रुपयात टोपलीभर फटाके, हा आता इतिहास झाला.

लवंगी, दण्णे, चिडचिड्या, पानपट्टी ही नावंसुद्धा नव्या पिढीला ठाऊक नसणार! कारण ॲटमबाँबच्या जमान्यात असली चिल्लर नावं कोण लक्षात घेणार?

मोठ्या भोकाची किल्ली, छोट्या लाकडी छडीला बांधायची. त्याच्या भोकात बसेल असा खिळा शोधायचा. मग आगपेटीचा काडीचा गुल किल्लीच्या भोकात भरून वर खिळा ठासून बसवून आपटला की मस्त दणका उडायचा. हा आमचा आपटबार होता. काही पोरं नट-बोल्ट घेऊन त्या दोहोंमध्ये टिकल्या ठेवून उंच उडवत. नट बोल्ट जमिनीवर आदळला की दाण्कन आवाज येई. या एकविसाव्या शतकात याचं हसू येतं. पण या स्मृतींचं माधुर्य काही औरच.

फराळ म्हणजे तर मोठीच धमाल. करंज्या, लाडू, चकली, कडबोळी, चिरोटे, चिवडा, अनरसे, शंकरपाळे, शेव

या पदार्थांचा तळणीचा वास आधी घरभर पसरायचा. मग दिवाळीच्या पहिल्या दिवशी ताट भरून समोर आलं की, त्या पदार्थाचे रंगरूप, आकार डोळ्यांत भरायचे. आता हे पदार्थ रोजच कुठल्याही बऱ्यापैकी दुकानात रेडिमेड मिळतात. ते घरी आणले की, त्या घडीला दिवाळी साजरी होते.

'राजाला काय, रोजच दिवाळी' ही पूर्वीची म्हण आता सामान्यांपर्यंत खरी ठरतेय. याला कुणी जमाना बदललाय म्हणतात, कुणी चंगळवाद म्हणतात; ही तर वस्तुस्थिती.

इथे चट्कन आठवण होते, 'हमारा दिल आपके पास है' या हिंदी चित्रपटातल्या जॉनी लिव्हरच्या विक्षिप्तपणाची. तो अचानक एक दिवस फटाक्यांची आतषबाजी करू लागतो.

'आज दिवाली है' म्हणतो. शेजारी-पाजारी सांगतात. 'अरे, आज दिवाली नहीं है'

'हमारे जेबमें आज पैसा है, हम आज दिवाली मनाएंगे. तुम्हारा क्या जाता है?' या जॉनीच्या उत्तरात वास्तवाचं प्रतिबिंब आहेच.

सिनेमातली दिवाळी तर रोमहर्षक होतीच होती.

लखलख चंदेरी तेजाची
न्यारी दुनिया
झळाळती कोटी कोटी
ज्योति याऽऽ

हे शांताराम आठवल्यांचं 'शेजारी' चित्रपटातलं गीत स्मरणात रुतून बसलंय. जयश्री आणि चंद्रकांत या देखण्या जोडीच्या डोळ्यांतली प्रभा दिवाळीच्या आठवणी जागवते.

अत्तराचा फाया तुम्ही
मला आणा रायाऽऽ

हे आशा भोसलेंच्या लोचदार स्वरातलं मदभरं गीत 'भाऊबीज' चित्रपटात रंगलं.

पण सगळ्यांच्याच वाट्याला अशा मधुर स्मृती थोड्याच असतात?

धनवानों की दिवाली
गरीबों का दिवाला

हा विरोधाभास 'पैगाम' या चित्रपटात अस्वस्थ करून गेलाय.

इक वो भी दिवाली थी
इक ये भी दिवाली है

उजडा हुआ गुलशन है
सोता हुआ माली है

हे मुकेशच्या उदास-गंभीर स्वरातलं गीत 'नजराना' या चित्रपटात असंच कासावीस करून गेलं.

जगात दु:ख नांदताना तुम्ही दिवाळी कशी साजरी करू शकणार? किमान तुमच्या आनंदाच्या क्षणी अनाथ, गरजू, पीडित-दु:खितांची आठवण ठेवायला हवी. तेवढा तरी सुसंस्कृतपणा आणि संयम हवाच. कवी आणि लेखक हेच तर सांगतात.

मग आठवते ना. धों. ताम्हणकर यांच्या 'गोट्या'ची दिवाळी! आई-वडलांच्या नकळत, मित्रमैत्रिणींकडून जमलेल्या फराळाच्या पदार्थाचं वाटप गरीब, गरजू मुलांना करताना गोट्याच्या डोळ्यांत जी चमक येते, ती आगळीवेगळी. लाख-लाख चंद्रज्योतींनासुद्धा त्याची सर येणार नाही. आजचं चित्र निराळं आहे. आज 'सामाजिक कृतज्ञतादिन' साजरा करावा लागतोय. तुम्हाला नशिबानं जे काही मिळतंय, त्यातला थोडाथोडका वाटा समाजासाठी काढून ठेवा, असं ओरडून सांगायला लागतं.

कुसुमाग्रज आणि पु. ल. देशपांडे यांसारखे थोर लेखक आणि नटवर्य डॉ. श्रीराम लागू, निळू फुले यांच्याकडून प्रेरणा घेऊनच दिवाळीचा सण साजरा करताना सामाजिक भान ठेवायचं.

हे फारच गंभीर वाटतंय का? पण त्याला इलाजच नाहीये. ही माणसं जे विचार मांडत राहिली, ते कृतीत आणायलाच हवेत!

ध्वनिप्रदूषणाचे दुष्परिणाम आज जाणवत आहेत.

'फटाके उडवू नका,' असं कोणी म्हणत नाही; पण संयम हवाच. रोषणाई, आतषबाजी डोळ्यांना सुखदायक हवी; कानाचे पडदे फाडत डोळे दिपवणारी नको.

प्रेम चोप्रा किंवा रणजितसारखा खलनायक शंभराची नोट जाळत सिगारेट पेटवताना चित्रपटात दिसतो, तेव्हा आपण शिव्या घालतो. पण प्रत्यक्षात फटाके प्रमाणाबाहेर उडवताना आपणही पैशाची राखच करत असतो. बघा बुवा, विचार करा आणि तो कृतीत आणा!

लक्ष्मीपूजन, पाडवा आणि भाऊबीज हे दिवाळीतले मोठेच उत्कट आणि आनंददायी क्षण.

लक्ष्मीपूजनाचा थाट काही औरच! व्यापाऱ्यांचं वहीपूजन आणि सर्वसामान्यांचं लक्ष्मीपूजन इथे पुन्हा वेगळं.

लक्ष्मीपूजनाच्या रात्री जुगार खेळण्याची प्रथा पूर्वापार आहे. जितेंद्र, ऋषी कपूर, राकेश रोशन ही दोस्त कंपनी या रात्रभर पत्त्यांच्या जुगारात एके काळी बुडून

जायची. लक्ष्मीपुत्रांची गोष्टच निराळी.

दिवाळीची अपूर्वाई आणखी एका सणामुळे मनात ठसलीय.

दिवाळसण म्हणजे नूतन दांपत्याच्या आयुष्यातली पहिली दिवाळी. इथं लेकीचं माहेरपण असतंच, पण जावईबापूंचा दिमाख मोठा!

एसटी स्थानकापासून जावईबापूंची बैलगाडीतून मिरवणूक, घरातली बडदास्त हा अपूर्व सोहळाच! अंगणात चौरंगावर बसून अभ्यंगस्नान, हे भाग्य आता कुठे कुणाच्या वाट्याला येईल? बहुधा त्या काळात जावयाला चांदीचं भांडं नाही तर मनगटी घड्याळ भेट देण्यात येई. शेतात, मळ्यात, परसात अन् गावदेवीच्या प्राचीन मंदिरात जावईबापूंना फराळाचं निमंत्रण असे. आज कुणी अशी बडदास्त ठेवत असतील, असं नाही वाटत. शिवाय नसत्या अपेक्षाही कुणी बाळगत नाही.

पाडव्याच्या दिवशी ठेवणीतली पैठणी नेसून नथीचा तोरा मिरवत नवऱ्याला ओवाळण्यात बायकांना काय हर्ष होत असेल, त्याची आज कल्पना नाही येणार. एक तर सगळ्याच विधींना उपचाराचं स्वरूप आलंय आता. नवऱ्याकडून ओवाळणीदाखल काही मिळावं, अशी आजच्या 'सेल्फ-मेड', स्वतंत्र, स्वाभिमानी मिळवत्या बायकांची अपेक्षाही उरलेली नसणार!

आली दिवाळी उद्या सकाळी
दादा तुला मी ओवाळणार

असं गात ठुमकणाऱ्या छोट्या परकरी पोरी तरी आज कुठे उरल्यात? एकूणच, पत्रातून राखी आणि पोस्टातून मनीऑर्डरद्वारा भाऊबीज धाडणाऱ्या भाऊ-बहिणींचा हा जमाना. 'तू भाऊबीज घालू नकोस; मी काही तुला ओवाळणार नाही!' असं भावाला स्पष्ट बजावणाऱ्या बहिणींची संख्या वाढते आहे, मग नवऱ्याला ओवाळायची बात कशाला!

पण पाडवा आणि भाऊबीज या दोन्ही ओवाळणींमधलं काव्य आज आटलं असलं, तरी पुष्कळ घरांतून हे उपचार अजूनही पूर्वीच्याच जिव्हाळ्याने पार पडतात, हे नवलच म्हणायचं.

आकाश कंदिलाशिवाय दिवाळीची कहाणी पूर्ण होतच नाही.

बांबूच्या कामट्या जोडून रंगीबेरंगी कागदांनी पूर्वी घरोघर आकाशदिवे अहमहमिकेने तयार होत. जिलेटिनच्या कागदांनी नवी झगमग आणली. त्या झिरमिळ्या, ती कागदी फुलं, ती चित्रांची फिरती सजावट—हे सारं आज लोपलंय. चांदणी, होडी, मासा, कासव या आकारांत आकाशदिवे बनवण्यातलं कौशल्य हळूहळू लोप पावतंय. तेवढा वेळही नाही अन् तितकी चिकाटीही अंगी उरलेली नाही. शिवाय

थर्माकोलचे आकर्षक रेडिमेड आकाशदिवे विक्रीला सज्ज असताना एवढे कष्ट कोण घेणार?

तर—अशी ही दिवाळी, कालची आणि आजची.

कुणी जुन्या स्मृतींत रमेल, कुणी या घडीची मजा चाखेल.

दिवाळी अंक बाजारात यायला लागलेत.

पूर्वी रसरंग, मोहिनी, दीपावली हे दिवाळी अंक होते. आज विपुलश्री, आवाज, प्रपंच, प्रभात गाजतायत.

शेवटी दिवाळी जशी जमेल तशी साजरी करणं महत्त्वाचं.

ध्वनिप्रदूषण टाळता आलं अन् सामाजिक भान राखता आलं, तर या आनंदात भर पडेल, एवढं नक्की!

◆◆◆

सावन के महिने में ऽऽ

यूँ तो साल के महिने बारा, एक सावनही हमे प्यारा...

हा 'सावन का महिना' रुपेरी पडद्यावर कधी ढोल वाजवत येतो, कधी मोराच्या पावलांनी नकळत येऊन जातो. 'सावन के नजारे' कधी चिंब-चिंब भिजवून टाकतात, कधी डोळ्यांतून आसवांतून टपकतात.

सावन के महिनेमें
इक आगसी सीने में
लगती है तो पी लेता हूँ
दो चार घडी जी लेता हूँ

जुन्या 'शराबी' (१९६४) या चित्रपटामधलं हे गाणं नायक देव आनंदची कैफियत घेऊन आलं. नायिका मधुबालाच्या आजारपणामुळे रखडलेली ही कलाकृती. मदनमोहनचं संगीत, रफीचा बुलंद सूर! महाराष्ट्रात आपण श्रावण पाळतो. बॉलिवुडच्या नायकांना हे वैराग्य मंजूर नाही. त्यामुळे 'सावन' आग लावतो, ती हे लोक मद्याने विझवतात.

सन १९६८ मधील 'मीलन' चित्रपटात मुकेश आणि लतादीदी यांची जणू गाण्याची 'ट्यूशन' सुरू आहे!

'सावन का महिना, पवन करे सोर' ही आनंद बक्षी यांची शायरी लक्ष्मीकांत-प्यारेलाल जोडीने दिमाखात पेश केलीय! 'अरे बाबा शोर नहींऽऽ सोरऽसोरऽऽ' असं गानसरस्वती लताला सांगण्याचे धारिष्ट्य मुकेशभैयाच करू जाणे!

'दो बिघा जमीन' (१९५४) या बिमल रॉय दिग्दर्शित चित्रपटामध्ये मन्ना डे आणि लता कोरस गायकांसह शैलेंद्रची शायरी गात पावसात भिजले, ते स्वरांच्या माध्यमातून.

हरियाला सावन ढोल बजाता आया
धुम तक् तक् मनका मोर नचाता आया

या सलील चौधरी यांच्या धूनने बेहोष कर दिया!

'करोडपती' चित्रपटामध्ये नायिका शशिकलाची व्यथा-वेदना आशा भोसले स्वरमाध्यमातून मांडते,

ओ सावन बन गये नैन पियाबिन

तडपत हूँ दिन रैनऽऽ

ही शंकर-जयकिशनची धून १९६१ मधली. या 'करोडपती' चित्रपटाने निर्माती बनलेल्या शशिकलाचे हात पोळले. कारण चित्रपटाला तिकीट खिडकीवर यश मिळाले नाही.

बॉलिवुडच्या दोन महान पार्श्वगायिका मराठी भावगीतगायनात श्रावणधारा घेऊन स्वरानंद देऊन गेल्या.

श्रावणात घननिळा बरसला

रिमझिम रेशीमधारा

या मंगेश पाडगावकरांच्या कवितेला श्रीनिवास खळे यांनी जी चाल दिली, ती मराठी मनाला भावली. लताचे सूर इथे केवढं गारूड करतात!

'रिमझिम झरती श्रावणधारा धरतीच्या कलशात' हे सुमन कल्याणपूर यांचे कोवळे-कोमल सूर केवढे विलोभनीय!

हा 'सावन' सणांचा-उत्सवाचा राजा. दहीहंडी आणि गोपाळकाला ही मराठी संस्कृती, मनमोहन देसाईंसारख्या मुंबईत सगळं आयुष्य घालवलेल्या ज्येष्ठ दिग्दर्शकाने रुपेरी पडद्यावर झोकात पेश केली.

गोविंदा आला रे आलाऽऽ

जरा मटकी संभाल ब्रिजबाला

ही आरोळी ठोकत शम्मी कपूर 'ब्लफ मास्टर' चित्रपटात रफीच्या बुलंद स्वरांसह मस्तीत नाचला.

मग सुपरस्टार अमिताभ बच्चन कसा मागे राहणार? किशोरकुमारच्या अनोख्या खर्जात त्यानेही सूर मिसळला.

मच गया शोर सारी नगरीमें

आया बिरजका बाँका सम्हाल तेरी गगरी रे

या गाण्याने तमाम चित्रपटरसिकांना पार वेड लावले! याच गाण्यात आपल्या भगवानदादांना सामील करून घेत बॉलिवुडने मराठी माणसांच्या अस्मितेला जागवले!

'सावन के बादलो' या १९४०च्या दशकातल्या गाण्यात जी नजाकत होती, ती नंतर थोडी हरपली. 'गरजत बरसत सावन'ने ती परत आणली.

तेरी दो टकियोंकी नौकरी

मेरा लाखोंका सावन जाये रेऽऽ

ही 'रोटी, कपडा और मकान'मधली झीनत अमानची अदा पुष्कळांना माइंड ब्लोइंग वाटली असेलही! शेवटी व्यक्ती तितक्या प्रकृती! पण हा 'सावन' त्याचं पावित्र्य अनेकांनी जपलंसुद्धा! 'लगी आज सावन की फिर वोह झडी है' आणि 'रिमझिम गिरे सावन-सुलग सुलग जाये मन' हे सुरेश वाडकर आणि किशोरकुमारचे यांचे सूर कसे विसरणार?

'सावन आये या न आये जिया जब झूमे सावन है' हे तर शकील बदायुनी आशा-रफी-नौशादच्या स्वरातून 'दिल दिया दर्द लिया'मधून सांगूनच गेलेत!!

◆◆◆

अनुराधा पौडवाल- सुभग दर्शन, सच्चा सूर

हिंदी चित्रपटसंगीताच्या क्षेत्रात लता मंगेशकर यांची बरोबरी कुणीच करू धजत नाही. ज्या गायिकांनी ते साहस करायचा प्रयत्न केला, त्यांचा प्रयत्न साफ फसला. हाय पिच शब्दोच्चार, सुरेलपणा या कुठल्याच बाबतीत लतादीदींशी कुणाची तुलना होऊच शकत नाही.

सुमन कल्याणपूर आणि अनुराधा पौडवाल वगळता अन्य कुणी स्पर्धेत टिकूच शकलं नाही. त्यातही अनुराधा पौडवाल यांचा स्वर पुष्कळसा लतादीदींशी मिळताजुळता आहे, असं अनेकांना वाटतं. श्वासावर नियंत्रण ठेवून हाय पिच गाणी देताना अनुराधा-लता यांचे सूर खूप वेळा सारखेपणाचा भास देतात. फक्त जिथे स्वरांवर ठहराव देण्याची वेळ येते, तेव्हा मात्र अनुराधा पौडवालचा दमसास कमी पडतो अन् ही तर पौडवाल, याची जाणीव जाणकारांना होते.

एच. एम. व्ही. म्युझिक कंपनीची मक्तेदारी मोडून काढत १९८० आणि १९९० च्या दशकात सुपर कॅसेट्स, टी सिरीज अशा नव्या कंपन्या उभ्या राहिल्या. त्याचा फायदा अनुराधाला मिळाला. आधी 'टी सिरीज'ने लताच्या गाण्यांची 'व्हर्शन्स' अनुराधाच्या स्वरात श्रोत्यांना उपलब्ध करून दिली. मदनमोहन, लक्ष्मीकांत-प्यारेलाल, शंकर-जयकिशन यांच्या दीदींनी गायलेल्या गाण्यांच्या आवृत्त्या अनुराधाच्या आवाजात श्रोत्यांना स्वस्त किमतीत मिळाल्या आणि त्या कॅसेट्सनी तुफान धंदा केला. पुष्कळांना हे मंगेशकर मोनॉपॉलीवरचं आक्रमण वाटलं!

मग 'आशिकी', 'मीरा का मोहन', 'लाल दुपट्टा मलमलका' अशा अल्बममधून अनुराधाचा स्वर सर्वदूर गुंजत राहिला. नंतर ही गाणी चित्रपटांमधून पडद्यावरही गाजू लागली.

टी सिरीजचे गुलशन कुमार, संगीतकार नदीम-श्रवण आणि कुमार शानू यांच्या बरोबरीने अनुराधा पौडवाल 'आशिकी'

या चित्रपटामुळे अफाट लोकप्रियता मिळवून गेली.

'जाने जिगर जानेमन तुझको है मेरी कसम' आणि 'मै दुनिया भुला दूँगा तेरी चाहत में' या गाण्यांनी अक्षरश: धुमाकूळ घातला. तहलका माजवला. पूजा भट्ट, अनु अगरवाल, मीनाक्षी शेषाद्री, माधुरी दीक्षित अशा नव्या नायिकांना अनुराधाचा स्वर एकदम फिट बसला.

मग लक्ष्मीकांत-प्यारेलाल यांच्यासारखा संगीतकार आणि सुभाष घईसारखा निर्माता अनुराधा पौडवालच्या स्वरांचा आग्रह धरू लागला. 'हीरो' चित्रपटात 'तू मेरा जानू है' आणि 'ओ बेबी सिंग अ साँग' या गाण्यांनी अनुराधाला लोकप्रियता आणि स्थैर्य प्राप्त झाले.

पं. अजय पोहनकर यांची ती शिष्या. त्याचबरोबर पं. राम नारायण हे विख्यात सारंगीवादक तिला तालीम देत. 'माझ्या सारंगीबरोबर तू गात जा', असे ते म्हणत. या सगळ्या मेहनतीचा फायदा अनुराधा पौडवालला मिळत गेला. 'रजनीगंधा जीवनी या', 'डोळ्यांवरून माझ्या' ही मराठी भावगीते तिने गायली. 'धक धक करने लगा' आणि 'कोयलसी तेरी बोली' (बेटा), 'जिये तो जिये कैसे बिन आपके' आणि 'बहुत प्यार करते है तुमको सनम' (साजन) या गाण्यांमुळे अनुराधाचे पार्श्वगायिका म्हणून इंडस्ट्रीत स्थान पक्के झाले; पण कुमार शानूशी झालेले वाद, टी सिरीजच्या गुलशन कुमारवर झालेला खुनी हल्ला आणि नदीम-श्रवण जोडीला लागलेले ग्रहण, पती अरुण पौडवाल यांचे हृदयविकाराने झालेले अकाली निधन, या सगळ्या प्रतिकूल घटनांचा सामना अनुराधा पौडवालला करावा लागला.

त्यानंतरसुद्धा मैनू इश्कदा लगिया रोग (दिल है के मानता नहीं), तुम्हे अपना बनाने की कसम खायी है (सडक), मुहब्बत इनायत करम देखते है (बहार आने तक), तम्मा तम्मा लोगे (ठानेदार) या लोकप्रिय गाण्यांनी अनुराधाचा आलेख उंचावला.

मग अष्टविनायक (दिसती मजला सुख चित्र नवे, प्रथम तुला वंदितो), अरे संसार संसार (राजा ललकारी अशी दे) या मराठी चित्रपटांनी तिचे सूर ऐकवले. हिंदी भक्तिगीते गात तिने वेगळेपण जपलं.

◆◆◆

जुगलबंदी सप्तस्वरांची

रुपेरी पडद्यावर प्रतिभावान अभिनेत्यांच्या अभिनयाचा सामना रंगताना आपण नेहमीच पाहतो. 'मुगल-ए-आझम'मध्ये पृथ्वीराज कपूर आणि दिलीपकुमार यांची झुंज सरस होतीच. 'दीवार'मध्ये शशी कपूर आणि अमिताभ बच्चन, तर अगदी अलीकडे 'अर्धसत्य'मध्ये सदाशिव अमरापूरकर (रामा शेट्टी) आणि इन्स्पेक्टर वेलणकर म्हणजेच ओम पुरी यांच्यातली लढाई आपण डोळे फाडून पाहिली.

चित्रपटाच्या माध्यमातून १९५०च्या दशकात दोन दिग्गज गायकांची सप्तसुरांची जुगलबंदी ऐकताना श्रोते भारावले.

'मुगल-ए-आझम'मध्ये शमशाद आणि लता यांच्यातला कव्वालीचा सामना जसा रंगला, तशीच शास्त्रीय रागदारी संगीतावर आधारित जुगलबंदी 'बैजू बावरा' चित्रपटात मैफलीचा आनंद देऊन गेली.

'आज गावत मन मेरो झूमके' हे बोल उस्ताद अमीर खाँ आणि पं. द. वि. पलुसकर यांच्या कंठातून असे प्रकटले की, श्रुती धन्य जाहल्या. संगीतकार नौशाद सांगतात, ''पं. पलुस्कर प्रत्येक तान, आलाप यांचे नोटेशन लिहून त्याबरहुकूम गात; तर अमीर खाँ आयत्या वेळी सुचेल तसे गात.''

आजही ही जुगलबंदी ऐकताना अमीर खाँ यांच्या आवाजातली सहजता आणि पं. द. वि. पलुसकर यांच्या गायकीमधली आक्रमकता थक्क करते.

'बसंत बहार' या चित्रपटात शंकर-जयकिशन जोडीने पं. भीमसेन जोशी आणि मन्ना डे यांच्या युगुल स्वरात जबरदस्त जुगलबंदी पेश केली. 'केतकी गुलाब जूही चंपक बन फुले' ही बसंत रागातली रचना श्रोत्यांना तृप्त करून गेली.

'पडोसन' चित्रपटामध्ये राहुल देव बर्मन यांनी मन्ना डे आणि किशोरकुमार यांच्या अजोड स्वरात 'इक चतुर नार करके

सिंगार' ही धमाल जुगलबंदी पेश केली. त्यातली स्वरांची झटापट अजब नि इफेक्ट अंगावर येणारा! ही जुगलबंदी अखेर किशोरकुमार जिंकतो, हे मन्ना डेला काही केल्या पटेना. तो मेहमूदला म्हणतो कसा— ''भाईजान, किशोर तो शास्त्रीय संगीत सीखा भी नहीं कभी!' उसके हाथो, मै कैसे हार सकता हूँ? कुछ ऐसा करो वो हारे और मै जीत जाऊँ!'' चित्रपटात शेवटी हीरोच जिंकतो, हे मन्ना डेंना पटवून द्यावं लागलं. 'संगीतसम्राट तानसेन'मध्ये पं. कृष्णराव चोणकर आणि पं. भीमसेन जोशी यांच्यामध्ये 'सप्त सूर तीन ग्राम' ही जुगलबंदी झकास रंगली.

पंडित विनायकराव पटवर्धन आणि पं. व्यासबुवा हे १९६०च्या दशकामध्येच जाहीर कार्यक्रमात शास्त्रीय गायनाच्या माध्यमातून श्रोत्यांना जुगलबंदीचा आनंद देत; तर जानी बाबू कव्वाल आणि शकिलाबानू भोपाली यांच्या कव्वालीच्या जुगलबंदीचे स्टेज शो तुफान गर्दी खेचत.

'हम दिल दे चुके सनम' या चित्रपटात इस्माईल दरबार यांनी गुरू-शिष्य परंपरेत बसणारी रियाजामधली एक सुश्राव्य जुगलबंदी ऐकवली. खरं तर ही तिगलबंदी!

'अलबेला सजन आयो' ही रचना उस्ताद सुलतान खान, शंकर महादेवन आणि कविता कृष्णमूर्ती यांनी अशी जोशपूर्ण स्वरात गायली की, पूछो मत! ते सूर आजही कानामध्ये रुणझुणतात.

लता आणि आशा या मंगेशकर भगिनींच्या स्वरात संगीतकार हेमंतकुमारनी 'मिस मेरी' या चित्रपटात एक सुरेल जुगलबंदी देऊन श्रोत्यांना कायमचे ऋणी करून ठेवले आहे.

'सखी री सुन बोली पपीहा उस पार' या रचनेत लतादीदी आणि आशा भोसले यांच्यातली निकोप स्पर्धा स्वरांची आवर्तने, नव्हे वादळे घेऊन अवतरली!

'गदर- एक प्रेमकथा'मधून उधमसिंग 'आन मिलो सजना' ही जुगलबंदी अजय चक्रवर्ती आणि परवीन सुलताना यांच्या अवीट स्वरात घेऊन आले. हा सिलसिला असाच यापुढेही चालत राहावा, हीच संगीतप्रेमींची एकमेव अपेक्षा आहे!

◆◆◆

हिंदी चित्रपटातला नायक प्रेमात पडला, की नायिकेला फूल ना फुलाची पाकळी तरी भेट देणारच! कधी ते फूल गुलाबाचं असेल, कधी शेवंतीचं, कधी झेंडूचं किंवा बटमोगऱ्याचं!!

आमच्या पिढीने 'अंदाज' चित्रपटात नर्गिसने राज कपूरला फूल देताना प्रथम पाहिले. संशयाने मनात कली संचारलेला असताना राजू ते फूल फेकून देतो. जिन्याखाली उभा दिलीपकुमार ते अलगद झेलतो आणि पुन्हा राज कपूरला ऑफर करतो. अन् 'इसमें खुशबू नहीं रही' म्हणत राजू ते झिडकारतो. मग नर्गिसच्या चेहऱ्यावरचे उदास, उद्ध्वस्त, विकल भाव बघावेत! दिल का टूटना क्या चीज है, ते सारं क्षणार्धात कळून चुकलं!

'वक्त' चित्रपटामध्ये साधनाला भेटायला राजकुमार जातो, तर ती परदेशातून येणाऱ्या रवीला (सुनील दत्त) रिसीव्ह करायला विमानतळावर गेलेली. राजकुमार तिथे हजर होतो. तिच्या हातातला गुलाबाचा गुच्छ नुकताच राजकुमारने दिलाय. पण तो आपल्यासाठीच आणलाय, या भावनेतून रवी सुखावतो. 'गुले गुलजार, तुम खुद चली आयी तो इन फुलोंकी क्या जरूरत थी', असं म्हणत तो गुच्छ पुन्हा राजकुमारच्या हाती सोपवून साधनासह तिथून निसटतो. एकटा राजकुमार हातातल्या पुष्पगुच्छाकडे बघत निर्मनुष्य रस्त्यावर उभा!!

'नया दौर' चित्रपटामध्ये रजनी (वैजयंतीमाला) देवाला कुठली फुले वाहणार, यावर शंकर (दिलीपकुमार) आणि किस्ना (अजित) यांच्या प्रेमाचे भवितव्य अवलंबून!

'वो सफेद फूल लायी तो रजनी तेरी और पीले फूल लायी तो मेरी', या दिलीपकुमारच्या तोडग्याला बेरकी अजित आक्षेप घेतो. शंकरला त्याचे काही सोयरसुतक नाहीय. पण शेवटी 'बहनको कहलवाकर फूल बदल दिये', असा आरोप करत किस्ना शंकरशी असलेली दोस्ती तोडून टाकतो. फुलं

केवढं महाभारत घडवू शकतात, ते इथे प्रथम कळून चुकलं!

'कश्मीर की कली' चित्रपटात नायिका शर्मिला चक्क फुलवाली बनल्येय! मग तिच्या प्रेमात पडलेला शम्मी कपूर 'तारीफ करूँ क्या उसकी जिसने तुम्हे बनाया' हे गीत गात शेवटी शर्मिलाच्या गळ्यात अचूक माळ फेकून आपले प्रेम व्यक्त करतो आणि तिच्या गालावर गुलाब फुलतात.

'बुड्ढा मिल गया' चित्रपटात अर्चनाबद्दल प्रीतभावना उच्चारताना नवीन निश्चल रातराणीच्या गंधाचा उल्लेख करतो. मग जे गीत जन्माला येतं, ते अविस्मरणीय 'रात कली इक ख्वाब में आयी और गलेका हार बनी' हे किशोरकुमारचं गाणं म्हणजे त्या फुलाचा सुगंध नि कोमल स्पर्शाचं मोरपीस बनून ऐकणाऱ्याला सुखावतं!

'रजनीगंधा' या नावाचा चित्रपट १९८० च्या दशकात विनोदाची ताजी झुळूक घेऊन आला. बासू चटर्जी आणि अमोल पालेकर यांचं अद्वैत जुळून गेलं. लताच्या स्वरातलं 'रजनीगंधा फूल तुम्हारे' हे गीत तर आजही श्रवणानंद देतं!

'फूल तुम गुलाबका क्या जबाब आपका' असं नूतनला म्हणत नायक देव आनंद 'तेरे घर के सामने' चित्रपटात 'प्यार का राग' आळवतो; तर 'फुलोंका तारोंका सबका कहना है, एक हजारोंमे मेरी बहेना है' हा देव आनंदचा विश्वास, झीनत अमानच्या चेहऱ्यावरती हास्याची मोहर उमटवतो. चित्रपट 'हरे रामा हरे कृष्णा.'

'बेला महका रे महका आधी रातको' हा 'उत्सव'मधला लता-आशाच्या स्वरातला वसंतोत्सव केवढा लाजबाब नि नितांत सुंदर!

'बेला के फूल' हा 'विविध भारती'चा रंगारंग नगमे घेऊन येणारा सुरेल कार्यक्रम लोकप्रिय झालाय, हे सांगायची गरज नाही.

'सा रे ग म' हा दूरदर्शनवरचा ओरिजिनल कार्यक्रम सोनी वाहिनीने पेश केला सर्वप्रथम, त्या वेळी विजेत्याचे नाव घोषित करताना पंडित जसराज म्हणाले होते, "गाना तो सबने अच्छा गाया मगर बेला की खुशबू आज कुछ ऐसे महक रही है..." मग बेला शेंडेचं नाव विजेती म्हणून घोषित झालं! तिचा फुलासारखा नाजूक नि टवटवीत चेहरा आजही रसिकांच्या स्मरणात ताजा आहे.

हातातल्या नाजूक फुलाची एकेक पाकळी वेगळी करत 'ही लव्हज मी, ही लव्हज मी नॉट' हा मंत्र जपणाऱ्या प्रीती झिंटा आणि अमिषा पटेल या नायिका आपण 'सोल्जर' आणि 'कहो ना प्यार है' या चित्रपटात पाहिल्या.

फूल बानो ही आपली लठ्ठ कन्या खपवण्यासाठी ओमप्रकाश राजेंद्रनाथला गळ घालतो ती 'राजकुमार' चित्रपटात. पण प्रत्यक्षात फूल बानो म्हणजे टुनटुन पुढ्यात येताच राजेंद्रनाथ 'मैने तो फूल माँगा था, ये पेड कहाँ से आ गया' हा सवाल

करतो आणि प्रेक्षक लोटपोट हसतात.

पण फुलांची अशी बेइज्जती फार क्वचित झालीय हिंदी चित्रपटातून!

'खिलौना' चित्रपटात संजीवकुमार आपल्या प्रियतमेच्या लग्नात भेट द्यायला फुलोंका गुलदस्ता घेऊन येतो. खलनायक शत्रुघ्न सिन्हा तो गुच्छ पायदळी तुडवतो, तरीही गझल पेश करायला फर्मावतो. शेवटी प्रत्येक फूल आपलं नशीब घेऊन येतं, हेच खरं!

फुलोंके रंगसे दिलकी कलमसे
तुझको लिखी रोज पाती
ही कवी नीरजची शायरी 'प्रेमपुजारी'मधली.

'मुगल ए-आझम'मध्ये शाहजादा सलीम अनारकलीला काटे आणि बहारला फुले देतो. त्यावर अनारकली म्हणते, 'काँटों को मुरझाने का खौंफ नहीं!'

प्रत्येक फूल कधी तरी कोमेजणार, एवढंच तुम्ही-आम्ही लक्षात ठेवायचं!!

◆◆◆

बॉलिवूडच्या पंडितजींना सलाम

आज प्रत्येक मराठी माणसाची छाती अभिमानाने फुगून गेली आहे आणि मन आनंदाने फुलून गेलं आहे. पंडित भीमसेन जोशींना 'भारतरत्न' हा सर्वोच्च किताब देऊन भारत सरकार त्यांना गौरवणार, ही वार्ता आनंददायक आहेच. हा सन्मान त्यांना थोडा उशिराच मिळतोय, हे खरं. पण त्यामुळेच त्याची गोडी आणि अपूर्वाई वाढली आहे.

पंडितजींच्या दृष्टीने हा त्यांच्या किराणा घराण्याचा आणि ख्याल गायकीचा सन्मान असला, तरी खरं सांगायचं तर आज प्रत्येक गानवेड्याला आपणच काही तरी जिंकलंय, असं अगदी अंत:करणाच्या गाभ्यापासून वाटतंय. आज गाणाऱ्या प्रत्येकालाच पंडितजींच्या या सन्मानामुळे अत्यानंद झालाय. एक जमाना असा होता की, शास्त्रीय संगीताच्या क्षेत्रात घराण्याचा जाज्वल्य अभिमान होता. ग्वाल्हेर, किराणा, जयपूर, आग्रा, पतियाळा, मेवाती अशा घराण्यांमध्ये एक चुरस होती. त्यामुळेच वेगळेपणाची भिंत होती. आज ती परिस्थिती नाही. मेवाती घराण्याचा गायक संजीव अभ्यंकर ग्वाल्हेर घराण्यातल्या चांगल्या गोष्टींचा अंगीकार करताना दिसतो. पं. भीमसेन जोशींच्या आक्रमक गायकीचा ग्वाल्हेरवाले योग्य तो मान राखतात. काळ खूप बदललाय!

म्हणूनच पं. भीमसेन जोशींना भारतरत्न हा पुरस्कार मिळणार याचा प्रत्येक रसिक श्रोत्याला, प्रत्येक चोखंदळ गायकाला आनंद होतो; अभिमान वाटतो. त्यातही भीमसेनजींचे कायमचे वास्तव्य पुण्यामध्ये असल्यामुळे पुणेकरांचा आनंद शिगेला पोहोचलाय. पंडितजी कर्नाटकामधील गदग या गावी जन्माला आले असले, तरी त्यांची कर्मभूमी महाराष्ट्र आणि चिरंतन सहवास पुणे शहराला लाभलाय, हे कसं विसरता येईल?

माझे वडील पं. मुकुंदराव गोखले ग्वाल्हेर घराण्याचे नामांकित गायक आणि पं. विनायकबुवा पटवर्धन यांचे शिष्योत्तम.

साहजिकच घरात ग्वाल्हेर घराण्याखेरीज अन्य कोणाबद्दल फारसे बोलले जात नसे. पण आमच्या पिढीने या चौकटीविरुद्ध बंड केले. चौकटी मोडून काढल्या. घरामध्ये चित्रपटगीत गायचं नाही, हा संकेत आम्ही झुगारून दिला. त्यामागचं मुख्य कारण होतं पंडित भीमसेन जोशी यांनी चित्रपटांमध्ये केलेलं पार्श्वगायन. 'संगीत सम्राट तानसेन' आणि 'बसंत बहार' या चित्रपटांमधून आधी पं. कृष्णराव चोणकर आणि नंतर मन्ना डे यांच्याबरोबर पं. भीमसेन जोशी यांनी गायलेल्या जुगलबंदीची रंगत कधी विसरणं शक्य नाही.

केतकी गुलाब जूही चंपक बन फुलेऽऽ

'बसंत बहार'च्या दमदार गायकीतून पंडितजींनी जो अपार श्रवणानंद दिलाय, तो अवर्णनीय आणि अद्भुत! मन्ना डे हा ज्येष्ठ पार्श्वगायक. तो स्वत: शास्त्रीय संगीत शिकलेला. पण पं. भीमसेन जोशींबरोबर गायचंय म्हटल्यावर त्याला प्रचंड टेन्शन आलं. पंडितजींचा दबदबाच असा मोठा की, मन्ना डेला काय करावं, तेच सुचेना. मग त्याने गुपचूप अलादियाखाँसाहेब यांना गाठून काही दिवस तालीम घेतली. त्यानंतरच तो रेकॉर्डिंगसाठी तयार झाला.

हिंदी चित्रपटांच्या बरोबरीने पंडितजींनी मराठी चित्रपटासाठीसुद्धा गाणी गायली आहेत. पु. ल. देशपांडे यांच्या 'गुळाचा गणपती'मध्ये 'इंद्रायणी काठी' हा अभंग पंडितजींनी अजरामर करून सोडला. पंडितजींचं जोरकस गाणं, आक्रमक ताना आणि बुलंद स्वर ऐकतच मराठी माणसाच्या चार पिढ्या पोसल्या, वाढल्या. 'बिलासखानी तोडी'पासून 'दरबारी कानडा'पर्यंत आणि 'अडाणा'पासून 'मारव्या'पर्यंत त्यांच्या ख्यालगायकीने जितके खिळवून ठेवले तितकेच नंतर अभंगवाणीने भक्तिरसात भिजवले. मग भावगीते आणि गझल, ठुमरीने रिझवले.

सखी मंद झाल्या तारका
आता तरी येशील का

या सुधीर मोघेंच्या शायरीला त्यांनी केवढे कुरवाळले आणि नटवले!

तो तर चमत्कारच होता. 'मन रामरंगी रंगले' हे 'तुलसीदास' नाटकातले त्यांच्या गुरूंचे, सवाई गंधर्वांचे नाट्यगीत ते जेवढे रंगून गात; तेवढेच एखादे चित्रपटगीत मनापासून पेश करत.

'टाळ बोले चिपळीला नाच माझ्यासंगं
देवाजीच्या द्वारी आज रंगला अभंग'

या 'भोळी भाबडी' चित्रपटामधल्या अभंगाची गोडी काही अवीटच!

'माझे माहेर पंढरी आहे भीवरेच्या तीरी'

मधली जोशीली हरकत असो अथवा,
'तीर्थ विठ्ठल क्षेत्र विठ्ठल
देव विठ्ठल देवपूजा विठ्ठल'

या अभंगामधला गांभीर्याने ओतप्रोत भक्तिभावरस; पंडितजी असे रंगून गात, की श्रोते त्या लयतालात आणि स्वरगंगेत भिजून चिंब होतात.

बॉलिवुडने 'बसंत बहार' या चित्रपटाद्वारे पंडित भीमसेन जोशींचे महत्त्व जाणून घेतले. तसेच मराठी चित्रपटसृष्टीने त्यांच्या बुलंद स्वरांना पारखून योग्य तिथे वापरून घेतले. १९६४मध्ये 'स्वयंवर झाले सीतेचे' या चित्रपटात वसंत देसाई यांनी रावणाच्या तोंडी एक गीत पेश केले. त्यासाठी दमदार, आक्रमक गायकीसाठी त्यांनी भीमसेनजींना पाचारण केले. रावण हे ताकद आणि सामर्थ्याचे प्रतीक. आधी हिंडोल आणि नंतर बहार या रागांचा चपखल वापर करत वसंत देसाईंनी पं. भीमसेन जोशींना पूर्ण स्वातंत्र्य दिलं.

'रम्य ही स्वर्गाहुनी लंका' या ग. दि. माडगूळकरांच्या गीतामध्ये जोरकस ताना, अचूक स्वराघात आणि जबरदस्त दमसास यातून भीमसेनजींनी हे गीत लंकाधिपती रावणाने गायलंय, हे श्रोत्यांच्या अंत:करणाला पटवून देत श्रवणीय करून सोडलं. त्यानंतरही राम कदम यांच्या संगीतनियोजनाखाली 'रसिका गाऊ कोणते गीत' (पतिव्रता) आणि 'विठ्ठलाचे पायी थरारली वीट' (देवकीनंदन गोपाळा) ही गीते गाऊन पंडितजींनी चित्रपटवेड्या गानरसिकांचे कान तृप्त केले.

गोपाळकृष्ण भोबे यांच्या 'धन्य ते गायनी कळा' या नाटकासाठी १९६८ मध्ये पंडित भीमसेन जोशी यांनी अप्रतिम चाली बांधल्या. 'हे करुणाकरा ईश्वरा कृपादान मज दे' आणि 'दान करी रे गुरुधन अतिपावन' ही रामदास कामत यांनी गायलेली नाट्यगीते पंडितजींच्या स्वरप्रतिभेची साक्ष देतील.

सवाई गंधर्व संगीत समारोह या प्रतिवर्षी पुण्यात होणाऱ्या महोत्सवासाठी पंडितजींनी जे योगदान दिले, ते तर अफाट म्हटले पाहिजे. सवाई गंधर्व या आपल्या गुरूची गायकी त्यांनी जतन केली आणि किराणा घराण्याचे नाव व झेंडा जगभर फडकवत ठेवलाय.

'पुण्य पर उपकार पाप ते परपीडा'

हे त्यांच्या स्वरातून त्यांनी ठसवलंय. पंडितजी, खरोखर तुम्ही आम्हाला जे काही दिलंत, त्याची परतफेड आम्ही नाही करू शकणार. तुमच्या स्वरांचं ऋण तर आम्हाला कधीच ओझं वाटणार नाही.

◆◆◆

वेस्टर्न म्युझिक रुजविणारे संगीतकार- सी. रामचंद्र

एका माणसामध्ये किती गुण एकवटले म्हणजे त्याला परमेश्वराचा अवतार मानता येईल? तो भला माणूस जर कलाकार असेल, तर त्याचे चाहतेच त्याला प्रेषित मानतात ना! सी. रामचंद्र यांच्या स्वरवैभवाने ज्यांना धुंद केले, त्यांनी तर अवलियाच ठरवले आपल्या दैवताला!

रामचंद्र चितळकर हे मुंबईच्या चित्रपटसृष्टीत दाखल झाले ते हीरो बनण्यासाठी, पण नियतीने त्यांच्या हाती हार्मोनिअम सोपवला. मग ते बनले संगीतकार! अजोड धून देता-देता ते गायक म्हणूनही गाजू लागले. शमशाद बेगमच्या स्वरांची नजाकत त्यांनी प्रथम ओळखली. मग लता मंगेशकर नावाचं वादळ त्यांनी आपल्या संगीतप्रतिभेवर स्वार होऊ दिलं. बघता बघता त्यांनी हिमालयाची उंची गाठली.

पार्श्वगायक म्हणून हा चितळकर घरातल्यांसाठी शामू, भगवानदादांच्या चित्रपटांना संगीत देताना अण्णासाहेब आणि इतरांसाठी जणू कुणी साऊथ इंडियन सी. रामचंद्र! 'राम तेरे कितने नाम' असा रामभक्तांना प्रश्न पडायचा ना, तसाच हा प्रकार!

दि. १२ जानेवारी १९१८ रोजी अहमदनगर जिल्ह्यातल्या चितळी या छोट्या गावी त्यांचा जन्म. वडील रेल्वेत स्टेशन मास्तर. मालगाड्यांच्या रुक्ष धडधडाटातून रामला अफलातून ऱ्हिदम सापडला असणार! सन १९३१ ते १९३८ या काळात पुण्यात पंडित विनायकबुवा पटवर्धन यांच्याकडे रामचा शास्त्रीय संगीताचा अभ्यास पार पडला.

कोल्हापुरात 'ललित पिक्चर्स' आणि 'शालिनी मूव्हीटोन' - मधून पडेल ते काम करत राम झुंजला. सोहराब मोदी यांच्या 'मिनर्व्हा'मध्ये संगीत विभागात उमेदवारी करताना त्याचा हार्मोनिअमवरचा हात तयार झाला. मेंडोलिनही तो सुरेख वाजवायचा.

'जयकोडी' हा तमिळ चित्रपट आणि मास्टर भगवानदादा

यांचा 'सुखी संसार' ही रामचंद्र चितळकर यांची सुरुवातीची कामगिरी. पण सी. रामचंद्र हे त्यांचे बारसे जयंत देसाई या निर्मात्याने केले.

बघता-बघता हिंदी चित्रपटसृष्टीतल्या आघाडीच्या नायकांसाठी सी. रामचंद्र केवळ संगीतकारच नव्हे, तर पार्श्वगायकही बनले. सरगम (राज कपूर), आजाद (दिलीपकुमार), बारिश (देव आनंद) हे चित्रपट कोण विसरू शकेल?

वो हमसे चुप है मनानेवाले मना रहे है (लता-चितळकर), कितना हँसी है मौसम (लता-चितळकर) आणि दाने दाने पे लिखा है खानेवालेका नाम (चितळकर आणि कोरस) ही द्वंद्वगीते आणि कोरसगीते, त्यातला गोडवा आणि भावार्थ आजही स्मरणात आहे.

वेस्टर्न म्युझिक आपल्या हिंदी चित्रपटांमधून लोकप्रिय करण्याचे संपूर्ण श्रेय सी. रामचंद्र यांनाच द्यावे लागते.

'आना मेरी जान मेरी जान संडे के संडे' (शहनाई-१९४७) ही अफलातून धून स्वत: सी. रामचंद्र यांनी गायली, ती शमशाद आणि मीना कपूर समवेत! या गाण्याने एकच तुफान उठलं!

'गोरे गोरे-ओ बाँके छोरे-कभी मेरी गली आया करो-(समाधी-१९५०) हे गीत लता-अमीरबाई कर्नाटकी यांनी गायलं. तर 'मिस्टर जॉन बाबाखान जलाल्ला रोशनदान' (बारिश) हे हेलनवर चित्रित झालेलं नृत्यगीत आशा भोसलेच्या स्वरात गाजत राहिलं.

'इना मीना डिका' ही अवघड बाराखडी रॉक एन् रोल नृत्याच्या थिरकत्या प्रभावाने लोकप्रियतेची बुलंदी गाठून गेली. आशा आणि किशोर यांचे सूर या मातीतले, पण वेस्टर्न म्युझिकमध्ये भिजून सर्वतोमुखी रुजले. चित्रपट होता 'आशा.'

मग सी. रामचंद्र यांनी मराठी चित्रपटातही हा वेस्टर्न बाज यशस्वी करून दाखवला. 'नंबर फिफ्टी फोर द हाऊस ऑफ द बांबू डोअर' (घरकुल- मन्ना डे) या गीताचे सूर सर्वदूर घुमले.

वेस्टर्न म्युझिकबरोबरच त्यांनी गझल, कव्वाली, भावगीत—एवढेच नव्हे, तर शास्त्रीय संगीत यांचाही चित्रपटसंगीतामध्ये पुरेपूर वापर करून घेत वैविध्य जपले. 'आझाद' चित्रपटासाठी पंधरा दिवसांत नऊ गाणी ध्वनिमुद्रित करण्याचा विक्रम सी. रामचंद्र यांनी नोंदवलाय!

राधा ना बोले ना बोले रे, जा रे जा रे तू कारी बदरिया ही 'आझाद'मधली लताची गाणी कोण विसरू शकेल? लता आणि सी. रामचंद्र यांचं हे अद्वैत मग देवता, अनारकली, अलबेला, नौशेरवान-ए-आदिल ते थेट स्त्री, बहुरानी या

चित्रपटांपर्यंत टिकून राहिले.

धीरे से आजा रे अँखियन में निंदिया (अलबेला) ही लोरी तर अजरामर झाली. अपलम चपलम (लता-उषा- आजाद) आणि ओ चाँद जहाँ वो जाये (लता-आशा- शारदा) ही युगुलगीते मेलडीचा उत्तुंग आविष्कार आहेत! ए चाँद कल जो आना आणि कैसे आऊँ जमुना के तीर (देवता), ये जिंदगी उसीकी है, मुहब्बत ऐसी धडकन है (अनारकली), ओऽऽ निर्दयी प्रीतम (स्त्री), मेरे मनका बावरा पंछी (अमरदीप) हे एकेक गाणं म्हणजे रसिक मनाला स्वराभिषेक वाटतो.

मेरे पिया गये रंगून वहाँ से किया है टेलिफून (शमशाद-चितळकर), देख हमे आवाज न देना (आशा-रफी—अमरदीप), भूल जाये सारे गम (रफी-लता) ही युगुलगीते कधी अवखळ प्रीती, कधी समर्पण, तर कधी उदात्त शृंगार घेऊन अवतरली.

आधा है चंद्रमा रात आधी (नवरंग), ये हसरत थी के इस दुनिया में (नौशेरवान-ए-आदिल), अपनी कहो कुछ मेरी सुनो (परछाई) या गीतांमधून अनुक्रमे महेंद्र कपूर, महंमद रफी आणि तलत मेहमूद यांच्या आवाजाचा सुरेख उपयोग सी. रामचंद्र यांनी करून घेतला.

गीत-गोपाल (ग. दि. माडगूळकर) हे गीत-रामायणाइतके गाजले नसले, तरी त्यातली सी. रामचंद्र यांची प्रतिभा लक्षणीय होती. मलमली तारुण्य माझे (आशा भोसले), ऐ मेरे वतन के लोगो (लता) अशी विविधता हे त्यांच्या संगीताचं वैभव!

पैगाम, इन्सानियतमधले त्यांचे संगीत सुरेख असूनही चित्रपटांना मर्यादित यश लाभले.

उत्तरायुष्यात गळेकापू स्पर्धेत अण्णांचे यश झाकोळले. लता मंगेशकर यांचे साहचर्य दुरावल्यानंतरही 'भुलाये न बने'सारख्या स्टेज शोजमधून त्यांनी कर्तृत्व गाजवले.

दि. ५ जानेवारी १९८२ रोजी सी. रामचंद्र यांनी मुंबईत या जगाचा निरोप घेतला.

◆◆◆

उमदा गायक, विक्षिप्त माणूस - किशोरकुमार

दि. ४ ऑगस्ट ही किशोरकुमार या गायक नटाची पुण्यतिथी. सैगल आणि अशोककुमारची गाणी गात तो लहानाचा मोठा झाला. बडे भैया अशोककुमारने गायक म्हणून त्याच्या नावावर कधीच काट मारलेली! पण अनिल विश्वास, सचिन देव बर्मन यांनी त्याच्या गळ्यातली जादू सगळ्यात आधी ओळखली!

आधी देव आनंदसाठी पार्श्वगायन करताना किशोरकुमार यशस्वी झाला. नंतर राजेश खन्नाचा 'घोस्ट व्हॉईस' बनून गेला. हा कमालीचा कंजूष होता, असं सांगतात. त्यामुळे कुणाला पार्ट्या वगैरे देत नसे. आधी त्याला पैसा दुर्लभ होता. 'चलती का नाम गाडी'पासून धो-धो यश अन् पैसा हात धुऊन त्याच्या पाठीमागे लागला. घरात हा सगळा पैसा तो रोकड या स्वरूपात ठेवायचा. बँकेवर त्याचा विश्वासच नव्हता. मग रात्री तो नोटा मोजत बसायचा! एकदा नाही, अनेकदा! ही सवय नंतर सुटली.

गायक आपला गळा सांभाळून असतो. पण हा रेकॉर्डिंगला गेला की आधी काहीही खायला तयार असे.

एकदा एका निर्मात्याला त्याने सुनावले, 'रेकॉर्डिंग बादमें! पहले गरमागरम पकौडे मँगवाओ!'

'यहाँ कही नहीं मिलते पकौडे' - प्रॉडक्शन मॅनेजरने सुनावले.

'जहाँ कही मिलते होंगे वहाँसे ले आओ', या त्याच्या हट्टानंतर कोण काय बोलणार?

पकौडे खाऊन झाल्यानंतर रबडी खायची इच्छा किशोरकुमारने प्रकट केली. सगळं यथास्थित झाल्यानंतर रेकॉर्डिंग अप्रतिम झालं, असं सांगतात.

'खईके पान बनारसवाला' हे 'डॉन'मधलं गाणं गायला त्याने आधी नकार दिला. मोठ्या मिनतवारीने तो गायला तयार झाला. पण आयत्या वेळी बनारसी पानासाठी तो हटून बसला.

पान खाऊन झाल्यावर त्याने पिकदाणी मागवली. मगच 'खईके पान'चं रेकॉर्डिंग पार पडलं, असं कल्याणजीभाई सांगतात!

ज्येष्ठ दिग्दर्शक गुलजार त्याचा एक किस्सा सांगतात, तो अफलातूनच आहे.

एका चित्रपटाचं शूटिंग सुरू होतं. कार चालवत कॅमेऱ्याच्या फ्रेमबाहेर जायचं, एवढंच दृश्य होतं. किशोरकुमारची कार कॅमेऱ्याच्या फ्रेमपुढून बाहेर पडली ती थेट स्टुडिओबाहेर गेली. तासाभराची वाट बघूनही किशोर परत आलाच नाही. मग त्याचा फोन आला!

''डायरेक्टरसाबऽऽ मै किशोर... पनवेलसे... बोल रहा हूँ । आपने हमेशा की तरह 'कट' नहीं बोला! इसलिये मैं आगे आगे बढता गया. अब आप यहाँ से शॉट 'कट' बोलिये, मै वापस आऊँगा.'' हे त्याचे बोल ऐकून दिग्दर्शक महाशय सर्द झाले.

एकदा त्याच्या काय मनात आलं, कुणास ठाऊक. त्याने बंगल्याभोवती खंदक खणायला घेतला. चारही बाजूंनी चर खोदून त्यात तो पाणी सोडणार होता. पण जेव्हा खंदकात मानवी देहाची हाडे आणि कवटी सापडली, तेव्हा त्याने हे खोदकाम थांबवलं!

खांडवा येथे तो १९२९ मध्ये जन्माला आला. मृत्यूनंतर तेथेच आपला अंतिम संस्कार व्हावा, ही त्याची इच्छा पूर्ण करण्यात आली.

रुमादेवी, मधुबाला आणि योगिता बालीबरोबरचे विवाह असफल झाल्यानंतर लीना चंदावरकरसमवेत त्याचे चौथे लग्न यशस्वी झाले. आयुष्यात त्याने खूप चढ-उतार पाहिले.

'जिंदगी एक सफर है सुहाना', 'जिंदगी का सफर है ये कैसा सफर', 'जिंदगी के सफरमे गुजर जाते है जो मकाम', 'जिंदगी प्यार का गीत है' ही त्याची गाणी आयुष्यावर भाष्य करतात!

◆◆◆

देशी-विदेशी वाद्यांचा दणादणाट

आपली चित्रपटसृष्टी संगीताच्या तालावर सदैव नाचत-गात असते. आता गाणं म्हटलं की, त्याला वाद्याची साथ हवीच! कधी तालवाद्य, कधी तंतुवाद्य; कधी देशी अलगुज, कधी विदेशी गिटार.

चित्रपटाच्या पटकथेत नायक किंवा नायिका जर गायक किंवा गायिका असेल, तर दिग्दर्शकाला स्फुरण चढे. व्हायोलिन वीणा, सतार, गिटार यापैकी कुठलंही वाद्य मग चालायचं. प्रेक्षकही खूश होऊन जात.

'बरसात' (१९४९) चित्रपटामध्ये राज कपूर व्हायोलिनवर आर्त तरल सुरावट छेडताना आपण पाहिला. 'परवरिश'मध्ये 'आँसू भरी है जीवनकी राहे' हे गीत गाताना त्याच्या हातात सारंगी होती.

'दीदार' (१९५१) मध्ये दिलीपकुमार हार्मोनिअम गळ्यात अडकवून गीत गाताना दिसलाय. 'अंदाज' (१९४९) ते 'राम और श्याम' (१९६७) अशा अनेक चित्रपटांमध्ये पियानोवर असंख्य दर्दभरी गाणी त्याने पेश केली. टूटे ना दिल टूटे ना (मुकेश)पासून आज की रात मेरे दिलकी सलामी ले ले (महंमद रफी)पर्यंत हा पियानोचा सिलसिला सुरू होता.

मग देव आनंद कसा मागे राहणार? 'दिलवाले अब तेरी गली तक आ पहुँचे' (रफी-आशा) या गाण्यात मधुबालाच्या साथीत देवने हार्मोनिअमची सुरावट छेडली. चित्रपट होता 'काला पानी' (१९५८).

राज कपूर एके काळी स्वत: गात असे. नंतर मुकेश त्याच्या आत्म्याचा आवाज बनून गेला. मग ओ मेहबूबा (मेंडोलिन) , हर दिल जो प्यार करेगा (ॲकॉर्डियन), दोस्त दोस्त ना रहा (पियानो) आणि बोल राधा बोल संगम होगा के नहीं (बॅग पाईप) या 'संगम' चित्रपटातल्या गाण्यांतून राज कपूरने पडद्यावर अनेक

वाद्ये हाताळली.

दिलीपकुमारने 'कोहिनूर' या शाही चित्रपटात 'मधुबनमें राधिका नाचे रे'मध्ये चक्क सितार वाजवली. तो खरोखरच सितार वाजवतोय, असा भास झाला. याचं कारण, तो तेवढ्यासाठी सितार शिकला. मुक्री या विनोदी नटाची गोष्टच वेगळी. 'कोहिनूर' याच चित्रपटात तो आपल्या गुरूचा भलामोठा तानपुरा छेडताना दिसला.

शम्मी कपूर रॉक एन् रोल या पाश्चिमात्य नृत्यात तरबेज. एल्विस प्रिस्ले हा त्याचा आदर्श! 'दिल दे के देखो' या चित्रपटात शम्मी कपूर ड्रमसेट बडवताना दिसलाय. त्याची स्टाईल कौतुकास्पद होतीच. 'तुमसा नहीं देखा'मध्ये तो माऊथ ऑर्गन आणि हार्मोनिअम वाजवत नायिकेचा अनुनय करतो. 'तिसरी मंझिल'मध्ये 'ओ हसीना जुल्फोंवाली' या गाण्यात तो सॅक्सोफोन या विदेशी वाद्यातून गगनभेदी सूर घुमवतो, ते दिलखेचक!

बासुरी, अलगुज तर या मातीमधली परिचयाची सुषिरवाद्यं! 'गीत' चित्रपटात राजेंद्रकुमार बासरी वाजवतो अन् नायिका माला सिन्हा फिदा होते. 'पिया मिलनकी आस' या पडेल चित्रपटात मनोजकुमार बासरी वाजवतो आणि नायिका अमिता जणू राधा बनते. इथे दोन बासऱ्या एकमुखी झालेल्या दिसल्या.

चित्रपटसृष्टीला शहनाई या सुरेल वाद्याने सुख आणि दुःखाच्या प्रसंगांत सतत साथ दिलेली आहे. गूँज उठी शहनाई (१९५९) आणि शहनाई (१९६४) या दोन चित्रपटांत राजेंद्रकुमार आणि विश्वजित हे नायक शहनाईवादक म्हणून पडद्यावर दिसले. बिस्मिला खाँ यांनी 'गूँज उठी शहनाई'द्वारा शहनाईला चित्रपटसृष्टीत मोठीच प्रतिष्ठा मिळवून दिली. नंतर भारत सरकारने त्यांना 'भारतरत्न' हा पुरस्कार देऊन गौरविले.

गिटारची क्रेझ १९६०च्या दशकात सुरू झाली. 'जानवर' चित्रपटात 'बिटल्स' या चौकडीच्या प्रभावाखाली 'देखो अब तो' या गाण्यात गिटारने धमाल उडवून दिली. त्याआधी 'भूतबंगला'मध्ये मेहमूदने मन्ना डेच्या स्वरात 'आओ ट्विस्ट करें' या गाण्यातून गिटारची तरल स्पंदने प्रथम ऐकवली.

सन १९७० आणि १९८० या दरम्यान 'हम किसीसे कम नहीं', 'यादों की बारात' आणि 'कर्ज' अशा अनेक चित्रपटांमधून गिटारचा सढळ वापर ऋषी कपूर, विजय अरोरा आणि तारिक या नटांची इमेज निखरण्यासाठी झालेला दिसतो.

त्या तुलनेत नायिकांच्या हाती ठरावीक वाद्येच पुन:पुन्हा देण्याची प्रथा पडलेली जाणवते. पियानो तर अगदीच कॉमन. नूतन (अनाडी) विरह-वेदना व्यक्त करण्यासाठी 'तेरा जाना' या गाण्यात पियानो छेडते. 'वक्त' मध्ये साधना 'कौन

आया के निगाहोंमे खनक जाग उठी' आणि 'चेहरे पे खुशी छा जाती है' या दोन्ही गाण्यांत पियानोची सुरावट आळवत प्रसन्न मूड घेऊन आली अन् रसिकांना खूश करून गेली.

'दिल एक मंदिर' चित्रपटात उदासीनतेची छाया पसरत असताना 'रुक जा रात ठहर जा रे चंदा बीते ना मीलन की रात' या लतादीदींच्या हृदयस्पर्शी स्वरांना मीनाकुमारी सतारीच्या बोलांनी तितकीच उत्कट मधुर साथ करते. तर 'अमन' या चित्रपटात हीच सतार सायराबानूच्या हाती विसावली.

दिलरुबासदृश वाद्ये अनेक पोषाखी आणि पौराणिक चित्रपटात हवा तो परिणाम साधून गेली. पण 'हमराही' चित्रपटामध्ये जमुना ही अभिनेत्री हाती वीणा घेऊन 'मन रेऽऽ तू ही बता क्या गाऊँ' ही आर्त धून छेडत डोळां पाणी आणून गेली.

तालवाद्यांमध्ये डफली किंवा डफ आणि तबला ही वाद्ये प्रभाव गाजवतात. मेरा नाम राजू (जिस देस में गंगा बहती है) आणि डफली वाले (सरगम) या गाण्यांतून राज कपूर आणि ऋषी कपूर डफली वाजवताना रमून गेले. तबला आणि ढोलकी वाजवताना अरुण सरनाईक या मराठी अभिनेत्याने 'रंगल्या रात्री अशा', आणि 'सवाल माझा ऐका' यांसारखे चित्रपट गाजवले!

♦♦♦